TUỆ SỸ
Đạo Sư, Thơ và Phương trời mộng
-Tập II-

Nguyên Siêu & nhiều tác giả

mục lục

Lời thưa

Nhân chuyến đi tham dự khóa tu học Phật Pháp Âu Châu, chúng tôi có dịp đến thăm thân nhân của Thầy Tuệ Sỹ ở Pháp. Chúng tôi được gia đình cho mượn một số tài liệu và quyển: *Thơ Tuệ Sỹ – Ngục Trung Mị Ngữ*, có thủ bút chữ Nho và chữ Việt của Thầy, do Quảng Hương Tùng Thư xuất bản năm 1988.

Sau đó, chúng tôi lại được Thầy Phạm Công Thiện đưa cho các bài viết của Thầy về Thầy Tuệ Sỹ trong hai tập san: *Văn Học, Tạp Chí Sáng Tác Nhận Định Văn Nghệ*, Số đặc biệt - Tuệ Sỹ và Lê Mạnh Thát - số 35, tháng 12 năm 1988; *Chân Nguyên*, số 23, tháng 07 năm 1994:

Kỷ Niệm 50 Năm Sinh Nhật Tuệ Sỹ - Buổi Chiều Nắng Hạ Đọc Thơ Tuệ Sỹ.

Một Buổi Sáng Đọc Thơ Tuệ Sỹ.

Được sự khuyến khích của Thầy Phạm Công Thiện cũng như có được một số tài liệu, văn kiện liên quan đến bản án tử hình của Thầy Tuệ Sỹ, một số thơ văn sáng tác của Thầy, cùng một số bài viết của nhiều tác giả khác trên các tạp chí và internet mà *Tuệ Sỹ Tập II* có được cơ duyên gửi đến quý độc giả.

Chúng tôi cũng xin được phép gửi đến quý tác giả, có bài trích đăng trong tập sách này, niệm tình lượng thứ cho, để, *Tuệ Sỹ Đạo Sư - Thơ Và Phương Trời Mộng, Tập II* được ☐ 5 nói lên tiếng nói chân thật, những cảm nghĩ sắt son cùng những tấm lòng đầy tâm huyết. Vô cùng thâm tạ quý liệt vị.

Chúng con cũng kính xin quý Ôn từ bi hỷ xả cho những khiếm khuyết của kẻ hậu sinh trong việc làm của chúng con đối với bậc Ân Sư Giáo Thọ.

Chân thành kính cảm tạ quý Ngài, quý Phật tử và quý bằng hữu đã hết lòng ưu ái để hoàn thành tập sách này.

Xuân Bính Tuất – Phật lịch 2549
Cali, 20 tháng 01 năm 2006

một

Thơ Người Tù Thế Kỷ

NGUYÊN
SIÊU

Nói đến cõi thơ như mây trời viễn xứ, giăng giăng, nhè nhẹ, mảnh mai và bềnh bồng, thong dong thư thả, tự tại hồn nhiên như cõi hư không vô cùng. Như tiếng rì rào trùng dương bát ngát, từng đợt sóng nhấp nhô, lấp lánh vô biên đang tấp vào bờ nằm xoải dài thiên thu vô tận. Đại dương của cõi thơ là lâu đài thành quách, lung linh, huyền ảo của những con sóng nghìn khơi. Là bãi cát vàng như tấm lụa dệt bằng ánh sáng của mặt trăng, tia nắng của mặt trời, và lốm đốm vô ngần các tinh thể.

Đá với nước, bóng chiều và cuộc chơi là hành trang để đi vào cõi mộng, hay chất liệu để gây dựng cơ đồ cho cuộc lữ. Mộng hay thực chỉ là cách nói của nhà thơ giàu ngôn ngữ, để pha lẫn, biến thành hình hài đồng tử ước mộng trường sinh:

> *"Đá mòn phơi nẻo tà dương*
> *Nằm nghe nước lũ khóc chừng cuộc chơi"*

Đá mòn vì nhiều dấu vết thời gian đi qua, nhiều sự ngóng chờ mòn mỏi. Thời gian đó đã làm đá mòn rêu nhạt dưới ánh tà dương, chiều buồn da diết. Một sự thi gan cùng tuế nguyệt, chịu đựng bao ngày tháng nắng mưa, đá của đất trời gầy dựng vẫn trơ mình kiên cố bất động. Một hình bóng lẻ loi, nhưng chất ngất kiêu hùng, xông pha, vững chãi mặc cho bóng tà dương sắp lặn về Tây. Bỏ mặc cho ai độc hành cô lữ để nằm nghe âm thanh ào ạt của nước đổ về từ rừng sâu núi thẳm.

Trong cuộc tử sinh, Người Tù đi vào cát bụi, làm cuộc lữ phương trời viễn mộng, đọa đày như cánh hải âu nghìn trùng bạt gió, như dấu chân Người trên cát nóng mù khơi, xa xăm mòn mỏi:

> *"Một ước hẹn đã chôn vùi tang tóc*
> *Cánh chim trời xa mãi giữa lòng sâu....*
> *Khuya còn lạnh sương mù và gió lốc*
> *Thở hơi dài cát bụi cuốn chiêm bao."*

Nhưng dù có chôn vùi một ước nguyện vẫn không nhạt nhòa hương xưa cũ. Hương xưa của màu tóc hung hung, bay vào chiều thu, sương mơ, lá vàng rơi rụng. Hương của bóng xế nhạt nhòa, còn lất phất bờ vai, của một thời son trẻ, nhiều mơ ước. Mộng kiêu hùng. Mộng trùng khơi xa tít:

> *"Màu nắng xế, ôi màu hương tóc cũ*
> *Chiều chơ vơ, chiều dạt mấy hồn tôi*
> *Trời viễn mộng, đọa đày đi mấy thuở*
> *Mộng kiêu hùng hay muối mặn giữa trùng khơi"*

Rồi đến một hôm nào đó, mắt Người Tù thâm huyền và trầm sâu vô tận, vì Người Tù bâng khuâng, thao thức, hoài niệm nhớ mong những vì sao lạc lối bên kia đỉnh núi, bên kia đồi sao mọc. Bên kia khung trời cũ, khung trời hội ngộ đã một lần hẹn hò trong chuyến tàu đêm, hay bên ánh lửa bập bùng thâu đêm nhiều tâm sự. Chỉ một đêm thôi không ngủ, mắt Người Tù sâu hoắm, tóc Người Tù bạc phơ, mặt Người Tù hõm lại, chân thân hiến dâng cho muôn trùng, cho ước hẹn lên đường phiêu lưu:

> *"Một đêm thôi, mắt trầm sâu đáy biển*
> *Hai bàn tay khói phủ tóc tơ xa*
> *Miền đất đỏ, trăng đã gầy vĩnh viễn*
> *Từ vu vơ bên giấc ngủ mơ hồ."*

Cũng đôi mắt ấy, lại cưu mang những giấc mộng tàn, những giấc mộng qua đi. Người Tù mãi chếnh choáng trong trối trăn của tâm thức, trong sự hao gầy của tự thân, mà không thể bay bổng tuyệt vời như cánh chim hồng trên chín tầng xanh. Gối đã mỏi, chân đã mòn, tóc đã bạc khi tuổi đời chưa đến tuổi, nhưng cứ mãi loanh quanh trong bốn bức tường, mà suối nguồn xa xăm kia vẫn biền biệt. Suối nguồn đang réo gọi, cát bụi đang nằm chờ, rừng sâu đang mong đợi, biển nước mây trời vẫn hiện hữu thênh thang mà bóng dáng Người Tù vẫn biệt tăm. Người Tù đối diện với chính mình, với bóng đèn khuya trong bóng đêm nhạt nhòa ủ rũ. Tâm sự đầy lại vơi:

> *"Đếm tóc bạc tuổi đời chưa đủ*
> *Bụi đường dài gót mỏi đi quanh*
> *Giờ ngó lại bốn vác tường ủ rũ*
> *Suối nguồn ơi ngược nước xuôi ngành"*

Rồi một buổi sáng hôm nào, Người Tù đi bách bộ trên đồi Trại Thủy, trong dáng dấp khẳng khiu, gió thổi muốn bay, thì ra suốt một tuần lễ Người Tù tuyệt thực chỉ uống nước chanh. Người Tù tuyệt thực để phản đối mình, phản đối sự hiểu biết nghịch thường mà người thường không hiểu biết. Tuyệt thực để đóng cửa ở một mình trong phòng, không muốn gặp ai, không muốn tiếp xúc với ai, không muốn nói chuyện với ai, và cũng chẳng muốn thấy ai cho bận lòng, cho tốn thời gian, cho mất thời giờ, phung phí mất những điều cần nói, những việc cần làm để lưu lại cho đời một hình ảnh đơn sơ, như đôi tay gầy, vầng trán cao. Như đôi mắt sâu, như mái tóc bạc màu hủy hoại theo sự đọa đày nhục thể. Người Tù ở tù để làm thơ trong tù, để viết bản thảo, để đánh dương cầm, tấu lên khúc nhạc tâm tư, mà thân phận lạc loài như cánh én chiều xuân, như đôi cánh bướm rừng mơ, chập chùng hoa tàn nhụy rã. Đời người trôi qua như từng tiếng vu vơ, như lá dạt xa bờ, như lòng sông nhuộm nắng, như chiếc lá xa mùa, như ngày cũ xa xưa. Hình bóng đó vẫn đứng đếm thời gian, giữa những chiều nắng nhạt, mỗi sáng tinh sương, nhưng tất cả chỉ là phù hư ảo ảnh, là giấc mộng con, mộng lớn, mộng kiếp tử sinh:

> *"Năm tháng vẫn như nụ cười trong mộng*
> *Người mãi đi như nước chảy xa nguồn*
> *Bờ bến lạ chút tự tình với bóng*
> *Mây lạc loài ôi bến cũ ngàn năm"*

Nỗi đời và tình người bẽ bàng như nhau, cùng chung số phận không khác. Người đau, cảnh sầu có lẽ muốn chia xẻ như bãi dâu ngàn suối hoang liêu tiêu sơ dưới mắt ai cái nhìn đại cuộc, mà làm cho kẻ lãng du cô thân chích ảnh gối mỏi, gót xiêu bên triền núi khi trên vai còn nặng nợ ân tình, còn vấn vương mây chiều lãng đãng, còn ráng hồng bám víu, chiều hôm. Một kiếp lữ khách, dừng chân nơi quán trọ, gởi chiếc thân như bóng tàu qua đêm, lầm lũi trong sương mù, gió cuốn, cát trắng, nắng vàng trên cánh đồng hoang của kiếp người nhiều mộng mị:

> *"Gởi thân gió cuốn xa mù*
> *Áo xanh cát trắng trời thu muộn màng*

> *Chênh vênh hoa đỏ nắng vàng*
> *Gót xiêu dốc núi vai mang mây chiều*
> *Tóc huyền loạn cả nguyên tiêu*
> *Lãng du ai ngỡ cô liêu bạc đầu."*

Người Tù đã vào cuộc lữ, như con người vào cõi phù hư quanh quẩn đâu đây như là cát bụi, như sự chìm nổi, đá mòn chiêm bao, quán trọ, thông già để nghe mối hận dâng cao. Hận mùa thu mây trắng, hận rừng thu lá vàng, hận trời thu hiu hắt, hận gió thu mang mang, mà xuôi đôi chân trần về miền cát bụi, lăn lóc trơ trọi. Người Tù hóa thân vào cát bụi, như Bồ Tát hóa thân làm hạnh độ sinh, chẳng biết từ nan bất cứ nơi nào. Địa ngục, trần gian, thiên giới, long cung đều có dáng từ Bồ Tát cứu khổ độ mê, đưa chúng sinh về miền tịnh lạc. Đó là hạnh nguyện, tư lương độ đời kham nhẫn mà mạnh dạn Bồ Tát bước chân vào dòng cuồng lưu sinh tử. Hành trang và sự nghiệp của Người Tù đi vào thế giới lãng du cát bụi là đá mòn, tà dương, đào tiên, mục tử, là cánh chim trời, nỗi hao mòn, tiếng kêu và nỗi lạnh sương khuya; là gió lốc, chiêm bao, con tàu, tóc trắng; mắt sâu và dòng máu phiêu lưu; là màu nắng, là hương tóc cũ, là chiều bơ vơ, là mộng kiêu hùng, muối mặn, trùng khơi; là đáy biển, là trăng gầy, là điêu tàn, khói phủ; là tuổi vàng, đồi hoang, trăng tàn, núi lạnh, là đỉnh đá, hạt muối, mùa hạ, bụi đường, suối rừng, nước cuốn, tóc huyền sương mai... Đó là chất liệu để Người Tù làm cuộc rong chơi, in dấu chân mòn trên mặt đất, độc hành, cô lữ, héo hon:

> *"Quỳ xuống đó nghe hương trời cát bụi*
> *Đôi chân trần xuôi ảo ảnh về đâu*
> *Tay níu lại những lần khăn chìm nổi*
> *Hận thu cao mây trắng bỗng thay màu.*
>
> *....*

> *Còi rộn rã bởi hoang đường đã đổi*
> *Bởi phiêu lưu ngày tháng vẫn con tàu*
> *Vẫn lăn lóc với đá mòn dứt nối*
> *Đá mòn ơi cười một thuở chiêm bao*
> *Quỳ xuống nữa ngủ vùi trong cát bụi*
> *Nửa chừng say quán trọ khóc lao xao."*

Cõi thơ, Người Tù không còn ranh giới. Người Tù đã nhập thể vào cõi thơ. Thơ là người, người là thơ không còn khác biệt, đồng điệu như cung đàn xưa. Cung đàn lướt đều dưới mười ngón tay xương xẩu, xanh mét, như những cọng lau gầy phiêu diêu trước gió.

Sáng nay, Người Tù ngồi bên bếp lửa hồng đun nước sớm. Tiếng lửa reo tí tách, tiếng nước reo vui trong ấm, mà tự dưng mơ màng rừng sâu phố thị. Mắt Người Tù đăm chiêu nhìn bếp lửa, môi mấp máy, tay lần khần khơi từng cục than lăn qua trở lại như lăn đời mình nhục nhằn trong tù ngục trên đỉnh Trường Sơn để mà:

> *"Năm ôm một bóng trăng gầy*
> *Vai mang túi nhục hờn lay mộng tàn*
> *Rừng sâu mấy nhịp Trường Sơn*
> *Biển Đông mấy độ triều dâng ráng hồng"*

Tâm sự của riêng mình, hay nỗi bơ vơ lạc loài giữa đất trời mênh mông hoang dã, Người Tù cảm thấy hụt hẫng, vì quanh mình chẳng thấy ai chung lối. Trao thân cho cát bụi thì người yêu cát bụi chẳng chung tình, gởi một nguyện ước cho muôn trùng thì trùng khơi dậy sóng, chỉ còn là tự tình, để yêu đốm lửa đêm sâu bập bùng, và gởi thân tạo dựng quê hương cùng với nỗi hờn thiên thu khổ lụy, cho một khoảng trống vắng mênh mông. Sau lưng, bụi đường khỏa lấp, chôn chân mục nát rêu phong, từ đó thì thầm nghe một phương trời nào là gác trọ:

> *"... Trời ơi tóc trắng rủ lòng quê cha*
> *Con đi xào xạc tiếng gà*
> *Đêm đêm trông bóng Thiên Hà buồn tênh*
> *Đời không cát bụi chung tình*
> *Người yêu cát bụi quê mình là đâu?"*

Dưới bóng đổ dài, ngôi Kim thân Phật Tổ ngự trên đồi Trại Thủy nhìn ra biển Nha Trang, lồng lộng gió chiều, được mệnh danh là miền thùy dương cát trắng, Người Tù đưa tay bẻ cành hoa Tứ Quý, một loài hoa dại mọc nơi sườn đồi, chung quanh tượng Phật, xoay xoay theo chiều gió. Dường như Người Tù muốn gửi hương theo gió bay về một phương trời nào đó. Hương của hoa rừng, hay hương của một tấm lòng cho mây ngàn, cỏ nội, làn hương thơm lây đến tất cả các loài thảo mộc, nơi miền xa xôi. Nơi có mây trắng và núi cao, có sương sớm và đò ngang nước lạnh đang ngóng chờ khách bộ hành sang sông. Người Tù có lẽ là lão chèo đò, đưa người qua bến hay là tiễn biệt lữ hành đi vào cuộc lữ của "phương trời viễn mộng".

Người Tù đứng nhìn ra biển khơi, xa xa là những rặng núi mờ vì sóng nước. Những dãy núi này được gọi là Hòn Tre hay Hòn Yến chắn ngang cửa biển làm dịu lại những cơn sóng nước muôn trùng, nhờ vậy mà bãi biển Nha Trang êm ả, nên thơ. *Dưới chân núi là những hàng dừa xanh bát ngát, chạy vòng bao quanh từ những chân núi xa Đồng Bò, Đồng Đế, Diên Khánh, Phước Hải ... đến* mép bờ biển Cầu Đá, Cửa Bé, Lương Sơn... Rừng dừa được nuôi lớn từ nước mặn và cát trắng, xanh tươi mượt mà nhờ làn gió biển thổi vào từ đại dương bao la cho thêm sum xuê, đầy trái ngọt. Khung cảnh thơ mộng thành phố Nha Trang đã giữ được bước chân Người phiêu lãng qua những năm tháng phiêu bồng, thể hiện tấm lòng gầy dựng tương lai của một thế hệ, nhưng rồi thời cuộc đẩy đưa, trời chẳng chiều lòng người nên tất cả chỉ là những rong chơi, bâng quơ như giã biệt, hay tiễn đưa ai trên con đò ngang qua dòng sông lạnh, để người ra đi còn mình ở lại với bóng đèn u tịch:

> *"Một bước đường thôi nhưng núi cao*
> *Trời ơi mây trắng đọng phương nào*
> *Đò ngang neo bến đầy sương sớm*
> *Cạn hết ân tình nước lạnh sao?*
>
> *Một bước đường xa, xa biển khơi*
> *Mấy trùng sương mỏng nhuộm tơ trời*
> *Thuyền chưa ra bến bình minh đỏ*
> *Nhưng mấy nghìn năm tống biệt rồi*
>
> *....*
> *Cho hết mùa thu biệt lữ hành*
> *Rừng thu mưa máu dạt lều tranh*
> *Tay so phấn nhụy trên màu úa*
> *Trên phím dương cầm hay máu xanh."*

Người Tù đã dứt áo, bỏ lại sau lưng những dấu chân mờ còn phong kín xanh rêu. Lá rừng nơi đây được đổi thay, lá rừng Vạn Giả. Ngày cuốc đất trồng khoai, tỉa ngô vun sắn; tối ngắm sao trời bên mái tranh xiêu, Người Tù vùi chôn ngày tháng với cuốc, mai, nương rau, liếp cải.

Một tay cầm cuốc, xới lên luống đất mới của núi rừng Vạn Giả để gầy dựng sự sống; một tay cầm bút viết nên những vần thơ ven rừng, suối mây, cỏ dại:

> *"Ta muốn đi làm thuê*
> *Đời không thuê sức yếu*
> *Ta mộng phương trời xa*

Trời buồn mây nặng trĩu

Ven bờ thân cỏ dại
Sức sống thẹn vai gầy
Tóc trắng mờ biên ải
Nỗi hờn mây không bay."

Sự sống được khơi nguồn, những ngày tháng vật vã trên luống đất mới, qua lát cuốc sâu, lầm lũi như người nông phu yêu ruộng vườn, rẫy nương, lúa mạ. Mạch sống của liếp cà, giàn bí, mướp đắng, bầu xanh dưỡng nuôi lý tưởng, Người Tù cặm cụi, một nắng hai sương. Sự sống ấy được chăm sóc, nâng niu bằng đôi tay trang trọng, bằng đôi chân nhẹ nhàng thảnh thơi để gieo mầm hy vọng:

"Người không vui, ta đi về làm ruộng
Gieo gió Xuân chờ đợi mưa Hè
Nghe cóc nhái gọi dồn khe suối
Biết khi nào phố chợ chắn bờ đê"

Những liếp cà xanh, luống tía tô phơi mình trong nắng hạ, Người Tù nâng niu từng quả cà tím sẫm, giàn ổ qua, dây bí rợ bò lan tràn trên mặt đất, đùn thành những ụ cao như gò mối. Chính sức sống mạnh mẽ nơi đây là do sự cố gắng, hít thở khí trời, sương khuya gió sớm để un đúc, trưởng thành. Người Tù đứng nhìn công trình xây dựng của mình đượm màu xanh, màu ước mơ hy vọng:

"Ta biết mi bọ rùa
Gặm nhấm tàn dãy bí
Ta vì đời ganh đua
Khổ nhọc mòn tâm trí

Ta biết mi là dế
Cắn đứt chân cà non
Ta vì đời đổ lệ
Nên phong kín nỗi hờn

Ta biết mi là giun
Chui dưới lòng đất thẳm
Ta vì đời thiệt hơn
Đêm nằm mơ tóc trắng

Người Tù với vóc dáng mảnh khảnh, yếu gầy, mẫu người không phải sinh ra để cày sâu cuốc bẫm, khai hoang nương rẫy, ruộng đồng để tìm mưu sinh trong chốn khốn cùng; Người Tù bất đắc chí, quăng bút nghiên ở ẩn chốn hoang sơ nên "độc hành kỳ đạo, độc thân kỳ sinh" không nương nhờ cậy ai. Bằng sức người nhỏ nhắn, giữa đêm tối mông lung, giữa ngày hè nắng gắt, không nhụt chí phấn đấu trên vùng đất mới vỡ, Người Tù vẫn không nguôi ngoai ước nguyện cho đời, cho một phố xưa nhiều hương sắc, dẫn khởi cho Người một niềm an nhiên tịnh lạc. Người Tù bỏ lại sau lưng thành phố cũ, bụi mờ khói nhạt, mây bay, lầm lũi nơi xó rừng, bên nương dâu rẫy bắp, nhưng ước vọng một ngày về góp bàn tay xây dựng cơ đồ, quê hương đổ nát. Sự đổ nát cứ âm ỉ, gặm mòn tiêu hao cho đến ngày gục ngã. Đó là viễn ảnh trong mắt Người Tù đã nhận diện sự hư thực của đời qua guồng máy bạo tàn. Ngày về trên đôi chân trần, còn vương bụi đỏ, còn phảng phất hương đồng cỏ nội của miền Soi Đê:

"Mười năm sau anh về thăm phố cũ
Màu Trường Sơn pha nắng rực trưa hè
Anh vẫn nhớ những con đường bụi đỏ
Và tình yêu trong ánh mắt rã rời."

Tiếng hát của thi nhân, hay tiếng đàn của người nghệ sỹ là chất liệu sống chảy xuôi theo mười ngón tay lả lướt trên thùng đàn tồn đọng trên khóe môi nồng ấm tự thuở đầu đời, Người Tù đã sống từ thuở ấy. Cái thuở của buổi ban sơ, khi tâm tư con người còn trong trắng, thuần tịnh, như sáng hôm nay, tia nắng chiếu xuyên qua mành, lọt vào khe cửa sổ, soi tỏ từng hạt bụi li ti trong không gian, Người Tù ngồi đăm chiêu bên dương cầm chẳng buồn gõ, vầng trán ấy như vọng về nơi đâu, xa xăm để nhớ lại những lời tiễn biệt, những nụ cười tiếng hát năm xưa. Ấy là một thời đôi tay Người không bị còng, đôi chân Người tự do rảo bước các miền thi ca, âm nhạc, triết lý Đông Tây. Là thuở của Người tự do ca hát, hát bài tình ca tự do:

> *"Lời tiễn biệt nói gì sau tiếng hát*
> *Hỏi phương nào cho nguyện ước Trường Sơn*
> *Lời em ca phong kín nhụy hoa hờn*
> *Anh trĩu nặng núi rừng trong đáy mắt*
> *Mờ phố thị những chiều hôm suối tóc*
> *Bóng ai ngồi so phím lụa đàn xưa."*

Đáp chuyến tàu đêm từ rẫy Soi Đê – Vạn Giả vào lại Viện Nha Trang những khi vắng người, vì ai cũng phải đi làm, Người Tù một bóng một hình ít được biết tới. Khi đi sớm lúc về khuya, Người Tù thoạt hiện thoạt biến như những cơn gió biển khơi thổi ngang qua gác chuông khuya Chùa Hải Đức, đìu hiu, cô quạnh. Khuya nay ai sẽ là người gióng quả Đại Hồng Chung, để tiếng chuông ngân vang trong lời kệ thỉnh: "Nguyện tiếng chuông này siêu pháp giới, các cõi tối tăm thảy đều nghe. Nghe rồi thanh tịnh *chứng viên thông, tất cả chúng sanh thành chánh giác."* Quả Đại Hồng *Chung có từ lâu đời, trước khi Người Tù* dừng chân đứng lại trên đồi Trại Thủy. Tiếng chuông ngân lên *buổi sáng mai lành, lúc mọi người còn đang say giấc* ngủ. Nhưng, tiếng chuông đã đánh thức Người qua giấc mộng êm đềm để Người choàng tỉnh cơn mê. *Mái gác chuông đã nhuộm màu rêu phong, cột* gác chuông xám xì theo năm tháng phế hưng, lớp da bọc dùi dộng chuông đã rách mòn cũ kỹ. Nhưng quả Đại Hồng Chung vẫn lầm lì cổ kính, dửng dưng giữa cuộc phong trần, mặc cho năm tháng phôi pha, ai đến ai đi quả chuông vẫn đứng đấy.

Nép mình dưới tàng Bồ Đề xanh thắm, chen giữa cánh phượng đỏ trưa hè, quả Đại Hồng Chung như được bao người mến mộ, thỉnh tiếng chuông cho vơi bớt bụi trần. Đó là tâm tình của khách viếng cảnh, thăm Chùa vào những thập niên trước với những khách vãng lai nhộn nhịp. Giờ thì không, chỉ là dấu mòn rêu nhạt, dấu biết rằng gác chuông trên đồi Trại Thủy được bao quanh bởi xóm làng phố thị đông đúc. Nhưng dù có sao đi nữa, cảnh vật có hoang liêu tiêu sơ, núi đồi có khô cằn sỏi đá, quả Đại Hồng Chung Chùa Hải Đức vẫn thâm nghiêm, kính cẩn, soi mình dưới bóng trăng thanh, u huyền, tao nhã; vẫn sừng sững vững chắc để bảo tồn một chứng tích công phu của Tổ Đức một thời tâm huyết; lưu giữ lời di chúc vô ngôn mà thừa truyền cho hàng hậu duệ.

Người Tù cũng mang tâm nguyện ấy, muốn truyền đạt sở học của mình cho đàn con cháu, nhưng mấy ai đủ thiện duyên, đủ hiểu biết để tiếp thọ. Người Tù rơi lệ cho chính mình, cho lý tưởng giải thoát giác ngộ, cho một cõi vô cùng trên đỉnh tuyết sơn mà mấy ngàn năm qua vẫn lưu giữ hình hài của Sơ Tổ Ca Diếp nơi đó. Khóc cho quê hương mấy ngàn năm văn hiến, giờ như viên đá bụi đường, vết tích tang thương. Một tấm lòng u uẩn lạnh tanh:

"Tiếng ai khóc trong đêm trường uất hận
Lời ai ru trào máu lệ bi thương

> *Hồn ai đó đôi tay gầy sờ soạng*
> *Là hồn tôi tìm dấu cũ quê hương*
>
> *Ai tóc trắng đìu hiu trên đỉnh tuyết*
> *Bước chập chờn heo hút giữa màn sương*
> *Viên đá cuội mấy nghìn năm cô quạnh*
> *Hồn tôi đâu trong dấu tích hoang đường?"*

Giá có ai đi qua dưới chân tháp sắt của Viện sẽ thấy còn lại những chứng tích tàn phá của thời gian. Nền tháp còn kia, nhưng tháp cao mười hai tầng đã bị ai phá sập. Bên cạnh tháp sắt là Quán Âm Các, bây giờ cũng hóa thân vào cát bụi, như hạnh nguyện độ sinh của Bồ Tát hóa thân vào đời trầm luân. Nơi đây, Người Tù đã bao lần ngồi kể chuyện Thiện Tài Đồng Tử, trong Kinh Hoa Nghiêm đi tham học qua 53 vị Tổ Sư. Một trang Thiện gia Nam tử vì sở cầu, chí nguyện tham vấn mà một thân, một mình đi từ hải đảo này đến đỉnh núi kia. Khi nghe một vị Tổ Sư nào danh tiếng dù ở chân trời góc biển xa xăm, Thiện Tài Đồng Tử đều đi đến đảnh lễ tham học. Đó là chí nguyện của kẻ xuất trần, giàu lòng nhân, xây dựng đời bằng tấm lòng khoan dung, độ lượng, biết thương đời, biết thương người, giải thoát chốn tối tăm. Người Tù cũng bước theo dấu chân ấy, bước đi khắp nẻo quê hương, vì Người Tù là đứa con của quê mẹ, nên Người Tù chẳng rời xa quê mẹ. Sinh ra từ quê mẹ, thì có chết cũng chết trên quê mẹ. Dù quê mẹ nghèo đói, đất mẹ gầy hao thiếu áo cơm, đói rách, nhưng chí nguyện Người Tù vẫn hực lửa để soi sáng quê hương. Người Tù đi tham học các miền, các vị Tổ Đức Tòng Lâm, trang bị cho mình một kiến văn quảng bác. Nhưng khi con phượng hoàng đủ lông đủ cánh thì cất cánh bay cao. Khi rồng thiêng ẩn mình dưới đầm lầy đủ nanh vuốt thì vẫy vùng nơi bể sâu sóng cả. Do vậy, khi "Nhìn quê hương qua chứng tích điêu tàn", Người

Tù mang nỗi đau lớn, nỗi đau của một người sống trong lòng quê hương bị dập vùi theo cát bụi quê hương. Người Tù mất quê hương giữa lòng quê hương, nên Người Tù nguyện ở tù cho quê hương được có trọn một mùa Xuân:

> *"Quê hương ơi, mấy nghìn năm máu lệ*
> *Đôi vai gầy dâng trọn cả mùa Xuân."*

Người Tù khóc cho quê hương sao nhiều máu và nước mắt. Suốt một dòng lịch sử mấy ngàn năm quê hương bị xâm lăng, đô hộ, quê hương bị cướp đoạt, tương tàn với biết bao nỗi thống khổ:

> *"Nhìn hun hút cho dài thêm lịch sử*
> *Dài con sông trào máu lệ quê cha."*

Đến hôm nay, Người Tù là chứng nhân của một chặng đường lịch sử. Nhìn dòng sử mệnh quê hương trôi nổi, điêu linh với bao nỗi xót xa, Người Tù giở lại từng trang lịch sử để thấy từ thuở bình minh lập quốc, dòng máu của các chiến sĩ, các anh hùng dân tộc, đã thấm sâu trong từng tấc đất quê hương, trải dài trên giang sơn gấm vóc, mở rộng bờ cõi biên cương, cho cánh đồng lúa ngày thêm mượt mà xanh thẳm. Máu xương của các bậc tiền nhân khổ công dựng nước, xây nước và giữ nước cho đến bây giờ. Sự kiến tạo quê hương, mở mang bờ cõi, giữ gìn quê Cha đất Tổ được thanh bình. Sự hy sinh đó, máu chảy thành sông, xương chất thành núi qua bao thế hệ, bao lớp người ngã xuống, nuôi sống cỏ cây, nuôi sống dòng lịch sử dân tộc hào hùng.

Lần giở lại lịch sử quê hương, dân tộc, biết bao công đức của các bậc Tổ Đức Tiền Nhân, các anh hùng, chiến sĩ vô danh vùi thây ngoài chiến địa cho sự trường tồn của dân tộc. Không ngồi yên nhìn gót giày quân giặc tàn phá quê cha, nhìn sự ngược đãi bạo tàn của quân xâm lược. Một Trưng Nữ Vương đã phất cờ khởi nghĩa đánh đuổi quân thù ra khỏi biên cương, tạo dựng một quê hương độc lập tự chủ, với hiến pháp kỷ cương luật định. Ngồi trên bành voi vì nợ nước thù nhà, để xiển dương dòng máu nữ lưu anh kiệt. Một Triệu Thị Trinh, đã "cưỡi cơn sóng dữ, đạp luồng kình phong, quét sạch quân thù ra khỏi bờ cõi, mà không là nữ nhi thường tình." Một tướng quân Trần Bình Trọng dõng dạc, khẩu khí, kiêu hùng: "Ta thà làm quỷ nước Nam còn hơn làm Vương đất Bắc." Một Trần Khánh Dư ngồi đan sọt mà lo việc nước. Một Đại tướng Trần Hưng Đạo: "Ngày nào đầu tôi còn trên cổ, thì ngày đó xin Vua đừng lo." Đem chí nguyện của một con dân, hiến dâng cho Tổ quốc, tiếp nối mạch sống giống nòi, lấy da ngựa bọc thây, lấy áo bào làm mồ chôn thân xác đáp đền ơn nước.

Một Lý Thường Kiệt hào hùng, bất khuất, minh định:

"Nam quốc Sơn hà Nam đế cư
Tuyệt nhiên định phận tại Thiên Thư
Như hà nghịch lỗ lai xâm phạm
Nhử đẳng hành khan thủ bại hư."

Một Lê Lai liều mình cứu Chúa, một Lê Lợi nếm mật nằm gai, mười năm kháng chiến chống quân Minh trong rừng núi Chí Linh, không sờn lòng nhụt chí. Một Nguyễn Trãi: "Lê Lợi vi quân, Nguyễn Trãi vi thần." Tất cả đã đều đóng góp xương máu vào dòng sử Việt. Một Đại Đế Quang Trung thống nhất sơn hà, để hơn hai mươi vạn quân Thanh vội vã, chen chúc rút lui bỏ thây nơi cầu phao, cũng vì dòng máu quật cường của dân tộc Việt Nam. Người Tù, cũng nổi trôi theo dòng sử mệnh đó.

Người Tù chứng kiến thảm trạng của quê hương hôm nay mà nhớ lại bước đường lịch sử xa xưa của các bậc khai quốc công thần.

> *"Tiếng trẻ khóc ngân vang lời vĩnh cửu*
> *Từ nguyên sơ sông máu thắm đồng xanh*
> *Tôi là cỏ trôi theo dòng thiên cổ*
> *Nghe lời ru nhớ mãi buổi bình minh."*

Ý thức phận mình trong thân phận quê hương hiện nay, Người Tù đi làm hạt cát. Một hạt cát trong bãi cát nóng muôn trùng. Hạt cát nóng đó lăn vào mắt kẻ quan quyền, bạo chúa, kẻ hưởng thụ trên máu xương của dân tộc, kẻ thống lãnh cai trị một chế độ phi nhân.

> *"Nữ Vương ngự huy hoàng trong ráng đỏ*
> *Cài sao hôm lấp lánh tóc mai*
> *Bà cúi xuống cho đẹp lòng thần tử*
> *Kìa, khách lạ, người là ai?*
>
> *Tôi sứ giả hư vô*
> *Xin gửi trong đôi mắt Bà*
> *Một hạt cát."*

Trên dòng sử mệnh quê hương, Người Tù đã bềnh bồng trong dòng sông từ khơi nguồn tiến hóa tự thuở man khai. Người Tù bước đi trên tinh thần quê hương dân tộc, làm nghĩa vụ của một con dân. Là cọng cỏ trong đám cỏ. Là chiếc lá trong rừng lá. Là giọt nước trong dòng sông. Là hạt cát trong bãi cát. Là hạt mưa trong cơn mưa làm mát dịu khí trời oi bức, làm tắt lịm cơn nắng sốt trưa hè. Nhưng Người Tù làm mát dịu lòng dân thì lại xốn xang, cay rát mắt người thống trị. Vì sự đau nhức đó, Người Tù phải lãnh bản án tử hình, hay tù khổ sai chung thân qua hai thế kỷ.

Tất cả là bài học của thời gian, xoi mòn và sụp đổ.

Người Tù nói với quê hương "mặt trời kia sẽ tắt." Đó là bài học lịch sử muôn đời, bất biến. Rồi một ngày nào đó những gì của quê hương, hãy trả lại cho quê hương, những gì của giống nòi dân tộc hãy trả lại cho dân tộc giống nòi. Chẳng ai có thẩm quyền cướp đoạt, tẩu tán tài sản của cha ông ngàn đời xây dựng.

> *"Nắng lụa đỏ phủ tường rêu xám bạc*
> *Lá cây xanh nghiêng xuống mắt mơ màng.*
> *Người có biết mặt trời kia sẽ tắt?*
> *Tôi yêu người từ vết rạn thời gian. "*

Đó là lẽ tất nhiên được khẳng định qua bài học dấu mòn bên lịch sử. Một chân, Người Tù đi trong lòng quê hương; Một chân, đi trong lòng Đạo pháp, theo vết tích hoằng dương của Chư Lịch Đại Tổ Sư. Một Thiền học, Khương Tăng Hội chống tích trượng dựng Phật nghiệp cùng Mâu Tử, Chi Cương Lương, Lý Miễu, Đạo Cao, Pháp Minh... Khương Tăng Hội là bậc kỳ vĩ, đồng thời với những bước chân của các bậc Thạch Trụ Thiền Gia trong sứ mệnh dựng xây ngôi nhà lịch sử Phật giáo đầu tiên. Công đức và tài năng của Chư Vị Lịch Đại Tổ Sư đã sống trọn vẹn, huy hoàng, thù diệu trong lòng quê hương, Đạo pháp.

> *"Nội dung giáo dục Phật giáo Việt Nam vào thời Khương Tăng Hội như thế, không phải là một nền giáo dục thuần túy Phật giáo hay tôn giáo, mà là một nền giáo dục tổng hợp toàn diện, có thể nói đại diện cho nền giáo dục Việt Nam thế kỷ thứ ba. Nền giáo dục này không chỉ giới hạn trong chức năng truyền giáo, đào tạo ra những con người Phật giáo, mà trên hết và trước hết là đào tạo ra những trí thức dân tộc toàn diện có tánh bách khoa, am hiểu và lãnh hội được hết tinh hoa dân*

tộc và nhân loại của thời đại mình, rồi trở lại đóng góp những thành quả của mình cho kho tàng hiểu biết của loài người. Cho nên Khương Tăng Hội không chỉ học ba tạng kinh điển của Phật giáo, không chỉ học sáu kinh của Nho giáo, và chắc chắn là các giáo khác nữa, mà còn học tới thiên văn đồ vỹ, khoa ăn nói và nghệ thuật viết lách. Chính nền giáo dục tổng hợp toàn diện và phóng khoáng này đã đào tạo cho lịch sử dân tộc những thiên tài trong các lãnh vực khác nhau, thậm chí đối lập nhau như nghệ thuật và khoa học, chính trị và âm nhạc, văn và kỹ thuật. Từ Lý Miễu cho đến Lý Công Uẩn, từ Lương Thế Vinh cho đến Ngô Thời Nhiệm, Từ Lê Ích Mộc cho đến Trần Cao Vân, từ Tuệ Tĩnh cho đến Võ Trứ, chứ khoan nói chi với Vạn Hạnh, Chân Lưu, Pháp Thuận, Quảng Đức... Dựa trên học phong thiết thực, nó đã trang bị cho những đối tượng cần đào tạo những kiến thức rộng rãi, phóng khoáng của tất cả các ngành tri thức của nhân loại thời đó, mà không nhất thiết đóng khung vào một chủ thuyết nào nên đã tạo được những vùng trời tự do cho khả năng tư duy, và tư tưởng sáng tạo của từng cá nhân.

Nền giáo dục Phật giáo này không chỉ tồn tại vào thời Khương Tăng Hội, mà còn được tiếp tục kế thừa, tiếp nối cho đến ngày hôm nay và mai sau.

Chính cái cột sống dân tộc ấy đã nâng đỡ cho những người con xa quê khỏi ngã gục trước gánh nặng của trách nhiệm và trước những cám dỗ tha hóa của vật chất. Họ có thể đứng thẳng người lên trông ngắm quê hương gấm vóc và thương nhớ quê hương diệu vợi. Mà quê hương là gì? Là những câu hò của Mẹ, là nét mặt của Cha, là lời dạy của Thầy và là nhiều thứ nữa...

Phật giáo Việt Nam vào thời Khương Tăng Hội đã xây dựng thành công một cơ cấu giáo dục tổng hợp khá hoàn chỉnh và đa dạng, bao gồm toàn bộ tất cả các ngành *tri thức có mặt ở thời đó mà không đóng khung vào một giới hạn chật hẹp nào. Người ta không chỉ học ba tạng kinh điển Phật giáo, sáu kinh của Nho giáo, còn phải học tất cả khoa sấm ký, thiên văn, thậm chí cả khoa học ứng đối và đặc biệt truyền thống dân tộc Việt Nam. Nền giáo dục ấy vì vậy có thể nói là đại diện cho nền giáo dục Việt Nam vào thế kỷ thứ II và thứ III, đối kháng lại nền giáo dục nô dịch của Trung Hoa đang tồn tại song song cùng nó. Nhờ thế, qua lịch sử nó đã đào tạo ra những thiên tài đáp ứng được nhu cầu của đất nước và tiếp nối cho đến ngày nay."*

(Khương Tăng Hội Toàn Tập I - Tu Thư Đại Học Vạn Hạnh 1975 - trang 43. Lê Mạnh Thát)

Người Tù đã bước theo những bước chân đầu tiên của thời đó cho đến hôm nay còn in rõ, dấu vết, hình hài của những người tù Cha - Hòa Thượng Thiện Minh chết trong tù năm 1978, Hòa Thượng Trí Thủ bị chích thuốc độc năm 1984... Hòa Thượng Huyền Quang tù treo lơ lửng mấy mươi năm ròng rã cho đến nay, Hòa Thượng Quảng Độ cấm cố, biệt giam và giam lỏng cho đến bây giờ. Ngang qua những chứng tích hoang tàn, đổ nát, Người Tù chợt mơ giấc mơ kinh dị:

"Đêm qua chiêm bao ta thấy máu
Từ sông Ngân đổ xuống cõi người
Bà mẹ xoi tim con thành lỗ
Móc bên trong hạt ngọc sáng ngời."

Bước vào cõi thơ Người Tù, mông lung huyền diệu quá, cả một trời tâm sự được gửi gấm qua những ngôn từ sâu thẳm. Tâm sự đó được ký thác từ thuở còn măng sữa, cưu mang thân phận làm người, đã u hoài một kiếp nhân sinh, nhiều mộng mị. Càng thấy rõ sự mộng mị đó từ thập niên 75 về sau ở miền Nam và 45 ở miền Bắc. Người Tù đã đi lên đỉnh núi nhìn xuống đồng bằng, sự đời trôi qua nhiều nước mắt. Người lầm than, kẻ cơ cực. Kẻ chiến thắng hung hăng, tàn bạo, với guồng máy thống trị hà khắc, coi dân như rơm rác, mặc sức đàn áp đày ải. Xã hội băng hoại, từ đạo đức tâm linh. Một xã hội loạn tưởng suy đồi, vì lãnh đạo chỉ biết nghĩ đến đời sống vật chất cá nhân, đất nước nghèo nàn vì những chủ thuyết ngoại lai.

"... Hoàn cảnh đất nước Việt Nam như thế cho nên dân ta phải chịu quá nhiều đau thương và tủi nhục. Đối với giới trí thức nói riêng, mà xã hội Việt Nam truyền thống rất tôn trọng. Điều tủi nhục lớn nhất là họ không thể nói thay những người dân thấp cổ bé miệng, nói lên một cách trung thực tất cả những uất ức, những khổ nhục mà họ phải chịu. Bởi vì tại Việt Nam ngày nay những người có thể nói thì ngòi bút đã bị cong; những người muốn nói thì ngòi bút đã bị bẻ gẫy.

Nhưng tôi rõ một điều, và điều đó đã được ghi chép trong lịch sử: Trí thức chân chánh của Việt Nam không bao giờ khiếp nhược."

Đó là một chút lương tri, tự tình quê hương, dân tộc không thể phôi pha trong người con dân nước Việt:

"Ơ kìa, nắng đỏ hiên chùa
Trăng non rỏ máu qua mùa mãn tang
Áo Thầy bạc phếch bụi đường
Khói rêu ố nhạt vách tường dựng kinh."

Lời Kinh khuya nơi chánh điện chùa Già Lam trầm hùng thanh thoát. Bài kệ trong Kinh Lăng Già được Ôn Già Lam xướng tụng 108 danh hiệu Đức Phật A Di Đà mỗi thời công phu sáng mà thấy lòng mình bình an tĩnh lạc, rải Tâm Đại Bi đều khắp chúng sanh:

> *- Thế gian ly sanh diệt*
> *Do như hư không hoa*
> *Trí bất đắc hữu vô*
> *Nhi hưng Đại Bi Tâm*

Nguyện cầu cho quê hương Việt Nam ngời sáng Tâm Đại Từ Bi.

“Quê hương ơi, mấy nghìn năm máu lệ
Đôi vai gầy dâng trọn cả mùa Xuân.”
____

DUY TUỆ THỊ NGHIỆP

Lý tưởng giáo dục và những phương pháp thực hiện lý tưởng này, hiển nhiên Phật giáo đã có một lịch sử rất dài. Phạm vi hoạt động của nó không chỉ giới hạn chung quanh những tàng kinh các, hay những pháp đường của các Tăng viện; mà còn ở cả nơi triều đình, công sảnh, và bất cứ nơi nào mà mọi người có thể tụ tập ít nhất là hai người, trong tất cả sinh hoạt nhân gian. Thêm vào đó là những biến chuyển qua các thời đại, sự dị biệt của các dân tộc... Tất cả được tập đại thành trong một bộ sử khá lớn của Phật giáo về vấn đề giáo dục. Dù vậy, ngày nay, vấn đề đó vẫn còn là một thể tài quá mới mẻ đối với giới Phật học. Sự va chạm giữa nền văn minh Đông và Tây, so với sự tiếp xúc giữa nền văn minh Hoa Ấn diễn ra từ cuối thế kỷ I Tây lịch kéo dài cho đến thế kỷ XI hay XII, đặc trưng qua hai triều đại Đường và Tống, với nỗ lực của trên mười thế kỷ đó, sự va chạm mà chúng ta chứng kiến ngày nay quả là không thấm vào đâu. Khó khăn chính yếu của chúng ta hiện tại không phải là vấn đề phương pháp như đa số lầm tưởng. Những cống hiến của các nhà Phật học trong lãnh vực ngôn ngữ Âu châu đã chứng minh điều đó. Thể điệu trước tác của những hệ thống tư tưởng và văn học của Phật giáo giờ không còn là một "mê hồn trận" khó vào nữa. Xưa kia, người Trung hoa đã làm thế nào mà nắm ngay được "mạch ngầm" của Phật giáo để thực hiện nó theo bản sắc dân tộc và truyền thống văn học tư tưởng của mình, đấy là kinh nghiệm rất phong phú. Mặc dù giữa hai quốc gia này bị ngăn chận bởi dải sa mạc mênh mông giữa miền Cao Á và ngọn Thông lĩnh lạnh lùng; với biên giới thiên nhiên quá hiểm nghèo này, khả năng bình thường của con người khó vượt qua nổi bằng chính hai chân không của nó. Thế mà cả hai dân tộc này đã có lúc "thông cảm" nhau được. Đông và Tây của chúng ta không có những biên giới khốn nạn như vậy, thì sự "thông cảm" tại sao lại khó khăn? Điều đó có nghĩa rằng những khó khăn mà Phật giáo gặp phải, riêng trong lãnh vực giáo dục, không phải là "kỹ thuật khoa học" hay "truyền thống tâm linh" giữa Đông phương và Tây phương. Nhưng nếu gạt những vấn đề này ra ngoài, e rằng chúng ta dễ có khuynh hướng giẫm lên "lãnh vực siêu hình", như một giai thoại của Trang Tử: "Anh không phải là cá sao biết cá vui?"

Chúng ta biết rằng trong những cuộc thảo luận của các Đại học ở Á châu, người ta thường nhắc đến "kỹ thuật khoa học của Tây phương" và "Truyền thống tâm linh của Đông phương". Rồi lấy đó làm sứ mệnh mà các Đại học Á châu phải nỗ lực thể hiện cho "tốt đẹp mọi đường hướng." Xét về nội dung cũng như ý hướng, điểm vừa nêu chỉ là một khẩu hiệu, không hơn không kém. Chúng tôi sẽ không cố ý khảo nghiệm về hiệu lực của khẩu hiệu này.

Hiển nhiên, sự thực phải chấp nhận rằng kỹ thuật khoa học là sản phẩm độc đáo và gần như là độc nhất của Tây phương. Riêng về các Triết gia Tây phương trong thế kỷ này, họ thấu hiểu tính thể kỹ thuật khoa học một cách vô cùng tế nhị. Giả sử chúng ta đã hiểu rõ cặn kẽ một trong những mệnh đề ách yếu của Hiện sinh luận, theo đó, hiện hữu có trước yếu tính. Rồi từ đó mà suy diễn sẽ thấy rằng bản tính sâu xa của một hiện tượng cá biệt được thể hiện ngay trong phương tiện hay phong cách hiện hữu như cá biệt của nó. Đấy chỉ mới là nhận định đại khái. Nếu lấy thí dụ điển hình từ một vài triết gia, về những cống hiến của họ cho thể tài ngôn ngữ trong triết học Tây phương hiện đại chúng ta sẽ thấy ra đâu là tính thể của "kỹ thuật khoa học" và đâu là bản chất của "truyền thống tâm linh".

Wittgenstein là một điển hình độc đáo; ý tưởng chỉ đạo được ghi trong Tractatus: ngôn ngữ là khuôn hình của thế giới. Do đó, giới hạn của ngôn ngữ chúng ta chính là giới hạn của thế giới chúng ta. Ý tưởng này muốn nói rằng chính tất cả những phương pháp vận dụng ngôn ngữ của chúng ta hình thành nên một vũ trụ quan hay nhân sinh quan nào đó. Mọi "không tưởng" mà người ta có thể khám phá ra ở một triết gia, không phải do bản chất không tưởng trong tư tưởng của ông, nhưng chính ngôn ngữ và phương pháp vận dụng ngôn ngữ của ông đã khép kín ông vào trong tháp ngà của một thứ tư duy không tưởng nào đó. Ngôn ngữ không còn là một thực thể ngoại tại và phổ biến mà ai cũng có thể vận dụng tùy nghi để nói lên những gì ẩn kín trong lòng. Thường nhật, với câu hỏi "cái này là gì?", chúng ta có cảm tưởng rằng nếu thỏa mãn được chữ "gì?" là đã có thể giải quyết được vấn đề, theo tiêu thức tổng quát của ngôn ngữ (x,y) hay $E(x,y)$. Thực ra, vấn đề chỉ được thỏa mãn bằng cách vận dụng hợp qui đối với các khả biến, lại là tùy thuộc những liên hệ giữa định lượng phổ biến và định lượng cá biệt. Nhưng một khi những định lượng này được cứu xét kỳ cùng, chúng bộc lộ ngay tính cách "giả tưởng" và cuối cùng tiêu thức tổng quát của ngôn ngữ thảy là mệnh đề giả hiệu. Phân tích như vậy tạo nên một cảm giác thất vọng đối với mọi thứ qui tắc ngôn ngữ mệnh danh là "nghiêm túc" hay "chính xác"; và người ta chỉ còn một tin tưởng độc nhất là ngôn ngữ của thi ca. Dù nó không nghiêm túc và chính xác như trong "kỹ thuật khoa học", nhưng khả năng thông diễn thực tại của nó quả là vô cùng phong phú. Bởi vậy các nhà thực nghiệm luận lý trong triết học Tây phương hiện đại chỉ chịu nghe theo ngôn ngữ của âm nhạc hơn bất cứ mệnh đề triết học hay khoa học nào.

Ở đây chúng ta cũng không quên những cống hiến của Michel-Foucault đối với nền triết lý ngôn ngữ hiện đại. Trật tự của ngôn ngữ là trật tự của thế giới. Đấy là điểm chính yếu. Ông mệnh danh sự cống hiến của mình là Khảo cổ học. Bởi vì, người ta có thể tìm thấy mọi dấu vết của lịch sử văn minh nhân loại qua các thời đại bằng vào lịch sử phát triển của văn pháp. Dị biệt tính của các nền tư tưởng có thể theo đây mà khám phá. Lấy thí dụ, một trong những khó khăn của những giáo sư triết tại Việt Nam hiện nay đã đối đầu khi phải trình bày về quan niệm L' être hay Being hay Sein. Người học triết vì vậy rất bối rối, khi các dụng ngữ Việt không chứa thêm các chữ này. Những tồn thể, hữu thể, tính thể, rồi thể tính, vân vân. Vì lẽ rằng cơ cấu văn pháp Việt ngữ không hề có những opus này. Ngôn ngữ Âu châu đã từng bất lực về L' être et le temps, thì bằng vào cơ cấu văn pháp của Việt ngữ không thôi, chúng ta không làm sao hiểu ra giới hạn của sự bất lực này. Khi một triết gia nói: *"Câu hỏi về tính thể là một câu hỏi phổ biến tổng quát nhất, câu hỏi rỗng tuếch nhất trong những câu hỏi, nhưng đồng thời câu hỏi ấy lại cũng có thể được cụ thể hóa chung đúc lại rõ ràng nhất trong bất cứ hiện tính thể cá biệt nào"*. Đây là những lời rất xa lạ đối với cơ cấu văn pháp Việt ngữ. *"Tính thể là một câu hỏi phổ biến tổng quát nhất,..."*, thực sự, l' être hay être mới là "phổ biến tổng quát" trong tiếng Pháp, còn tính thể thì không như vậy. Khổ tâm nhất cho người ta là không thể thay là cho tính thể. Như vậy, khi một người nói: thảm họa của dân tộc Việt Nam ngày nay được ghi đậm máu và nước mắt trên "câu hỏi về tính thể", thì đã bộc lộ một cách chua cay về định mệnh khốn nạn của dân tộc này vốn bị ám ảnh bởi khẩu hiệu *"phát triển kỹ thuật khoa học Tây phương và duy trì truyền thống tâm linh Đông phương"*. Sự phát triển như vậy chỉ có nghĩa là biến tính và tự hủy chứ không phải duy trì gì hết.

Thế nhưng, như đã nói, không phải vì cố giải quyết êm đẹp khẩu hiệu ấy mà những sinh hoạt của tư tưởng Phật học trong lãnh vực giáo dục đã đương đầu với vô số khó khăn. Trong quá khứ, Phật giáo đã từng từ bỏ sắc thái của chế độ tăng lữ vốn phải ẩn cư trong các núi rừng sâu thẳm, để đi đến nơi nào có máu và nước mắt đổ xuống vì nhân sinh; và cũng đã từ bỏ màu sắc Ấn độ của nó để đi đến nơi nào có sự sống và có khát vọng giác ngộ về lẽ sống. Dù vậy, đức Thích Ca vẫn là người bằng xương bằng thịt, chưa hề là một thần linh cao cả. Do đó, phát triển hay duy trì một sản phẩm văn hóa nào đó không phải là vấn đề trọng đại để có thể đánh lừa như một khẩu hiệu hay một nhãn hiệu. Nó là lửa; chỉ có thể cắm bảng hiệu ở xa chứ không thể cắm ngay giữa lòng. Ngọn lửa đó, một khi được khơi dậy, nó làm sáng ngời lên khát vọng nóng bỏng nhất trong căn để sâu xa của lòng người; để người ta có thể thấy rõ, quả thực, mình muốn gì trong cuộc sống này?

Dù sao, không ai lại có thể làm ngơ trước những thành quả mà kỹ thuật khoa học Tây phương đang gây ảnh hưởng lớn lao trên mọi lãnh vực của thế giới hiện đại. Nói riêng cơ cấu tổ chức xã hội, ngay tại Việt nam, trong những năm qua, Giáo hội Phật Giáo Việt Nam đã gặp những khủng hoảng trầm trọng. Lý do chính yếu, có lẽ người ta phải công nhận rằng đây là vấn đề nan giải giữa những nguyên tắc tổ chức cơ cấu xã hội và truyền thống tâm linh. Nghĩa là, bất cứ bằng cách nào, chúng ta vẫn phải bị đè nặng dưới áp lực của khẩu hiệu Phát triển và Duy trì; giữa kỹ thuật khoa học và truyền thống tâm linh. Truyền thống này dĩ nhiên bị biến tính tận căn để khi được lồng vào những nguyên tắc tổ chức bắt nguồn từ vũ trụ quan và nhân sinh quan của Tây phương; hay rõ hơn, của khoa học và tính cách thực dụng của khoa học. Một số học giả Phật giáo Tây phương khi nghiên cứu về đường lối tổ chức của giáo đoàn tăng lữ của phật giáo đã tỏ ý làm lạ: bằng một nguyên tắc nào đó mà giáo đoàn tăng lữ đã vượt qua được mọi khủng hoảng đáng lý phải phân hóa; vì sự khủng hoảng đã thực sự diễn ra và tạo thành trên hai mươi bộ phái Phật giáo. Rồi đến khi Đại thừa Phật giáo ra đời, sự xung đột về tư tưởng lại càng rõ rệt. Nhưng, người ta vẫn nhận thấy một điều: sinh hoạt của giáo đoàn tăng lữ không bị phân chia; giáo hội vẫn theo một hình thức duy nhất mệnh danh là nguyên thủy. Có tư tưởng Đại thừa, nhưng chưa hề có giáo hội Đại thừa; Tăng lữ vẫn phải sinh hoạt theo Thanh tịnh giới bổn. Hiển nhiên, trong đó, một vài tiểu tiết được sửa đổi; vì hoàn cảnh địa lý hay thời đại. Chẳng hạn, tại những vùng khí hậu lạnh như ở Trung hoa, vấn đề khất thực khó mà thi hành đúng theo nguyên thủy; hay không thể triệt để cấm tàng trữ thực phẩm cách đêm. Ngày nay, tổ chức của Giáo hội tại Việt nam không còn lấy Thanh tịnh giới bổn làm nguyên tắc chỉ đạo, mà căn cứ theo thể thức phân quyền của Tây phương. Thể thức này đang biến tính "truyền thống tâm linh" trong một vài phương diện. Thí dụ, bốn ba la di được coi là sinh mệnh của cơ cấu tăng lữ nay dần dần mất tính cách hệ trọng của chúng. Trước đây, một số tăng sĩ, do ảnh hưởng của tâm phân học, đã giải thích các ba la di theo đường lối hơi lạ lùng. Tình trạng này đang trở thành sự thật, và người ta chỉ còn cách "hợp thức hóa" những sự kiện "đã rồi". Trong đây, nội tình còn nhiều phức tạp vượt ngoài khả năng hiện hữu nên chúng tôi không thể đi sâu vào các chi tiết.

Trên tất cả mọi vấn đề, chính thành quả của kỹ thuật khoa học Tây phương, với tính cách thực dụng của nó đối với những nhu cầu thiết yếu của đời sống, đã là một ám ảnh đè nặng lên tâm trí những người cố duy trì "Hữu hiệu" truyền thống tâm linh. Rồi ra, người ta cũng đòi hỏi phương pháp thiền định chẳng hạn, phải làm sao để có hiệu lực y như bất cứ thành quả nào mà khoa học có thể mang đến. Như vậy, nếu khoa học có thể làm giảm thiểu hay diệt trừ những tai họa nào đó của đời sống thường nhật, người ta cũng muốn đòi hỏi thiền định phải có hiệu năng đó, ít nhất là tương đương, nếu không nói là hoàn hảo hơn. Xưa kia, một người đi học thiền, thiền sư đòi hỏi y phải loại bỏ những mong cầu "thực dụng" nơi thiền. Nếu đời sống thường nhật nhờ tập thiền mà tránh được một vài bất trắc, như bịnh hoạn, thì đấy phải coi là kết quả "đương nhiên", có tính cách phụ thuộc, không nên lấy đó làm mục đích. Người ta không được phép học thiền để có thể sống qua ngày tháng, sống trọn cuộc đời không tai họa. Nói như thế bỗng nhiên bị coi là không tưởng. Một giai thoại khá lý thú, kể rằng, khi Phật sửa soạn qua sông bằng đò, ngài gặp một ẩn sĩ; vị này thách thức ngài, với hiệu nghiệm của công trình tập thiền, nếu có, ngài thử vượt qua con sông mà không cần đò; có thế mới chứng tỏ được sự tiến bộ tâm linh. Phật nói, ngài chỉ cần vài xu nhỏ, rất dễ kiếm, là có thể qua sông được, cần gì phải bỏ ra một quãng đời tập thiền. Thực sự, khi muốn khảo nghiệm đời sống tâm linh bằng hiệu năng thực tế, quả tình người ta đã tạo ra một không tưởng trên tất cả mọi không tưởng; thế mà vẫn coi đó là điều lý thú!

Khó khăn của chúng ta chính là đây. Ngày nay hay ngày xưa, người ta vẫn đòi hỏi rằng chân lý phải được khảo nghiệm bằng hiệu năng thực tế. Do đó, một nền giáo dục hoàn hảo phải chứng tỏ những hiệu năng nó có thể mang lại để thỏa mãn nhu cầu của người học. Vậy rồi, thay vì mở ra những con đường đi vào thế giới tâm linh sống động, người ta đã quay ngược lại để trở về với những nhu cầu hạ cấp của người học. Họ gieo cho người học những sợ hãi bất an trước một tương lai nào đó. Những "sinh tồn", "diệt vong" v.v..., đấy là những mệnh đề giả hiệu, chúng có tác dụng làm tăng mối sợ hãi. Nhưng chúng cũng có thế lực khích động rất lớn, và đề ra những đường lối phải theo. Y như một người tranh cử, hăm dọa cử tri bằng những viễn tượng đen tối của ngày mai, nếu mình không được chọn lựa. Cũng vậy, đối với chúng ta, một đường lối giáo dục được lựa chọn là có phát triển và có duy trì; vừa tiến bộ và vừa không mất gốc. Trong trường hợp cực đoan, nếu bắt buộc phải chọn một trong hai, hoặc phát triển, hoặc duy trì, xưa nay Phật giáo đã chọn lối đi thứ nhất. Gốc của con người là ở tại lòng người, thì dù có phát triển đến đâu bằng cả tấm lòng của mình, chẳng có gì gọi là mất cả. Những thành ngữ quen thuộc: "phóng hạ đồ đao, lập địa thành Phật" hay "khổ hải thao thao, hồi đầu thị ngạn."

Trên đây chỉ đề cập đến một vài lý tưởng, gọi là ngoài lề. Bởi vì, trọng tâm của nó, với bốn chữ Duy Tuệ Thị Nghiệp, đã bị biến tính để rồi Tuệ ở đây có nghĩa là kiến thức học vấn, gồm những "kỹ thuật", "phương pháp", dành cho khẩu hiệu phát triển kỹ thuật, khoa học và duy trì truyền thống tâm linh.

hai

Nỗi Đau Giữa Lòng Quê Hương

NGUYÊN SIÊU

Ba mươi năm qua, bao lớp người đã ra đi. Có những người ra đi vì bị tù đầy lao động trên tận núi sâu rừng thẳm, nơi miền hoang dã cheo leo nước độc. Có những người đã thực sự nằm xuống, không một nấm mồ, không một người thân trong giây phút cuối, không một tiếng khóc tiễn đưa. Ra đi trong cô đơn hiu quạnh, không một lời kinh cầu siêu độ.

Biết bao người đã ra đi lặng lẽ, đơn độc vào lòng quê hương, nhưng tên tuổi còn mãi lưu truyền, muôn đời bất diệt. *"Anh hùng tử nhưng khí hùng nào tử"*. Những người con dân nước Việt đã hòa quyện xác thân vào trong từng gang tấc đất để làm xanh tươi cỏ cây hoa lá, lúa mạ ruộng đồng; hòa quyện trong từng giọt mưa, tia nắng để làm rạng rỡ quê hương yêu dấu, trong tình tự nồng ấm của giống nòi Hồng Lạc, Rồng Tiên. Và bao người đã hy sinh xương máu cho quê hương dân tộc để viết nên dòng sử Việt: *"Quê hương tôi nên thơ gấm vóc. Quê hương tôi oai hùng với bao anh hùng liệt nữ. Quê hương tôi có các bậc anh tài tinh hoa dân tộc. Quê hương tôi có các bậc Tổ Đức Thiền gia. Quê hương tôi có hơn bốn nghìn năm lịch sử. Quê hương tôi rạng ngời dưới ánh mặt trời. Quê hương tôi khiêm cung bình dị như ánh nắng sớm mai tỏa nhẹ khắp ruộng đồng nuôi sống giang sơn gấm vóc ngày thêm ấm no hạnh phúc. Quê hương tôi thanh bình như đêm trăng miền thôn dã vóc dáng chân tình hiền hòa.*"

Thế nhưng, trước năm 75 ở miền Bắc và sau 75 ở miền Nam, tất cả những nét tinh hoa đặc thù của dân Việt từ truyền thống văn hóa, giáo dục, tôn giáo, lễ nghi, đạo đức cho đến kinh tế, xã hội, từ thiện... đều bị dập vùi phá đổ.

"*Cây có cội. Nước có nguồn. Chim có tổ. Người có Tông.*" Nếp sống cổ truyền của dân tộc đầy tình nghĩa, thuần hậu, chơn chất với ý nghĩa cao đẹp của những ngày đầu năm mới, tạo thành phong tục tập quán, thành Văn hóa mỹ miều của đất nước, được duy trì gìn giữ từ hàng nghìn năm qua của ông bà Tổ tiên. Phong tục, tập quán đó, nói lên tâm tình quê hương dân tộc, mà suốt dòng lịch sử nước nhà luôn vang vọng như âm ba cảnh tỉnh, nhắc nhở đàn con cháu phải luôn tôn vinh truyền thống tốt đẹp ấy.

Chưa thời đại nào của Lịch sử Việt Nam chối bỏ nếp sống cao đẹp ấy. Thế nhưng, khó ai tránh khỏi ngậm ngùi khi đọc Thư Ngỏ của Đức Đệ Tứ Tăng Thống, Hòa thượng Thích Huyền Quang, viết từ Tu Viện Nguyên Thiều, Bình Định, ngày 21 tháng 2 năm 2005:

> "*Cuối năm ngoái tôi bị bệnh nặng, Hòa thượng Thích Quảng Độ và chư Tăng ở Saigon muốn ra thăm bệnh tôi ở nhà thương, nhưng đã bị công an chặn xe không cho đi. Nay, Tết là ngày vui sum hiệp của mọi gia đình và của toàn dân, là ngày thăm viếng chúc Xuân sau một năm vất vả làm ăn, hay xa cách vì sinh kế phải tha phương kiếm sống. Nhưng năm nay, tôi rất buồn phiền khi nghe tin Hòa thượng Thích Quảng Độ, Viện trưởng Viện Hóa Đạo, Hòa thượng Thích Đức Chơn, thành viên Hội đồng Trưởng lão Viện Tăng Thống, Thượng tọa Thích Viên Định, Phó Viện trưởng Viện Hóa Đạo, cùng chư Tăng ở Saigon dự tính ra Tu viện Nguyên Thiều ở Bình Định thăm viếng tôi mấy ngày đầu Xuân, nhưng một lần nữa, lại bị ngăn cấm. Các cơ quan công*

quyền tại các quận Bình Thạnh, Gò Vấp, Phú Nhuận, Thủ Đức v.v... đã đến các chùa liên hệ yêu cầu chư Tăng không được ra Bình Định chúc Xuân, với lý do mơ hồ là "tình hình còn khó khăn, không ổn định" không nên đi, hoặc nói lời vô lý là: "Có kẻ xấu lợi dụng, tổ chức chuyến đi ra Bình Định thăm Hòa thượng Thích Huyền Quang để gây rối. Có ai tổ chức đi thì đừng có đi, vì Nhà nước không cho đi!". Nhiều ngày qua còn cắt đường dây điện thoại của Hòa thượng Thích Quảng Độ.

Nước ta từ bao đời, thăm xuân, chúc Tết, mừng thọ là những nghĩa cử văn hóa truyền thống tốt đẹp cần lưu giữ. Vậy tôi yêu cầu Đảng và Nhà nước điều tra xem do ai, hay do nguyên cớ nào, mà ngăn cấm Hòa thượng Quảng Độ và hàng giáo phẩm ra Bình Định thăm viếng tôi mấy ngày đầu năm. Nếu có lý do chính đáng để ngăn cấm, xin công bố cho Phật giáo đồ trong và ngoài nước cũng như công luận thế giới được biết để mọi người hết thắc mắc, hết nghĩ rằng Đảng và Nhà nước vẫn tiếp tục đàn áp Giáo Hội, tiếp tục cấm đoán các quyền tự do đi lại, thăm viếng, là những quyền được Hiến pháp và các Công Ước Nhân Quyền Liên Hiệp Quốc bảo đảm. Bằng không, xin hãy thông báo ngay cho Hòa thượng Thích Quảng Độ ở Thanh Minh Thiền Viện, Saigon, rằng Hòa thượng và chư Tăng Giáo Phẩm có toàn quyền thăm viếng và đi lại tự do, để chúng tôi biết rằng khẩu hiệu "Sống Và Làm Việc Theo Pháp Luật" của Nhà Nước đề ra không là khẩu hiệu suông mà không được áp dụng trong đời sống cho mọi công dân."

Bản chất của người dân Việt là lòng hiếu hòa, nhân, nghĩa, thuần hậu, hiền lương trong sự tương quan giữa bà con làng nước. Tấm lòng hiền hòa, đôn hậu ấy đã nâng cao giá trị đạo đức cao quý của dân tộc, để đời sống tâm linh được thăng tiến, hướng thượng. Chư vị Tiền Bối hữu công, các anh hùng liệt nữ đã một đời đã hy sinh để bảo vệ đất nước giang sơn, mong đem lại đời sống thực sự thanh bình, thịnh trị, ấm no, hạnh phúc cho người dân. Chư vị Thiền gia, Tổ Đức sống đời thanh đạm, ăn trái cây rừng, uống nước suối trong mà tĩnh tu đạo nghiệp đã hòa quyện vào đời sống nhân sinh, sự hưng thịnh của sơn hà xã tắc. Dầu tĩnh tu trong núi rừng tĩnh mịch, nhưng vẫn không quên lưu tâm đến đời sống nhân quần xã hội, quốc gia làng nước. Tấm lòng ưu tư ấy được thể hiện thành lời qua Thông Điệp Phật Đản 2548 của Đức Đệ Tứ Tăng Thống:

> *"... Như lời Trúc Lâm Đại Sa Môn khuyên bảo vua Trần Nhân Tông: "Trong núi không có Phật, Phật ở tại tâm... phàm là đấng quân vương, hãy lấy ước muốn của thiên hạ làm ước muốn của mình, lấy tâm của thiên hạ làm tâm của mình... Xin Bệ hạ chớ quên điều ấy." Bằng lời khuyên khẩn thiết của vị Sư già sống lẻ loi giữa núi rừng u tịch, một triều đại mới được xác lập, tiếp tục viết thêm những trang sử vẻ vang cho dân tộc. Xin chư vị lãnh đạo nước nhà hôm nay, hãy can đảm nhìn thẳng vào sự thật của hiện tình đất nước, nêu cao tinh thần trách nhiệm của mình trước nhân dân và lịch sử, hãy đặt quyền lợi dân tộc và sự phát triển quốc gia lên trên hết; chư vị hãy lắng nghe ý kiến, tôn trọng và chia sẻ tâm tư nguyện vọng của hơn 80 triệu dân, để có thể chung sức xây dựng đất nước, sớm đưa toàn dân thoát khỏi cảnh nghèo nàn lạc hậu, chặn đứng sự băng hoại về tinh thần và đạo đức trong xã hội mà công luận và các vị thức giả đã nhiều lần cảnh báo."*
>
> *(Tu Viện Nguyên Thiều, ngày 10 tháng 4 năm 2005. Đức Đệ Tứ Tăng Thống GHPGVNTN (ấn ký) Tỳ Kheo Thích Huyền Quang.)*

Bằng những ưu tư về sự tồn vinh của Đạo pháp của quê

hương, và sức sống của dân tộc trong hương vị của chánh pháp mà chư vị Lịch Đại Tổ Sư, đã chống tích trượng dấn thân vào đời để thể hiện đại nguyện độ sinh qua hai phạm trù tu chứng quả thánh và hoàn thiện đời sống nhân sinh. Bằng trí tuệ siêu việt, vượt thoát sự tương quan đối đãi, phàm tình của nhân thế; bằng tấm lòng từ bi cao cả vô phân biệt giữa người với người, thân thù đều bình đẳng, đích thực giá trị thực hữu đó.

Đạo Phật đã xây dựng nền văn hóa giác ngộ cho quê hương Việt Nam kể từ thuở đầu đời và chính nền văn hóa đó đã thăng tiến trên dòng lịch sử hơn 4000 năm văn hiến của giống nòi. Đạo Từ Phật Đản 2549 của Hòa thượng Viện Trưởng Viện Hóa Đạo:

> *"Với tinh thần giải phóng tự kỷ và tịnh hóa nhân gian mà đạo Phật du nhập vào Việt Nam, đưa dân tộc bước lên đường văn hiến như một khẳng định của trí tuệ, từ bi và tự chủ. Thời cuộc có thịnh suy, nhưng đạo Phật chưa thăng trầm trong đại nguyện cứu khổ, mà cứu khổ là đưa người đến bến bờ tự do, giải thoát. Người Phật tử thi hành Đạo Phật cũng là đóng góp xây dựng quê hương. Đây là hai mặt của một thể thống nhất giữa dân tộc và Phật Giáo, mà lịch sử đã chứng minh hơn 2000 năm qua.*
>
> *Bởi thế không thể tách lìa vận mệnh dân tộc với vận mệnh chánh pháp. Nhà Nho Mâu Bác sang Giao Châu lánh nạn, cuối thế kỷ thứ II sau Tây lịch, đã quy y theo Phật, nhận định rằng: "Bản chất của Đạo Phật là ở nhà có thể đem mà thờ cha mẹ; giúp nước có thể đem mà giáo hóa dân, sống một mình có thể đem mà trị thân." Lục Độ Tập Kinh phát hành ở nước ta vào thế kỷ thứ III sau Tây Lịch cũng có câu: Bồ Tát thấy dân kêu ca, do vậy gạt lệ xông vào nơi chính trị hà khắc để cứu dân khỏi nạn lầm than.*

Cho nên lòng từ bi của Bồ Tát đã phát động, thì ý chí không dời đổi, dũng tâm cứu độ, ngay cả thân mệnh cũng không tiếc."

(Thanh Minh Thiền Viện – Saigon, Mùa Phật Đản 2549, Viện Trưởng Viện Hóa Đạo, GHPGVNTN (ấn ký) Sa Môn Thích Quảng Độ)

Đó là nền văn hóa và sức sống thâm trầm, hùng liệt của Chư vị Tổ đức Tiền nhân. Là niềm tự hào về ý thức dân tộc hướng thân trên con đường kiến tạo cho một quê hương qua hai tâm thức: thăng tiến giác ngộ và an bình thịnh trị xã hội nhân sinh.

"...Ta biết nền văn hóa Hùng Vương đã đạt được một số thành tựu rực rỡ. Trước tiên, nền văn hóa này đã xây dựng được một bộ máy công quyền dựa trên luật pháp, để bảo vệ biên cương và điều hành đất nước. Dấu vết cụ thể là bộ Việt Luật... Việt Luật là một điểm chỉ chắc chắn về sự tồn tại của một chính quyền Hùng Vương độc lập năm 110 trước Tây lịch cho đến 43 sau Tây lịch. Chỉ một tồn tại liên tục lâu dài cỡ đó mới cho phép ra đời một bộ luật hoàn chỉnh và có tác động rộng rãi trong xã hội."

(Lịch sử Phật Giáo Việt Nam, tập I, Lê Mạnh Thát 1999. Tr. 36-37)

Luật pháp là để bảo vệ an ninh quốc gia, bảo vệ quyền lợi đời sống cho người dân không bị hiếp đáp, ức chế, bảo vệ lẽ phải, cùng những công bình xã hội, để từ đó gia đình có nề nếp, xã hội có trật tự thái hòa mà thăng hoa cuộc sống cho có ý nghĩa. Dân tộc Việt Nam đang sống trong thế kỷ 21 cùng nhân loại trên thế giới, cùng những quốc gia văn minh tiến bộ, với những luật pháp hiện hành bảo vệ nhân quyền, bảo vệ sự tự do của loài người trên mặt đất. Những người lãnh đạo quốc gia có bổn phận và trách nhiệm về những thoái hóa, suy đồi, hưng thịnh của đất nước để kiến tạo giềng mối nước nhà, ngày thêm vững chắc ngõ hầu theo kịp những tiến bộ tốt đẹp của hoàn cầu.

"... Về quan niệm "Trị Dân Giữ Nước" thì từ đời Hùng Vương xa xưa ta đã thấy xuất hiện một lý thuyết nhân bản hoàn toàn khác với quan điểm nhân nghĩa của Trung Hoa và được tìm thấy trong Lục Độ Tập Kinh. Tư tưởng nhân nghĩa này đề cập đến lòng thương, nhưng lòng thương này: "Không chỉ giới hạn trong việc thương người, mà còn bao trùm hết cả sinh vật cho chí đến cỏ cây." (Hoài vô ngại chi bằng nhân, nhuận đãi thảo mộc). Đây là một tư tưởng hết sức rộng lớn, không có trong Nho giáo. Đối với Nho giáo, nhân nghĩa có một nội dung hết sức hạn chế. Thiên Tận Tâm Chương Cú Thượng, Mạnh Tử nói rất rõ: "Lòng nhân của Nghiêu Thuấn không yêu khắp hết mọi người mà trước hết yêu bà con và người tài giỏi." Cho nên dù Mạnh Tử có thể dễ dàng đồng ý với tư tưởng trong Lục Độ Tập Kinh là: "(Vua) lấy nhân từ trị nước, dung thứ dạy dân" (Vương) trị dĩ nhân hòa dân dĩ thứ cư bỉ) (quyển 4, mục 22a 19; hay "lấy điều nhân để trị nước" (Trị Quốc Dĩ Nhân); vì Mạnh Tử cũng chủ trương: "Tam đại được thiên hạ là nhờ nhân, mất thiên hạ cũng vì bất nhân." Sđd trang 54-55. Lê Mạnh Thát.

Sau 30 năm cầm quyền, nhà nước CS Việt Nam đã biến quê hương thành nghèo nàn về mọi mặt áo cơm, lẫn tinh thần, đạo đức, dân trí... do hậu quả của nền giáo dục thiếu hoàn chỉnh, chân chính đã gây ra những tệ nạn thảm khốc cho xã hội, làm mất cả lương tri thuần hậu của tình nghĩa Thầy trò.

Hệ thống giáo dục khu biệt khô cằn đó đã đầu độc kiến văn của con người, như cái máy vô lương tri chỉ biết nghiền nát những ai đang đối đầu trước nó. Nền giáo dục toàn diện bị uốn cong, bẻ gẫy bởi chủ thuyết xã hội chủ nghĩa và đảng trị. Trong khi mọi ưu tiên đều dành cho thành phần con cháu đảng viên có "lý lịch tốt" theo tiêu chuẩn của nhà nước Xã Hội Chủ Nghĩa. Vì thế, nước nhà đã mất đi những cơ hội tận dụng khả năng cũng như phát huy năng khiếu của mỗi người. Do đó, đất nước khó có cơ may phát triển và tìm gặp những nhân tài ưu tú ra giúp nước. Riêng đối với giáo dục tôn giáo, Đại đức Thích Nhựt Chấn viết thành văn bản để nói lên thảm trạng của nền giáo dục Phật Giáo tại Việt Nam như sau:

> *"1.1- Hệ Thống Sơ Cấp Phật Học:*
> *Đây là hệ thống căn bản nhất để hình thành dòng tư duy vững chắc để tiếp nhận những tri thức trừu tượng hơn. Nhưng hiện tại, trong toàn quốc không có một hệ thống cụ thể nào cả. Chương trình giáo dục lớp sơ cấp trong toàn quốc, có cũng được, không cũng không sao. Ở một vài nơi có chúng sa di, sa di ni đông thì được tổ chức vào ba tháng hạ, ở những Tổ đình lớn và chỉ mang tính gia giáo nhiều hơn là giáo dục sư phạm. Ngay cả tỉnh Bình Định có truyền thống Phật Giáo vững mạnh, nhưng cũng không có một trường Sơ Cấp Phật Học nào cả. Còn trình độ Phật học của giáo thọ thì rất yếu kém, ngày đi dạy tối về tập vẽ ngoằn ngoèo vài chữ Hán là chuyện thường thôi; trong khi đó có những Thầy đủ năng lực thì không được mời dạy vì "lý tưởng không trong sạch". Chỉ cần nhìn vào điểm này cũng thấy giáo dục Phật Giáo đã mất gốc rồi, vì hệ thống Sơ Cấp Phật học mà không được chú trọng đúng mức thì những kiến thức cơ bản sẽ không có là điều tất nhiên.*
> *1.2 - Hệ Thống Trung Cấp Phật Học:*
> *Ở cấp Trung học thì mỗi trường có một giáo trình riêng, có một cách dạy riêng. Như trường Trung cấp ở Đà Nẵng thì Kinh Thập Thiện đến năm thứ tư mới dạy*

và mỗi tuần chỉ có 3 buổi học mà còn phải nghỉ thường xuyên vì giáo thọ bận đi cúng hoặc bận Kỵ Tổ. Trường Trung cấp Phật Học ở Bình Định hiện tại thì mỗi học kỳ đều có một môn học mà nội dung và người giảng cũng do Ban Tôn Giáo Chính phủ chỉ định. Các trường khác ở Huế, Sài Gòn, Tòng Lâm (Bà Rịa, Vũng Tàu), ở Nha Trang, ở Cần Thơ cũng chịu sự tha hóa tương tự như thế.

1.3 - Hệ Thống Học Viện Phật Giáo:

Vì ở các lớp dưới đã mất tính thường nhất cho nên khi vào Học Viện Phật Giáo mà Tăng Ni cả nước tập trung về ba nơi Sài Gòn, Huế, Hà Nội cũng được tổ chức tuyển sinh 4 năm một lần nên trình độ hiểu biết và tuổi tác rất chênh lệch. Đầu vào ba trường rất khó khăn, nhưng đầu ra thì rất dễ dãi. Chương trình đào tạo lại đưa vào trường những môn học không cần thiết. Ví dụ ở Học Viện Phật Giáo Việt Nam tại thành phố Hồ Chí Minh phải học các môn như: Triết học Mác, kinh tế chính trị, chủ nghĩa xã hội khoa học, lịch sử đảng. Chúng con thấy một trường Phật Học tại sao lại phải học các môn học như thế để làm gì, trong khi Tam Tạng Kinh điển Phật Giáo một người xuất gia đọc cả đời cũng chưa hết.”

Sau ba thập niên cưỡng chiếm miền Nam, các chương trình giáo dục học đường cũng như tôn giáo đã bị thay đổi hoàn toàn theo chính sách tuyên truyền, xuyên tạc... của nhà cầm quyền Hà Nội. Với chủ trương “Hồng hơn Chuyên”, nhà nước đã đưa vào học đường tôn giáo những chương trình học thiếu tính cách chuyên môn, tạo nên những suy thoái trong phương cách đào tạo Tăng tài cho đất nước Việt Nam. Một số người thực sự có trách nhiệm lại không có khả năng, kiến thức và không có cả lương tri chức vụ khiến cho hệ thống giáo dục Tăng tài càng thêm khiếm khuyết, thui chột...

"2.1 - Hệ Thống Giáo Dục Cư Sỹ:

Đã nhiều năm, quần chúng Phật tử chịu tác động tuyên truyền từ nhiều thế lực bằng quan niệm đạo Phật là đạo của ông già bà cả, đạo của thế giới sau khi chết, mặc dầu họ có đức tin mãnh liệt vào Phật Giáo và đức tin ấy luôn chảy mãi trong trái tim họ.

Một hình thức tu tập truyền thống cho giới cư sỹ Phật tử là khóa tu Bát Quan Trai giới, nhưng nội dung chỉ mang hình thức lễ bái nhiều hơn là tập sống một ngày một đêm theo hạnh xuất gia. Còn trong việc sinh hoạt đi chùa tụng kinh, niệm Phật, bái sám, cũng chỉ là hình thức, chứ Phật Giáo chưa có sự giáo dục cụ thể để đưa giáo lý căn bản, chuẩn xác vào sự hiểu biết cho đại đa số quần chúng Phật tử. Có nhiều Thầy còn bóp méo giáo lý, dạy sai lời Phật có chủ ý rõ ràng. Có Thầy đã dạy Phật tử rằng: **"Việc gì Phật dạy đúng mà đảng không cho làm thì không được làm, còn việc gì dù sai mà đảng cho phép thì cứ làm."**

Có ai không đau xót trước tâm tình bộc bạch của Đại đức Thích Nhựt Chấn. Tâm nguyện của người xuất gia với lý tưởng phục vụ Đạo pháp, thánh thiện tự thân những mong *"mảnh đất tâm có cơ hội hồi sinh, để muôn loài có cơ may sinh sôi nảy nở."* Có lẽ nào các thế hệ trẻ lại phải thừa nhận một nền giáo dục hoang tàn đổ nát? Chắc hẳn ai ai cũng thấy được trách nhiệm giáo dục Tăng tài phát xuất từ đâu? Điều mà ai cũng tha thiết được tiêu tan, được hóa giải những nỗi oan khiên, ngang trái để cho con người được tự do, được tự chủ, độc lập để không bị lệ thuộc ức chế nô lệ bởi sự hà khắc của chế độ.

"Tăng sỹ trẻ như chúng con hiện nay đang được giáo dục trong môi trường nhiều bất cập làm con chú ý nhất là ngành giáo dục Phật Giáo nước nhà, hiện nay chỉ có

"giáo" nhưng thiếu "dục". Nuôi dưỡng xác phàm này đã khó mà nuôi dưỡng tâm hồn thánh thiện để mai hậu tâm hồn ấy trở thành một vị Phật lại càng khó hơn. Vì vậy, người nuôi nó phải là người đã từng tự nuôi mình trong quá khứ mới có đầy đủ kinh nghiệm để trao truyền và nuôi dưỡng. Tất cả những kinh nghiệm đó được trao truyền qua thân giáo của quý Ngài.

"Cổ nhân thường nói "thượng bất nghiêm hạ tất loạn" để ám chỉ những người đi sau bị hư là do những người đi trước không gương mẫu, nhưng theo chúng con điều này đúng thì có đúng mà chưa đủ. Bởi lẽ, chúng con đang sống trong môi trường khô khan cằn cỗi như sa mạc cháy bỏng, những cơn mưa dù lớn hay nhỏ chỉ như là muối bỏ bể, không thể nào tìm được vị trí của mình trong đó. Mà cần phải có những cơn __đại pháp vũ__, đem nước và phù sa về nuôi dưỡng cho những mảnh đất tâm có cơ hội hồi sinh, để muôn loài có cơ may sinh sôi nảy nở. __Chúng con không muốn nhận lầm những cơn mưa pháp nhỏ bé là "đại pháp vũ" rồi vội vàng gieo trồng hạt giống, vội nứt mộng nảy lộc thì tất cả sẽ bị ngất ngư và chết ngay sau khi nó đâm chồi ra lá."__

"Chúng con thiết nghĩ, nhân lực Phật Giáo hiện tại không phải là không có. Quý Ngài, quý Thầy không phải không đủ đức độ, không phải không có tài năng tổ chức giảng dạy, không phải không có tâm huyết hy sinh; nhưng tại sao Phật Giáo Việt Nam lại như thế này?

Phải chăng vấn đề then chốt ở chỗ quý Ngài không có tự do trong việc xây dựng một hệ thống giáo dục Phật Giáo vững mạnh, luôn bị các thế lực chính trị thao túng, áp chế sâu vào bộ máy tổ chức nội bộ, giáo dục Phật Giáo đã không cho quý Ngài làm được? Phải chăng Giáo Hội Phật Giáo nhà nước là thành viên của Mặt Trận Tổ

Quốc nên không có toàn quyền là điểm then chốt của sự rời rạc trong việc tổ chức nhân sự giáo dục học đường và tính chất bất cập trong hệ thống giáo trình? Phải chăng đấy là vấn đề gốc rễ, là nguyên nhân của mọi khủng hoảng, tha hóa được che bằng hình thức "vết sưng phát triển" của Phật Giáo Việt Nam hiện tại?"

Đó chính là niềm ray rứt khôn nguôi của những người còn chút tâm huyết với tiền đồ Đạo pháp, là nỗi đau giữa lòng quê hương mà dân tộc Việt Nam phải gánh chịu suốt bao năm qua. Để rồi, Phật Giáo Việt Nam cũng lênh đênh theo vận nước nổi trôi với biết bao anh hùng con dân nước Việt cùng các bậc Tổ Đức Thiền Gia đã bị vùi dập oan khiên:

"Phật Giáo đã có mặt trên quê hương Việt Nam ngót 2000 năm lịch sử truyền thừa, cùng chung cảnh thịnh suy vui buồn với dân tộc và hành động cũng vì lý tưởng an lạc hạnh phúc đích thực của dân tộc. Thế nhưng, ba mươi năm qua, trong khi khắp các châu lục trên thế giới, Giáo Hội Phật Giáo Việt Nam Thống Nhất cũng được nở rộ thăng hoa thì ngay ở trên quê hương Việt Nam, Giáo Hội chúng ta lại bị khủng bố đàn áp khốc liệt, tưởng chừng như không gượng dậy được. Nhưng Giáo Hội không những đã không mai một cùng năm tháng, mà trái lại càng được khẳng định một cách kiên cố trong lòng người và tồn tại vĩnh hằng trong mạch nguồn tâm linh của người con Phật chân chính hiếu đạo." (Thông Điệp Tết Ất Dậu của Đức Đệ Tứ Tăng Thống)

Nội dung bức Thông Điệp nói lên phần nào thực trạng của quê hương mà Phật Giáo Việt Nam, một tổ chức có hơn 2000 năm tuổi thọ, cũng chịu chung những áp bức nghiệt ngã cùng dân tộc. Điển hình tinh thần bất khuất của dòng máu Tăng Già Việt Nam: 12 Tăng Ni tự thiêu tập thể tại chùa Dược Sư, Cần Thơ năm 1975; cái chết mờ ám của Hòa thượng Thiện Giải ở Lâm Đồng; cái chết của Hòa thượng Thiện Minh trong nhà tù cộng sản năm 1978; cái chết của Hòa thượng Trí Thủ tại bệnh viện Thống Nhất năm 1984; cái chết của Hòa thượng Thanh Trí tại bệnh viện Nguyễn Trãi cùng năm 1984... và còn nhiều cái chết để hy hiến đời mình cho quê hương được thanh bình, dân tộc được ấm no.

Cả dân tộc bị lưu đầy ngay trên quê hương, đất nước. Bao nhà tù mọc lên giam cầm con dân nước Việt, những người vì dân vì nước. 30 năm qua, bao người đã vùi thân nơi lòng đất lạnh, bỏ thây nơi chốn rừng thiêng nước độc, nơi những địa danh xa lạ, hay chìm sâu vào lòng biển cả, khiến cho đất nước phải bị thất tán quá nhiều tiềm lực, chất xám cùng với sự tiến bộ văn minh của dân tộc.

Đất nước bị thoái hóa đạo đức, mất đi nếp sống cao đẹp cùng nền văn hóa cổ truyền mà Tổ tiên đã dày công gìn giữ hơn 4000 năm qua, tạo nên những tệ trạng thương đau, khốn khó trên quê hương. Làm trì trệ mạch nguồn tâm linh trong sáng:

> *"...Còn hôm nay, có lẽ động lực thôi thúc Ngài sớm trở về với Tổ Quốc là vì sau 30 năm không còn bom đạn, nhưng những đổ vỡ, bế tắc vẫn còn đó trên quê hương. Đổ vỡ về tinh thần đạo đức dân tộc, đổ vỡ về nếp sống văn hóa, đổ vỡ về một niềm tin trong một số tầng lớp để cho sự nghi ky và thành kiến sai lầm dẫn đến bế tắc gần như đang quờ quạng. Chúng con đã thấy được và rất thương tâm cho cảnh đời đang chết ngắc, đang héo hon vì không tiếp xúc được mạch nguồn của Tổ tiên, truyền thống. Nhiều sinh thể, nhiều con tim đang héo hắt, suy sụp vì dòng máu đã lạc mất lối về."*

> *(Lời tác bạch của Chư Tăng Tổ đình Linh Mụ đối với Thiền Sư Nhất Hạnh vào lúc 9:10 phút, ngày 27-02-05)*

Đấy là tâm tư, là nhận định của cộng đồng Tăng Lữ

Thừa Thiên – Huế về quê hương dân tộc Việt Nam. Do đâu lớp người hôm nay bị héo hắt, bị đổ vỡ niềm tin, bị đánh mất mạch nguồn với Tổ tiên Cha Mẹ? Do đâu dòng máu, con tim đã lạc lối về?

Phải chăng những băn khoăn, ray rứt đó là nỗi đau giữa lòng quê hương của những người con dân nước Việt?

Một Buổi Sáng Đọc Thơ Tuệ Sỹ

NGUYÊN
TÁNH
·
PHẠM
CÔNG
THIỆN

Ta làm kẻ rong chơi từ hỗn độn
Treo gót hài trên mái tóc vào thu
Ngồi đếm mộng đi qua từng đọt lá
                                        (Tuệ Sỹ)

Hình như Tuệ Sỹ làm thơ rất nhiều; Nghe nói lúc băng rừng vượt núi trong thời gian đấu tranh bí mật để liên lạc giao kết với mặt trận rừng núi cao nguyên, trên những ngọn đèo trùng điệp của quê hương, Tuệ Sỹ đã làm rất nhiều thơ; hình như có người đã giữ lại nhiều tập thơ chưa xuất bản và không chịu phổ biến. Tôi chỉ được đọc đi đọc lại hai bài thơ của Tuệ Sỹ. Hình như hai bài thơ này đã được làm trước khi cộng sản vào chiếm miền Nam (và đã được phổ biến nhiều lần trên các báo chí hải ngoại hiện nay). Thơ của Tuệ Sỹ không phải chỉ có thế, hiển nhiên. Tuy nhiên, chỉ nội hai bài thơ cũng đủ nói lên thế giới thơ mộng lặng lẽ của Tuệ Sỹ.

Thế giới thơ mộng lặng lẽ của Tuệ Sỹ không có nhan đề; hai bài thơ đều không có tựa. Một người đã từng quen biết Tuệ Sỹ nhiều chắc chắn phải ngạc nhiên: Tuệ Sỹ không để lộ ra bất cứ hình ảnh hay chi tiết gì có liên hệ trực tiếp hay gián tiếp với đời sống cá nhân thường nhật của mình. Có lẽ đặc tính thứ nhất của thơ Tuệ Sỹ là không có "cá tính".

Đi ngược lại với thói quen phê bình thơ văn của phần đông (ai cũng muốn đi tìm "cá tính" của mỗi thi sĩ), tôi nghĩ rằng cái việc thể hiện cái "không có cá tính" trong thơ là điều khó khăn nhất cho một người làm thơ. Cá tính được cụ thể hóa qua những hình ảnh chi tiết của đời sống cá nhân thường nhật; ngay đến những bài thơ khách quan lạnh lùng của thi hào Hy Lạp hiện đại Cavafy cũng mở rộng rõ ràng tiểu sử đời sống cá nhân thường trực hàng ngày của chính đương sự; ngay cả những bài thơ tuyệt tác của thi hào thế kỷ XVI-XVII của Anh John Donne, gọi là nhà thơ "siêu hình" nhưng cũng để lộ những nét sâu đậm của đời sống cá nhân thường nhật. Trái lại với Tuệ Sỹ, đời sống cá nhân thường nhật đã vắng mặt; còn cá tính đã được bôi sạch hay đã được ẩn giấu nhẹ nhàng đâu đó. Về hai bài thơ không nhan đề, tôi xin gọi bài A và bài B để tiện điểm danh; hai bài thì đều không có chấm phết; trong bài A chỉ có dấu chấm hỏi bất ngờ duy nhất:

Chẳng một lần làm lỡ không ư?

Câu hỏi mà cũng chẳng phải câu hỏi: câu hỏi trên chỉ để nhấn mạnh một cách tương phản một cái gì dứt khoát nhất nằm ở câu thơ thứ năm:

Một lần định như sao ngàn đã định

Chúng ta hãy để ý hai chữ "một lần" trong câu trên và trong câu hỏi: mấy chữ "một lần" mang tất cả sức nặng gợi nghĩa của chữ Đức "Einmal" (một lần) trong thơ của Rainer Maria Rilke. Tuệ Sỹ đã sử dụng bốn lần mấy chữ "một lần" trong bài thơ A (trong câu 5, câu 6, câu 11 và câu 12) và mỗi lần dùng "một lần" trong câu đầu thì câu kế tiếp cũng vang lên "một lần" nữa. Xin đọc một lần nữa:

Một lần định như sao ngàn đã định

Lại một lần nông nổi vết sa cơ
(câu 5 và câu 6)

Một lần ngại trước thông già cung kỉnh
Chẳng một lần làm lỡ không ư?
(câu 11 và câu 12)

Chúng ta cũng cần để ý những chữ "định", "nông nổi" "ngại", "lầm lỡ" đi theo sau mấy chữ "một lần". Một lần định, một lần nông nổi, một lần ngại, một lần lầm lỡ. Như thế có nghĩa là gì? Không có gì than tiếc cả, ngược lại. "Định" chỉ có ý nghĩa là "định" mỗi khi "định" được thực hiện bi tráng giữa những nông nổi, những ngại ngùng, những lầm lỡ vô định. Đây chẳng phải là cái ngờ vực bất hủ của Descartes (đã được an nhiên xác định trước từ dự tưởng về nền tảng bất di dịch tuyệt đối của chân lý như là "xác thực tính", tức là "Certitudo" trong ý nghĩa siêu hình của tuyệt điểm triết lý Descartes, nghĩa là "Fundamentum Absolutum Inconcussum Veritatis" (theo nghĩa vừa dịch trước khi dẫn). Cũng chẳng lưỡng lự theo điệu đã được nuôi dưỡng trong tư tưởng Long Thọ thì không thể rơi vào Chủ quan tính hay Khách quan tính như thế (mà Cá tính chỉ là hậu quả tất yếu của Siêu Hình Học Tây Phương cận đại và hiện đại về Chủ Thể Tính; và Khách quan tính cũng chỉ là hậu quả đương nhiên của Chủ Thể Tính tương đối và tuyệt đối của Kant và Descartes và tuyệt đối nhất là của Hegel). Xin trở lại bài thơ A, và xin đọc lại hai câu mở đầu:

Này đêm rộng như khe rừng cửa biển
Hai bàn tay vén lại tóc xa xưa

Và xin đọc lại hai câu cuối của bài thơ:
Ngày mai nhé ta chờ mi một chuyến
Hai bàn tay vén lại tóc xa xưa

Tất nhiên tôi phải ngạc nhiên và ngừng lại suy nghĩ: tôi không bao giờ thấy Tuệ Sỹ có tóc (chỉ sau ngày cộng sản nhốt tù thì tóc mới mọc lên). Thầy tu không có tóc lại làm thơ với hình ảnh trữ tình lặp đi lặp lại hai lần trong bài A (”vén lại tóc xa xưa”) và một lần trong bài B (“Treo gót hài trên mái tóc vào thu”). Tóc ở đây là tóc của ai? Của một thiếu nữ? Tầm thường quá và không hẳn là thế. Dù là thầy tu đi nữa thì đôi lúc cũng mơ mộng như mọi người cho vui nhẹ trong không khí khổ hạnh? Tóc của đàn ông? Cũng không hẳn thế? Thôi thì cứ gọi tóc của thơ, đủ rồi. Có thể tạm chẻ sợi tóc ra làm tư và gọi là “tóc của tục đế, thế đế” theo tinh thần của Long Thọ “Chân đế hay đệ nhất nghĩa đế thì phải cần đến Tục đế hay Thế đế, vì “Niết Bàn không khác mảy may nào cả với Luân Hồi”: tuyệt đỉnh cao siêu nhất của Phật Giáo). Bỏ triết lý và tôn giáo qua một bên, và xin trở lại thế giới của Tuệ Sỹ và xin đọc lại từ đầu với 6 câu mở đầu bài:

Này đêm rộng như khe rừng cửa biển
Hai bàn tay vén lại tóc xa xưa
Miền đất đỏ trăng đã gầy vĩnh viễn
từ vu vơ trong giấc ngủ mơ hồ
Một lần định như sao ngàn đã định
Lại một lần nông nổi vết sa cơ

Cách hạ vần cuối rất rộng rãi (.ưa,.ồ,.ơ, iễn,.ịnh) chữ "Này" bắt đầu câu thơ để gọi. Thơ là gọi: gọi tên, hay đúng hơn: gọi sự có mặt, gọi sự hiện diện. Thơ thường khi cũng gọi sự vắng mặt, làm cho sự vắng mặt được có mặt. Đêm là sự vắng mặt của ban ngày.

Này đêm rộng như khe rừng cửa biển

"Đêm rộng" ở đây không có nghĩa là đêm lớn rộng, mà có nghĩa là mở rộng ra như khe mở rộng ra rừng và cửa mở rộng ra biển; đêm rộng là đêm mở rộng ra ngày mai như câu

thơ 13 trước câu thơ cuối:
Và câu cuối:

Ngày mai nhé ta chờ mi một chuyến
Hai bàn tay vén lại tóc xa xưa

Câu cuối 14 lặp lại câu thứ hai như điệp khúc quyết định: "Hai bàn tay" chớ không phải một bàn tay. Thiếu nữ vén tóc thường khi chỉ vén có một tay chỉ có tráng sĩ tóc dài theo điệu "thử địa biệt Yên Đan" mới vén tóc bằng cả hai tay nhất quyết: "nhất khứ bất phục hoàn". Mấy chữ "xa xưa" cũng có thể hiểu ngược lại thời gian thông thường là "xa xưa của tương lai", vì chính mấy chữ "ngày mai nhé" đã được mấy chữ "xa xưa" mở rộng chân trời như "cửa biển", hay ẩn giấu chân trời và mở rộng thời gian như "khe rừng" hay "sao ngàn": mỗi "một lần", mỗi một bước chân của Thời gian là cô đọng lại Thời gian tinh túy "vĩnh viễn" (không phải "vĩnh viễn" theo điệu "cái hiện tại đứng ở lại" của thần học thánh Augustin "Nunc Stans" mà theo nghĩa "hiện tại thu phối vĩnh cửu" của thuật ngữ Heidegger: Augenblick-Augenblitz": tia chớp xé rách thời gian của Héraclite và khi mở Vĩnh cửu, cái Một mở rộng và thu phối cái Tất cả (Hen Panta) theo nhịp Hoa Nghiêm Kinh "một lần" bao dung tất cả lần"). Quan niệm "Nunc Stans" xuất phát từ tư tưởng Hữu Thể, còn "Vĩnh Viễn" của Tuệ Sỹ nằm gọn trong sự vắng mặt của Không Tính. Tuy vậy, Tuệ Sỹ không bao giờ sử dụng danh từ Phật học trong thơ (khác hẳn với những thi sĩ thích làm thơ "thiền", dù Tuệ Sỹ đã từng làm việc chơi "tay trái" là dịch giỡn bộ Zen của Suzuki. Thực ra ít có người tu chứng cùng hiểu Thiền như Tuệ Sỹ). Mấy chữ "không như" và "không hư" trong câu thơ 8 và 10 chẳng có liên hệ mảy may gì với chữ "không" trong "Không tính" của Bát Nhã và Thiền. Sự vắng mặt nói lên sự có mặt nào đó.

Bây giờ đọc lại trọn bài thơ A (gồm 14 câu, mỗi câu

8 chữ), chúng ta tự hỏi nhà thơ muốn nói gì? Đọc thơ mà thấy rằng tác giả muốn nói rõ cái gì thì chẳng còn là thơ nữa. Nhưng có lẽ câu thứ 5 ("một lần định như sao ngàn đã định") và hai câu cuối: ("ngày mai nhé ta chờ mi một chuyến/ hai bàn tay vén lại tóc xa xưa") cũng gợi chủ ý cho ta rất nhiều? Như trong bài B: ("Một buổi sáng nghe chim trời đổi giọng/ người thấy ta xô dạt bóng thiên thần") đã gợi chủ ý cho tất cả bài B. Có lẽ đặc tính thứ hai trong thơ của Tuệ Sỹ là trừu tượng hóa bản thân cụ thể, trừu tượng hóa cá tính. Tôi dùng mấy chữ trừu tượng ở đây trong ý nghĩa đẹp nhất và thơ mộng nhất, như nhà thơ vĩ đại Paul Valéry đã "trừu tượng hóa" nhân vật tản văn thường mang tên là "Monsieur Teste". Tuệ Sỹ không hề đọc Valéry mà thường đọc đi đọc lại một nhà thơ trái ngược hẳn với Valéry là Heine. Điệu thơ Đường Tống cũng đã được giấu kín lặng lẽ trong thơ Tuệ Sỹ, mặc dù Tuệ Sỹ đã từng thuộc nằm lòng cả thế giới Tống Đường. Nói rằng thơ của Tuệ Sỹ hay hoặc không hay thì lố bịch. Chỉ có thể nói rằng thơ của Tuệ Sỹ đáng được chúng ta đọc đi đọc lại nhiều lần và suy nghĩ lan man hoặc cảm nhận tùy hứng. Ít nhất có một người làm thơ đáng cho ta đọc giữa *sống chết với điêu tàn vờ vĩnh* để cho chúng ta còn có được *một buổi sáng nghe chim trời đổi giọng*. Đặc tính thứ ba và cuối cùng của thơ Tuệ Sỹ chính là tiếng thơ đổi giọng của một loài chim đi từ cõi xa xưa của vô biên tế kiếp trong lòng sâu thẳm của Tính Mệnh Quê Hương.

California, ngày 18 tháng 11, 1988

ba

Tuổi Trẻ và Tâm Tình
của Một Người Thầy

NGUYÊN SIÊU

Ngày tháng qua đi như nước lũ xuôi nguồn, hấp tấp vội vàng, không hối tiếc. Nhưng trong dòng nước lũ cuồng nộ ấy vẫn còn tồn đọng đôi mảng rong rêu, như tâm tình đơn lẻ.

Hơn 30 năm, từ đầu thập niên 70, Thầy đã đến với anh em học Tăng trên đồi Trại Thủy, Phật Học Viện Hải Đức Nha Trang. Âu cũng là nhơn duyên đâu đó. Vì rằng trong thời gian này Thầy là Giáo sư Đại Học Vạn Hạnh mà cũng là Tổng Thư ký Tòa soạn Tư Tưởng Vạn Hạnh thì làm sao mà bỏ đi được. Nhưng không, cái gì đến thì đã đến, đến trong thâm tình của một người Thầy cao cả, một bậc ân sư trao truyền cho nếp sống đạo, nếp sống chân thật và tình người chân thật.

Tăng sinh lớp học của Viện thời bấy giờ mới vừa trên dưới đôi mươi, riêng người viết thời ấy mới vừa 19 tuổi đầu. Khung cảnh mái học viện thân thương, trên có ban Giám đốc, trong đó có Thầy, luôn chăm lo cho đàn con son trẻ. Dĩ nhiên, trên lý tưởng "tiếp dẫn hậu lai báo Phật ân đức" là phương châm, hướng đi hàng đầu của quý Ôn hằng ấp ủ. Người mà có tinh thần cấp tiến cho anh em học tăng được theo chương trình phổ thông là Ôn Già Lam, Giám viện các Phật Học Viện Báo Quốc – Huế; Trung Phần Hải Đức Nha Trang; Tu viện Quảng Hương Già Lam – Sài Gòn. Ôn đã cho phép anh em học tăng được học hai chương trình song song, chuyên khoa Phật Học và phổ thông ngoài đời, vì Ôn nghĩ rằng kiến thức phổ thông sẽ giúp quý Thầy sau này tiếp xúc với xã hội được dễ dàng hoằng pháp lợi sanh. Chính vì tinh thần cảm thông cho giới trẻ mà Ôn đã cho anh em học tăng tự do chọn ngành học của mình. Thấy vậy Ôn Đồng Minh, nay đã viên tịch, khuyên anh em học tăng nên chọn những ngành khoa học hơn là chọn ban văn chương, triết học. Ôn nói:

"Đi ban văn chương rồi về làm văn thơ gởi tâm tư theo mây gió có ích lợi gì đâu, hãy chọn các ban khoa học như toán, hóa học... về nghiên cứu, biến chế xì dầu Lá Bồ Đề, Hương Giải Thoát còn có ích hơn."

Ôn lúc nào cũng thiết thực, đem khả năng phụng sự cho Đạo, cho Đời. Ôn muốn tận dụng kiến thức, khả năng của giới trẻ để phụng sự cho tất cả, mà không muốn uổng công phí sức. Ôn thường nói:

"Của đàn na tín thí khó tiêu."

Vì thế, lúc nào Ôn cũng đốc thúc, làm động cơ cổ súy anh em học Tăng có điều kiện tinh tiến. Chính nhờ công đức đó mà các anh em có người trở thành Bác Sĩ, Hiệu Trưởng, Giáo Sư các trường Bồ Đề, hay giảng dạy lại trong các Phật Học Viện... Đó là những chân tình của quý Ôn đã nuôi dưỡng học tăng qua các Phật Học Viện của một thời hưng thịnh. Nay quý Ôn đã không còn nữa. Người viết nhớ lại, mỗi khi có Phật sự của Viện cần bàn luận thì trên cốc của Ôn Giám viện có đầy đủ quý Ngài: Ôn Già Lam, Giám Viện Phật Học Viện; Ôn Từ Quang, thường ở trên cốc trong 3 tháng an cư; Ôn Từ Đàm – Viện trưởng Viện Cao Đẳng; Ôn Đổng Minh – Phó Viện Trưởng Viện Cao Đẳng; Ôn Trừng San – Giám sự Phật Học Viện; và Thầy Tuệ Sỹ... nhưng giờ đã không còn nữa, chỉ còn Ôn Minh Châu ở Vạn Hạnh và Thượng tọa Tuệ Sỹ ở Già Lam. Các Ngài đã xả bỏ báo thân viên tịch, vì thế Viện Cao Đẳng nay chỉ có xác mà không hồn, ngày tháng âm thầm, nép mình dưới rặng Bồ Đề, hàng phượng vĩ. Một nỗi đau chẳng nói nên lời. Đến nay, mỗi lần Thầy nghĩ về Phật Học Viện Hải Đức, trên đồi Trại Thủy khi xưa lại thấy lòng mình chấn động, bàng hoàng đến rơi lệ. Bao lớp bụi phế hưng của vô thường đã chôn chặt tất cả mọi hình ảnh, công sức của các thế hệ Cha Ông, Thầy Tổ. Còn đâu nữa bóng dáng oai nghiêm của Ôn Già Lam về thăm viện. Không còn hình ảnh an nhiên tự tại trước hành lang viện của Ôn Từ Đàm và cũng không còn thân giáo ai cũng ngưỡng vọng nhưng khiếp sợ của Ôn Đổng Minh mỗi lần chống dù qua thăm chúng. Tất cả đã lùi về dĩ vãng, chôn chặt ở nơi đó những kỷ niệm tình nghĩa Thầy trò, mà trăm kiếp ngàn đời cũng khó phôi pha. Sự hiện thân của quý Ôn vào cuộc đời để độ sinh, hành đạo, rồi công viên quả mãn, thệ nguyện đã thành thì quý Ngài thuận thế vô thường, sanh diệt chỉ là huyễn duyên không thật. Quý Ôn có đến có đi, nhẹ như mây trời, bềnh bồng đây đó, không hề vướng bận chút trần duyên, nhưng chúng con, hàng Tăng sinh hậu học còn nặng tình ân sư, nghĩa Thầy trò khó mà nguôi ngoai khi nghĩ về những ngày tháng cùng chung sống dưới mái Học Viện. Từng mùa an cư kiết hạ, có đầy đủ quý Ôn. Lễ Kiết Giới An Cư, Thầy quản chúng bưng cây đèn sáp thỉnh Ôn Từ Quang làm lễ khai chung bảng nơi trai đường. Trong khi đó tất cả đại chúng y hậu chỉnh tề đứng nghiêm trang trong chánh điện. Ôn Đổng Minh hầu Ôn Từ Quang vào chánh điện để niêm hương bạch Phật làm lễ Yết Ma Kiết giới trường. Ôn Đổng

Minh đại diện chúng Tăng tuyên bố và chỉ rõ ranh giới của giới trường từ hướng đông đến hướng tây, từ hướng nam đến hướng bắc. Phía trước giáp cửa bàn pha, phía sau giáp vách hậu Tổ... Tất cả hình ảnh ấy còn đậm nét trong tâm tư những anh em học Tăng thủa ấy.

Suốt ba tháng an cư đều đặn, Ôn Đồng Minh từ chùa Tỉnh Hội qua Viện trên con đường được mệnh danh là Đại Lộ Bình Minh, nằm ven triền đồi Trại Thủy, không sót một bữa, đủ chín chục bát cơm in... và cứ thế suốt bao mùa mưa nắng, quý Ôn đã tận tụy nuôi lớn đàn con, để bây giờ nghĩ về thời ấy mà thương quý Ôn vô vàn.

Cũng trong những mùa an cư này, Ôn Từ Đàm dạy Bát Thức Quy Củ Tụng hoặc Thủ Lăng Nghiêm, Ôn Đồng Minh dạy luật hoặc Duy Thức Phương Tiện Đàm. Đâu đó rành rọt nghiêm minh như tấm lòng nồng ấm được trao truyền cho nhiều thế hệ.

Người viết nhớ ngày tổ chức Đại Giới Đàn Phước Huệ, năm 1973, Ôn Già Lam là Đàn Chủ, Ôn Từ Quang làm Đàn Đầu Hòa Thượng. Giới Đàn oai nghiêm trang trọng. Đêm hô canh, chấp lệnh, thiền hành. Trên ba trăm giới tử xuất gia, ban kiến đàn, quản giới tử đều thiền hành từ chánh điện Phật Học Viện đi lên phía trước dãy Tăng phòng đến tháp chuông, lên Kim Thân Phật Tổ, xuống tam cấp Kim Thân, ra trước chánh điện chùa Tỉnh Hội, vòng qua đại lộ Bình Minh rồi về lại Viện. Một đoàn người vừa chung, vừa bảng, vừa đèn đuốc, tù và, hô canh niệm Phật vang rền cả núi rừng Trại Thủy. Thật là một thời huy hoàng, xiển dương chánh pháp. Tấm biển "Tuyển Phật Trường", sơn son thếp vàng, Đạo Tràng Chọn Người Làm Phật, được tôn trí ở nhà Thiền, nơi đảnh lễ cung thỉnh Hội Đồng Thập Sư. Bên cạnh nhà Thiền là giảng đường để giới tử trùng tuyên giới luật, treo câu:

"Kích Pháp Cổ, Xuy Pháp Loa Phổ Cáo Mộc Xoa

Ứng Thế"

(Đánh trống Pháp, thổi loa Pháp Báo Hiệu Giới Luật
Ứng Hiện Nơi Đời)

Trong ngôi vị Đàn Đầu Hòa Thượng, Ôn Từ Quang được cung thỉnh ngồi trên kiệu, có giới tử khiêng từ dưới cổng viện lên chánh điện trong buổi sáng hôm đó. Sau buổi lễ, hầu Ôn về cốc, đến giờ cơm trưa, Ôn nói:

"Hồi sáng quý Thầy khiêng tui trên kiệu tui sợ quá, đường dốc, lên tam cấp, cái kiệu cứ lắc lư, tui bắt thót ruột."

Ôn nói rồi cười, làm mọi người ai cũng cười theo. Ôn Già Lam cũng đùa:

"Có răng mô mà Ôn sợ ?"

Ấy là nếp sống đạo vị của quý Ôn, mà người viết một thời có duyên gần gũi, hầu quý Ngài, để thấy được tánh đức từ bi, trí tuệ sáng ngời tỏa rạng nơi quý Ôn, là những bậc thạch trụ Thiền gia, Long tượng Kỳ túc. Nay thì rừng thiền vắng bóng quý Ôn, cửa Viện âm ba bặt dứt. Dòng từ thanh thản uy nghiêm, nhẹ bước tiêu diêu miền Tịnh độ, để lại sau lưng gót hài còn sắc nét đâu đó nơi bực thềm, nơi sân, nơi cổng Viện... và đâu đó còn hiển lộ bóng dáng tôn nghiêm của quý Ngài. Hương thơm giới đức còn xông ướp mái chùa, sắc tướng huyễn thân ảnh hiện từng khóm cây, nhánh lá. Đã gần 40 năm xa Viện nhưng cứ ngỡ như ngày nào, nay chỉ có mình Thầy còn đó. Nhưng còn trong sự nghiệt ngã, đã một lần bị kêu án tử hình giảm xuống còn 14 năm tù ở, và còn bao năm bị quản chế giam lỏng. Thời cuộc đẩy đưa khiến Thầy phải lao đao, nhưng ý chí vững vàng, Thầy vẫn hết mực giáo dục chúng con và các thế hệ kế tiếp. Thầy đã nhiều lần khẳng định với anh em Tăng sinh:

"- Người xuất gia, khi cất bước ra đi là hướng đến

phương trời cao rộng, tâm tính và hình hài không theo thế tục, không buông mình chiều theo mọi giá trị hư dối của thế gian, không cúi đầu khuất phục trước mọi cường quyền bạo lực. Một chút phù danh, một chút lợi thế, một chút an nhàn tự tại, đấy chỉ là những giá trị nhỏ bé, tầm thường và giả ngụy, mà ngay người đời còn vất bỏ không tiếc nuối để giữ tròn tiết nghĩa. Chớ khoa trương bảo vệ chánh pháp mà thực tế chỉ ôm giữ chùa tháp làm chỗ ẩn núp cho ma vương, làm nơi hội tụ của cặn bã xã hội. Chớ hô hào truyền pháp giảng kinh, thực chất là mượn lời Phật để xu nịnh Vua quan, cầu xin một chút ân huệ dư thừa của thế tục, mua danh bán tước. Xưa kia, khi Vua Chúa bắt Sư Tăng cúi đầu nhận tước lộc của Triều đình để làm tôi tớ cho Vương hầu, Chư Tổ đã sẵn sàng đặt đầu mình trước gươm bén, giữ vững khí tiết của người xuất gia, bước theo chân vô úy, vô cầu của các Thánh đệ tử, được gói trọn trong thanh quy: "Sa môn bất kỉnh vương giả."

Lời nói khí khái của bậc xuất trần vi thượng sỹ. Thầy đã không khiếp sợ trước cường quyền: *"Không ai có quyền xét xử tôi, thì không ai có quyền ân xá tôi."* dẫu đứng trước vành móng ngựa nhận án tử hình. Thầy thanh thản, bình tâm giữ tròn tiết tháo của người đệ tử Phật, của kẻ sỹ ý thức được vận mạng quốc gia dân tộc, và đảm đương sứ mệnh hoằng truyền giáo pháp của Đức Như Lai.

Thầy luôn tâm niệm: đào tạo Tăng tài, giáo dục tuổi trẻ, nguồn tài nguyên vô tận, để hộ đạo giúp đời, đem niềm an vui tịnh lạc cho quê hương, dân tộc. Thầy luôn khởi động làm chấn hưng văn hóa nước nhà và đóng góp những công trình nghiên cứu, dịch thuật, sưu khảo giáo pháp cho ngôi nhà Phật Giáo Việt Nam ngày thêm phong phú.

Bằng tâm niệm đó, Thầy luôn đi bên cạnh của nhiều thế hệ Tăng sinh. Thế hệ học Tăng của 30 năm trước tại Viện

Cao Đẳng Hải Đức, Nha Trang. Thế hệ học Tăng của thập niên 80 của Tu viện Quảng Hương Già Lam. Thế hệ học Tăng của Thừa Thiên – Huế hiện có bây giờ. Thầy đã quán chiếu được môi trường xã hội mang tính thời đại, cũng như truyền thống Việt Nam nhiều nghìn năm. Quán chiếu tự thân theo lẽ thăng trầm sinh diệt của cuộc đời. Thầy nói:

> *"... Thế hệ của Thầy thừa hưởng được nhiều từ Thầy Tổ, nhưng chưa hề báo đáp ân đức giáo dưỡng cao dày trong muôn một. Chỉ mới tròn 30 tuổi đã phải khép cổng chùa, xách cuốc lên rừng, xuống biển, cũng mưu sinh lao nhọc như mọi người. Rồi lại vào tù, ra khám cũng linh đinh theo vận nước thăng trầm. Sở học, sở tri cũng cùn mòn theo tuổi đời, năm tháng. Duy chưa có điều gì thất thố làm điếm nhục tông môn, uổng công Sư trưởng tài bồi. Một chút niềm tin chưa hề thoái thất, chỉ mong cùng chia sẻ với thế hệ kế thừa. Một thế hệ đang trưởng thành để khơi tỏ ngọn đèn Chánh pháp giữa một đất nước thấm nhuần phong hóa."*

Tất cả tâm tư Thầy được diễn đạt đến anh em học Tăng bằng máu và nước mắt. Bằng trái tim nồng nhiệt, lo lắng cho thế hệ tương lai. Thầy đặt niềm tin nơi thế hệ tiếp nối giữ tròn tiết tháo của kẻ sỹ mà không bị lung lạc bởi thế tục lợi danh. Thế hệ đó đi trên đoạn đường Chánh pháp, nêu cao chí nguyện xuất trần để khỏi cô phụ công ơn Thầy Tổ. Mong cho các thế hệ kế thừa được vuông tròn theo ý nguyện của sơ tâm, giữ vững niềm tin trong sáng để tự tồn trên lý tưởng giác ngộ. Thầy khuyên:

> *"Cầu mong các con có đủ dũng mãnh để đi bằng đôi chân của mình, nhìn bằng đôi mắt của mình; tự xác định hướng đi cho chính mình. Thầy sẽ là người bạn đồng hành với các con trên đoạn đường bóng xế của đời mình."*

(Thư gởi Tăng sinh Thừa Thiên – Huế.
Ngày 28-10-2003)

Còn gì để nói về tâm tình của một bậc Thầy cao cả! Bậc Ân sư của nhiều thế hệ Tăng sinh!

THUYỀN NGƯỢC BẾN KHÔNG

T UỆ SỸ

Dưới hiên mưa vắng hồn khua nước
Thả chiếc thuyền con ngược bến không
(Viên Linh, *Thủy Mộ Quan*)

Tôi sinh ra thì thế chiến II đang hồi kết thúc. Lớn lên chút nữa, khi biết nghe và hiểu, những chuyện vãn người lớn về việc đánh nhau đâu đó, lúc nào đó, bao giờ cũng hấp dẫn như chuyện cổ tích. Mà hình như đó lại là những chuyện mà tuổi con nít của tôi được nghe nhiều hơn là chuyện cổ tích. Trong gia đình tôi, thỉnh thoảng thấy vắng đi một người lớn. Rồi lại nghe những câu chuyện thì thầm. Mấy chú, mấy anh lớn, đã từng ẫm bồng tôi, bỗng chốc họ trở thành nhân vật trong truyện cổ tích. Cách mà người lớn kể chuyện, lại làm cho không khí của chuyện cổ tích ấy càng trở thành huyền bí.

Cho đến khi lai rai đọc được tiếng nước ngoài, chuyện kể về chiến tranh bỗng thành hoài niệm; hay chỉ hình như là hoài niệm thôi, vì đấy là quá khứ mà mình không thấy, không nghe. Có điều, hoài niệm ấy không làm sao mờ đi được. Vì nó đã trộn lẫn quá khứ với hiện tại. Quá khứ ấy, khi chợt biết, nó đã có quá nhiều mất mát. Vì những người đã đi, chưa thấy ai trở lại. Rồi cả những người cùng trang lứa cũng lần lượt ra đi. Mình thì may mắn được ở lại. Nhìn quanh, bảng đen, lớp học, sân trường. Sự sống vẫn băng băng lôi người đi tới, với những cạnh tranh vất vả.

Chiến tranh, thù hận, và đâu đó, từ sâu thẳm của khát khao, tình yêu và sự chết là nỗi ám ảnh, và như chất liệu cho ý thức sinh tồn. Có một cõi thi ca riêng biệt như vậy. Dành cho những tâm hồn nhạy cảm. Nhìn con chim giấy chết trong tranh mà ngơ ngẩn, bàng hoàng. Nhưng ngôn ngữ của nó cũng biến hình. Tình yêu, thất vọng, đam mê, như những con sóng nồng nhiệt trên mặt nước, mà dưới đáy sâu ai biết ẩn chứa những gì.

> *Nước xa cuồn cuộn ra khơi*
> *Sâu trong tâm thể có đôi giọt gần*
> (Dư tập, *Thủy Mộ Quan*)

Những câu thơ như vậy thật hiếm hoi cho một đời bận rộn. Không bận rộn sao được, khi quanh mình những bạn bè trang lứa lần lượt ra đi. Một số người vượt suối, vô rừng. Đi theo tiếng gọi của hận thù, máu lửa, trong trái tim đang bốc cháy bởi chủ nghĩa anh hùng. Để lại cho thành phố khúc hát: "Người đã đi, đi trên non cao..." Một số khác ra đi, để lại tiếng khóc nghẹn ngào, điên loạn: "Ngày mai đi nhận xác chồng. Say đi để thấy mình không là mình." Tình yêu, thù hận, bỗng trở thành mâu thuẫn biện chứng.

Mấy chục năm sau, một thế hệ đang lớn, như nắng trưa xích đạo che lu ánh đuốc quá khứ lập lòe của mình; thỉnh thoảng tôi đi tìm lại một vài câu thơ đâu đó, mà cũng không dễ gì tìm được, để cho hoài niệm quay lại một thời, trong đó mình đã sống, đã suy nghĩ, ưu phiền, và cả đến những dại dột ngông cuồng của tuổi trẻ. Trong tình trạng mà người cũ lánh xa, vì hiểm nguy rình rập mơ hồ, thì chuyện biển rộng sông dài chỉ có trong tranh, và trong trí nhớ. Lại vẫn điệp khúc hoài niệm bâng quơ.

Tôi không đoán được bạn trẻ yêu thơ ngày nay, nếu tình cờ đọc được bốn câu thơ dưới đây sẽ gợi lên ấn tượng gì. Nhưng người đã sinh ra và lớn lên trong chiến tranh, mà tình yêu và thù hận là những xung đột, khắc khoải trong lòng, những câu thơ ấy gợi nhớ một thời, hay đúng hơn là một ấn tượng, có thể thoáng qua chốc lát:

> *Chiều về trên một nhánh sông*
> *Bên tôi con nước đỏ lòng quanh co*
> *Nước loang dưới đáy trời dò*
> *Buồn tôi thánh thót trên lò nhân sinh*
> (Một Nhánh Sông, Dư Tập, *Thủy Mộ Quan*)

Đó là một chút hơi thở tàn sinh, như bóng nắng là đà trên mặt nước, không có những trầm mặc thăm thẳm trong lòng đại dương. Một nhúm cỏ xanh nhởn nhơ trên cánh đồng khô cháy. Nhưng ai có thể phê bình nhúm cỏ vô tình? Ấn tượng của một người đọc thơ từ trong hủy diệt bạo tàn của chiến tranh là như thế.

Rồi đất nước hòa bình, dân tộc đang trở mình từ trong khói lửa, để cho hận thù hóa thân thành tình yêu. Và cũng là lúc bắt đầu một thế hệ cầm bút bị khước từ. Vì đã không thể nhận thức tình yêu theo định nghĩa của biện chứng. Trong đó, tình yêu chỉ có thể trưởng thành bằng hận thù và hủy diệt. "Máu của người đem lại tình thương."

Ngồi trên đỉnh đồi Trại Thủy, giữa thành phố Nha Trang, nhìn xuống bên dưới, từ trong làng kéo ra một đoàn thiếu nhi Tiểu học, hô vang khẩu hiệu chào mừng cách mạng, đả đảo văn hóa giáo dục phản động, đồi trụy. Tôi biết mình đang bị chối bỏ. Và bị chối bỏ thật. Từ chỗ là thành phần ăn bám, rồi trở thành phần tử nguy hiểm, và được liệt xuống hàng cặn bã xã hội, tạm tha tội chết để được ân huệ khoan hồng sống hết kiếp sống thừa. Lại một lần nữa, những người cũ của tôi theo nhau lần lượt ra đi. Thời chiến tranh, một lớp bạn lên rừng. Thời hòa bình, một lớp bạn xuống biển. Dân tộc chợt quay trở lại với huyền thoại mở nước. Những người con theo Mẹ, đã có lúc khinh ghét anh em mình, bỏ lên rừng. Một thời gian sau, những người con theo Mẹ lên rừng nay quay trở về đô thị. Lại những người anh em khác sợ hãi, vội bỏ trốn theo, tìm về biển:

Vua gặp Âu Cơ lúc thủy du
Cùng nàng rung động nước thiên thu
Duyên tan nàng bắt con về núi
Những đứa theo cha khổ đến giờ
(Viên Linh, Thủy Mộ Quan)

Ba chục năm, một nửa theo Cha, một nửa theo Mẹ. Nhưng huyền thoại của nhà thơ này vẫn còn quên một số anh em trở thành côi cút. Cha thì ở đâu không thấy, mà tự thân thì bị ruồng rẫy bởi chính anh em mình ngay trên đất Mẹ. Không Cha, cũng không Mẹ, ta đi tìm dấu tích Trường Sơn, *"Quê người trên đỉnh Trường Sơn. Cho ta gởi một nỗi hờn thiên thu." (Thơ Tuệ Sỹ).*

Tôi không nói đến hận thù. Nhưng một nỗi oan khiên nào đó, khiến cho lời nói của mình như trong cơn mê sảng. Bạn cũ ở quanh đây thôi, vẫn gần như những ngày nào, một thời buồn vui. Có lẽ bạn cũ ngại ngùng, ngại nghe những điều được giả thiết là tôi sẽ nói. Thật sự, tôi chẳng được phép nói gì cả. Vẫn được chỉ định phải đứng bên lề xã hội đang hội nhập văn minh. Còn những bạn khác, hãy gọi là cố nhân, bấy giờ mỗi kẻ một phương trời. Tôi chẳng biết họ đang làm gì, đang nghĩ gì. Mỗi người một phong cách, trong một thế giới mở rộng, đa văn hóa. Tôi nghe nói như vậy.

Dù ở phương này hay phương kia, dù có hay không có hai trận tuyến văn chương cùng chung loại hình ngôn ngữ của Mẹ, vẫn còn hàng vạn nắm xương dưới lòng biển:

> *Lưu vực điêu tàn ở Biển Đông*
> *Xương bầy như thú cháy rừng hoang*
> *Nhưng rừng không cháy nào đâu thú*
> *Người chết thân chìm Thủy Mộ Quan.*
> *(Viên Linh, Thủy Mộ Quan)*

Hận thù có thể xóa được dễ dàng thôi, nhưng u uẩn của những hồn oan đáy biển vẫn ám ảnh tâm tư. Người sống vẫn mang mãi ân tình của người đã chết, dù trên rừng hay dưới biển, vì oan nghiệt riêng tư hay vì tình chung dân tộc. Xưa Nguyễn Du đã làm "Văn tế thập loại chúng sinh"; không chỉ là món nợ văn chương cho người đã chết, mà đó còn là tình tự thiết tha từ cõi chết vọng về. Tôi đọc bài "Gọi hồn" trong Thủy Mộ Quan cũng với tâm trạng tương tợ:

> *Trên Huyết Hải thuyền trôi về một chiếc*
> *Chiều bầm đen trời rực rỡ đau thương*
> *Thân chìm xuống băng tuyền giờ tận biệt*
> *Sóng bạc đầu hối hả phủ trùng dương.*

> *(...)*

> *Trong rêu xanh ngân ngật bóng sơn hà*
> *Lướt hải phận về dưới trời cố quốc.*

> *(...)*

Bài thơ không mang tiết nhịp gây cảm xúc bàng hoàng tức khắc, nhưng những ấn tượng rải rác trong cả tập Thủy Mộ Quan làm cho bài thơ phảng phất nỗi kinh sợ, rùng mình:

> *Trinh nữ trầm oan nổi giữa dòng*
> *Thân băng ngàn hải lý về sông*
> *Xung quanh không một người than khóc*
> *Chỉ cá trùng dương theo hộ tang.*

Dù sao thì đất nước cũng đang hồi sinh. Những người ra đi, lần lượt kéo nhau về. Ấy thế, hờn giận giữa anh em vẫn còn là vết thương nhức nhối. Văn chương bây giờ vẫn là một lựa chọn, hoặc một nhân cách. Thi ngôn chí. Thiên cổ văn chương thiên địa tâm. Trong tận đáy sâu tâm khảm, mỗi nhà thơ vẫn chung một tình tự nghìn đời, dù biểu hiện có hận thù cay nghiệt. Tôi mong được như lời Viên Linh nói:

Sinh ở đâu mà giạt bốn phương
Trăm con cười nói tiếng trăm giòng
Ngày mai nếu trở về quê cũ
Hy vọng ta còn tiếng khóc chung.

Saigon, đông 2004

bốn

Người Tù Trong Ký Ức Thi Nhân

NGUYÊN
SIÊU

Con người sinh tồn trong cõi mộng đã không nhiều thì ít, không lắm lần hay chỉ có một lần cũng lưu bóng dáng, hình hài qua những bước chân. Dẫu vô tình hay cố ý như chim nhạn bay qua Trường Giang vẫn không khỏi in ảnh hình xuôi theo dòng nước lạnh. Người Tù biền biệt theo tháng năm, nhưng hình dáng Người còn lưu lại nơi đâu đó, mang theo những vần thơ của thiên tài lỗi lạc. Thể nghiệm qua cuộc sống, tương quan giữa người với người, đã có những sự liên đới mật thiết, theo tình tự bẩm sinh, theo thói quen bạn bè, theo cách điệu thi nhân, trong cuộc rong chơi nhiều ước hẹn. Người Tù đã gầy dựng và để lại cho mai sau những áng văn chương, thi tứ phiêu diêu, mông lung huyền ảo. Biết bao cảm xúc dạt dào trút đổ dồn dập vào tâm tư, vào tâm tưởng của thi nhân như những đợt sóng của đại dương cuồn cuộn vỗ bờ đã tạo thành cảm hứng, làm nên chất liệu sống thầm lặng nhưng dạt dào, êm đềm nhưng hối hả, đơn sơ nhưng tráng lệ, dịu dàng nhưng hùng tráng thôi thúc thi nhân viết thành những dòng cảm xúc.

Rải rác đó đây, khắp cùng các nẻo đều có mặt thi nhân, có sự tạo dựng và nuôi dưỡng, thừa tiếp một công trình kiến tạo ngàn đời của Người Tù thế kỷ. Những người đồng tâm sự, hay những người đã một thời sát cánh cùng Người Tù rảo khắp các miền:

> *"Từ núi nọ đến biển im muôn thủa.*
> *Đỉnh núi này và hạt muối đó chưa tan"*

để làm chứng nhân cho một thời phiêu bạt.

Bằng mỗi cái nhìn khác nhau, các thi nhân đã viết về Người Tù mỗi khía cạnh chẳng đồng, mỗi góc độ khác biệt, tùy theo những cảm nhận cá biệt.

Triết gia Phạm Công Thiện đã gọi Người Tù là *"Anh Hùng Dân Tộc"* là *"Thiền Sư lỗi lạc nhất, thông minh nhất, uyên bác nhất, và trong sạch nhất của Việt Nam hiện nay."*

Nhà thơ Bùi Giáng lại có vẻ nghệ sĩ hơn, Người Tù *"mang một nguồn thơ Việt phi phàm"* hay *"Một bài thơ **Không Đề"** của ông đủ khiến ta khiếp vía mất ăn mất ngủ"* mà nêu lên đề nghị: *"Đại Sư nên gác bỏ viết sách đi, và làm thơ tiếp nhiều cho, nếu không thì nền thi ca Việt mất đi một nhân tài quá lớn. Chỉ một bài thơ Tuệ Sỹ đã trùm lấp hết chân trời mới – cũ, Đường Thi Trung Hoa tới siêu thực Tây Phương..."*

Ông Nguyễn Minh Cần tuy chưa gặp, nhưng: *"Lòng tôi rất xúc động. Nghĩ đến Thầy, nghĩ đến một tài năng của đất nước, một niềm tự hào của trí tuệ Việt Nam, một nhà Phật học uyên bác."*

Học giả Đào Duy Anh trân quý Người Tù như bảo vật: *"Thầy là viên ngọc quý của Phật giáo và của Việt Nam."*

Trên đây là những nét chấm phá về Người Tù đã tạo thành bức tranh thủy mặc, lãng đãng những sợi khói mờ, những cây cổ thụ và sườn đá sừng sững, dáng dấp kiêu hùng của bàn tay tạo hóa, hay đôi tay người Mẹ hiền đã nuôi dưỡng Người Tù khôn lớn thành vách tường đồng vững chắc ngăn chặn cuồng phong bão tố. Thi nhân đã hoàn thành những tác phẩm hiến dâng cho đời thưởng ngoạn. Bức tranh ấy là bảo vật cổ quý giá chỉ có những bậc sành điệu mới biết giá trị của nó, mới tâng tiu cất giữ.

Người Tù qua nét bút của các nhà nghệ sĩ tạo dựng nên nhiều hình ảnh đa dạng, cuồng nộ, phóng thể, lập chân tùy theo từng trường phái. Qua cái nhìn của một triết gia thì nét bút thẳng và đứng, hiên ngang và vững mạnh như những cội thông già ngàn năm trên núi tuyết, hứng sương mai, nắng chiều và gió rừng vi vu, rì rào hát với thông những bài tình ca dân tộc, những thiên tình sử quê hương để tô thắm núi rừng, đồng bằng cỏ cây thêm xanh biếc.

Người Tù qua cái nhìn của một nhà thơ, một đại thi hào thì nét bút phóng thể, hưng phấn, phiêu diêu thơ mộng như áng mây vương bồng bềnh trên bầu trời thu, lang thang qua những đồi phong nhuộm màu quan san. Qua những đỉnh núi cao, mặt biển rộng vang rền tiếng sóng. Áng mây trời khi tan khi hợp, linh động nhiệm mầu, hóa thân vào cát bụi để làm cát bụi. Hóa thân vào cỏ nội hoa ngàn để làm bông hoa điểm xuyết đồng cỏ hoang, làm nhựa cây để nuôi cây sống, làm ánh nắng để sưởi ấm muôn loài. Nét vẽ lung linh ảo diệu, khi thực khi hư với nghệ thuật pha màu tuyệt hảo.

Người Tù qua cái nhìn của một nhà văn với nét bút tả chân gãy gọn, bình dị. Nét bút hài hòa, đằm thắm và tươi tắn, tạo nên dáng vẻ dung dị một Người Tù, giữa lớp người kiêu sa hãnh tiến.

Người Tù qua cái nhìn của một học giả thì nét bút trân kỳ, sang cả hiển lộ sự quý phái hiếm hoi, mà những người quyền quý cao sang, vọng tộc, các bậc vương hầu bá tước mới có trong tay. Đó là viên ngọc Kha Nguyệt, viên ngọc Trị Thủy, viên Như Ý Bảo Châu. Là khối kim cương lóng lánh, chặt đứt các vật thể khác. Nhà học giả biết quý trọng các viên ngọc đó. Viên ngọc ẩn mình trong tảng đá ngàn năm trên núi tuyết. Viên ngọc được tồn sinh dưới lòng đại dương sâu thẳm. Người thợ chạm ngọc biết được giá trị của viên bảo ngọc.

Trên đây là một vài ký ức của thi nhân cảm niệm về Người Tù thế kỷ, còn tất cả chỉ là một thoáng qua mành, như làn gió thoảng làm lay động cành sương, như làn hương phảng phất thơm lây, như sợi tơ chiều vương vương trong nắng, rồi tan, rồi tắt lịm.

Ngục Trung Mị Ngữ

1.

Trách Lung

Trách lung do tự tại
Tản bộ nhược nhàn du
Tiếu thoại độc cảnh hưởng
Không tiêu vĩnh nhật sầu

Lồng Chật

Lồng chật vẫn tự tại
Qua lại như nhàn du
Nói cười chơi với bóng
Tiêu sái tù thiên thu

2.

Tảo Thượng Tẩy Tịnh

Tảo khởi xuất tẩy tịnh
Thung dung lập phiến thì
Tự hữu thần tiên thái
Hà tu sơn thủy vi

Sớm Mai Rửa Mặt

Sớm mai ra rửa mặt
Ung dung bên thời gian
Đã mang thần tiên thái
Cần gì một bồng lai

3.

Cúng Dường

Phụng thử ngục tù phạn
Cúng dường Tối Thắng Tôn
Thế gian trường huyết hận
Bỉnh bát lệ vô ngôn

Cúng Dường

- Đây bát cơm tù con kính dâng
Cúng dường Đức Phật đấng Tôn Thân
Thế gian chìm đắm trong máu lửa
Lệ nhỏ không lời, lòng xót thương.

4.
Biệt Cấm Phòng

Ngã cư không xứ nhất trùng thiên
Ngã giới hư vô chân cá thiền
Vô vật vô nhơn vô thậm sự
Tọa quan thiên nữ tán hoa miên

Xà Lim

Ta ở tầng Trời không vô biên
Nơi ấy tịch nhiên Thiền thật Thiền
Không vật không người không đa sự
Nhìn xem hoa vũ bởi Tiên thiên.

5.
Tác Thi Sự

Tự tâm tự cảnh tự thành chương
Tự đối bi hoan diệc tự thường
Tha nhật Nhan Hồi tọa tán ngẫu
Tàm ty cát đoạn tán thương thương

Làm Thơ

Cô độc cảnh tâm thơ tự xuất
Tự ngắm buồn vui tự thưởng thức
Nhan Hồi gặp gỡ trong lòng đất
Cắt nhỏ tơ tằm tung không trung

6.
Thạch Bích

Thạch bích tranh vanh giá mộ vân
Lung trung nan kiến nhật Tây trần
U nhân không đối u quan lý
Thiên cổ văn chương thiên địa tâm

Vách Đá

Vách đá vút trời che chiều mây
Trong lòng khó thấy áng chiều Tây
Ngục tối người tù nhìn sắc tối
Thấy trời văn hóa chính là đây

7.
Triết Nhân Tưởng

Triết nhân độn thế ẩn nham trung
Ngã dã đào sinh tọa để lung
Lung lý yên hoa vô lộ xứ
Nham tiền y cựu thủy phù không

Nghĩ Đến Triết Nhân

Triết nhân trần thế non cao
Còn tôi trốn sống nên vào lao lung
Ngục tối không hoa lẫn không sương
Non cao vẫn vậy mây vương sớm chiều

8.
Ẩn Giả Tưởng

Tiểu ẩn cao sơn phi khả kỳ
Đại cư náo thị dã hề hi
Tuyệt trần lung lý chân thậm sự
Vô vật vô nhơn vô sở tri

Nghĩ Về Ẩn Sĩ

Người ẩn non cao không hẹn kỳ
Người nơi phố thị vẫn vọng hi
Trong lồng cách thế nhưng lắm chuyện
Bát Nhã vô tướng vô sở vi.

9.
Lãn Tiên Xứ

Thần Tiên đáo thử luyện kim đan
Vô tửu vô hoa đan bất thành
Suy khước hồng lô ngã thụy bài
Thử thân phi hữu khởi tằng sanh

Chốn Lãn Tiên

Thần Tiên đến luyện thuốc trường sanh
Chẳng có rượu hoa thuốc chẳng thành
Đạp đổ lò hồng, ta đánh giấc
Thân này phi hữu sao còn sanh?

10.
Dạ Tọa

Trực nhật lao tù sự cánh mang
Trung tiêu độc tọa đối hàn đăng
Không môn thiên viển do hoài mộng
Quy lộ vô kỳ nhiệm chuyển bồng

Ngồi Đêm

Trong tù ngày tháng dần trôi
Việc tù càng lôi thôi
Trong gian tù biệt lập
Đèn tù xanh đơn côi
Hình bóng chùa xưa lòng vẫn mộng
Đường về không lối rối như bong.

11.
Mộng

Dạ tàn hồ mộng khấu thiền quynh
Lưỡng lưỡng tùng sao tiếu ngã trình
Nghỉ tọa lục đài phiên bối diệp
Không lưu khô thọ đối không đình

Mộng

Đêm tàn bướm mộng hỏi thiền song
Tủm tỉm cười ta làm đọt thông
Hãy về bàn trúc phiên kinh Phật
Đừng để cây khô trước cửa không

12.
Ngọ Thụy

Thụy hồi ngọ vũ tứ khinh yên
Tưởng cá hàn phong phất diện tiền
Đình thọ hoàng hoa thành huyễn sự
Khúc quăng an chẩm bảo cô miên

Ngủ Trưa

Chớp mắt mưa trưa nhớ khói xanh
Tưởng cơn gió lạnh kéo qua mành
Bông chùa vàng rực ngời huyễn sự
Co tay gối ngủ giấc cô hành

13.
Tự Vấn

Vấn dư hà cố tọa lao lung
Dư chỉ khinh yên bán ngục khung
Tâm cảnh tương trì kinh lữ mộng
Cố giao già tỏa diện hư ngung

Hỏi Mình

Hỏi mình sao phải lao tù?
Song thưa cửa ngục có tù được mây?
Kiên trì cuộc lữ vàng bay
Lời xưa còn đó phút giây không sờn.

14.

Bán Niên Tù

Biệt thế phong quan cận bán niên
Đan sa hiện quỷ ngộ thần tiên
Thanh tu bất đoạn ma hồng chưởng
Khung đảo Nam sơn quái lão Thiên

Nửa Năm Tù

Gần sáu tháng nhốt riêng phòng kín
Đất màu hoa quỷ tưởng thần tiên
Dài râu đen cọ bàn tay đỏ
Lật đổ trời Nam lão quái Thiên

15.

Mộng Khứ Mộng Lai

Bán niên cấm cố mộng thành ti
Đạp biến giang hồ phóng nhiệm quy
Mộng khứ mộng lai thân ngoại vật
Mộng tàn ngốc tọa bát trường mi.

Mộng Đến Mộng Đi

Nửa năm cấm cố thành tơ
Đi khắp non sông giảng huyền cơ
Mộng đến mộng đi thân thành mộng
Mộng tàn khẽ vuốt mi làm thơ

16.
Tự Thuật

Tam thập niên tiền học khổ không
Kinh hàm đôi lũy ám Tây song
Xuân hoa bất cố xuân quang lão
Thúy trúc tà phi túy mộng hồn

Nhẫm nhiễm trường mi thùy hoại án
Ta đà tố phát bạn tàn phòng
Nhất triêu cước lạc huyền nhai hạ
Thủy bả chân không đối tịch hồng

Tự Thuật

Ba mươi trước học khổ không
Cửa sổ trời Tây kinh chất chồng
Không ngắm hoa xuân, xuân cằn cỗi
Nghiêng bay lá trúc, trúc say lòng

Gật gà ngủ gục bên bàn cũ
Lần hồi tóc sạch bạn tàn phong
Một sớm đưa chân vào tuyệt ngục
Mới lấy chân không rọi đêm nồng.

17.

Nhất Bôi Thanh Thủy

Tự ẩn cô phong bất vị trà
Thanh tâm thanh thủy ngoạn không hoa
Hi di nhân ảnh phong trần ngoại
Thác mộng thương thương vọng tử hà.

Chén Nước Trong
Cheo leo ở núi, không trà
Nước trong lòng sạch giỡn không hoa
Loài người không đến thần tiên cảnh
Gởi mộng bao la cho trời xa

18.

Tự Trào

Sơn trung ẩn ngọa nhất tàn tăng
Mộng mị huyên hoa giác cánh hoang
Độc đối thanh tòng hoa sở ngộ
Bách dư niên hậu sử truyền đăng

Tự Trào

Núi vắng dấu che "Thầy Tu Tàn"
Ồn ào mộng mị tính sơ hoang
Đứng trước từng xanh khoe sở ngộ
Trăm năm sau sử (phải tìm đăng) vẫn lưu truyền.

năm

Chứng Nhân của Chặng Đường Lịch Sử Thời Đại

NGUYÊN SIÊU

Sau biến cố 1975, Viện Cao đẳng Phật Học Hải Đức Nha Trang phải đóng cửa. Ban Giáo sư tự động giải tán. Anh em học Tăng, một số trở về chùa Thầy Tổ ; một số hoàn tục kiếm kế sinh nhai. Một số không chấp nhận chính sách đảng trị của cộng sản Việt Nam nên bất chấp hiểm nguy để rồi bị tù đày và ra đi vĩnh viễn. Một số còn lại tại Viện thì đi lao động sản xuất trong các hợp tác xã cho qua ngày tháng. Đây là một thực trạng mà ai trong chúng ta đã sống trong những tháng năm của thời gian đó đều thấu rõ.

Để hòa mình vào cộng đồng xã hội của một đất nước trong bối cảnh lịch sử đen tối, Thầy cũng không ngoại lệ, cũng phải lên rừng làm rẫy, cuốc đất, đào mương để trồng khoai, tỉa bắp, chăm sóc ruộng vườn cho qua ngày tháng. Nhưng chí nguyện của kẻ sỹ, lý tưởng của người xuất gia không cho phép Thầy chôn chân, cày sâu cuốc bẫm nơi rừng sâu, núi thẳm để ẩn cư mà quên đi hạnh nguyện độ sinh, hay tiếp tay xây dựng để vực dậy một quê hương, dân tộc đang bị đọa đày lầm than cơ cực. Vì thế, cho dù ngô khoai đang tươi tốt, bí cà đang đơm bông, mạch sống của rẫy vườn đang đâm chồi nảy lộc, cũng không đủ sức mạnh giữ chân Thầy nơi chốn núi rừng thiên nhiên, u tịch đó. Thầy tiếp tục đi theo chí nguyện bình sinh, mộng kiêu hùng của phương trời viễn mộng. Để rồi từ đó, tự thân Thầy cũng nổi trôi theo vận nước suốt 30 năm qua.

Chặng đường lịch sử đó đã ghi tên tuổi Thầy đậm nét trên các hệ thống truyền thông báo chí, các diễn đàn chính trị quốc tế, Liên Hiệp Quốc, Hội Ân Xá Quốc Tế … rằng, người tù mang bản án tử hình của nhà cầm quyền cộng sản Việt Nam. Bản tin ấy đã truyền đi khắp nơi, từ trong nước đến hải ngoại làm mọi người bàng hoàng, sửng sốt. Có lý nào, một thiên tài của đất nước, một Tăng sĩ uyên thâm Phật pháp nơi chốn thiền môn lại lãnh một bản án tử hình như vậy? Người người như đồng cảm, nhất tâm đứng dậy, đồng loạt đấu tranh đòi tự do và lẽ sống cho Thầy. Ngay cả 10 ngàn dân vượt biên tị nạn của trại Palawan, Phi Luật Tân, cũng được vận động đứng lên trương biểu ngữ chống án lệnh tử hình của nhà cầm quyền cộng sản Việt Nam. Tất cả các Hội đoàn, Đoàn thể người Việt quốc gia, các Tự viện, các cơ quan bảo vệ nhân quyền, tự do, dân chủ trên khắp năm châu bốn bể đều lên tiếng can thiệp. Nhà nước cộng sản Việt Nam đã phải lùi bước trước áp lực quốc tế, giảm bản án tử hình xuống 20 năm tù ở.

Ngày tháng âm thầm lặng lẽ trôi qua, Thầy như người ngồi đếm thời gian, chứng kiến bao hoang tàn đổ nát đang từng ngày diễn ra trên quê hương. Nỗi oan khiên, nghiệt ngã giáng xuống đầu người dân vô tội, từ những em bé thơ ngây trong trắng cho đến những cụ già gầy ốm hom hem. Là nạn nhân của chế độ khắc nghiệt, người dân thấp cổ bé miệng đành câm nín mỏi mòn trong tủi nhục.

Ngồi bên trong chắn song tù, nhưng Thầy không ngừng theo dõi mọi Phật sự của Giáo Hội và lo lắng cho tiền đồ đạo pháp ở bên ngoài. Thầy tự đặt mình trong trách nhiệm dấn thân phụng sự đạo pháp; cứu nguy Giáo Hội trong lúc nguy nan, phò trì dân tộc trong thời nhiễu nhương, khốn đốn.

Từ trại giam Xuân Phước, Thầy gởi Tâm thư đến Hòa thượng Thích Huyền Quang, Viện trưởng Viện Hóa Đạo, GHPGVNTN, nêu lên những nhận định và lập trường của Thầy trong hiện tình Giáo Hội đang bị vây khổn. Thầy đề nghị Đại Hội VIII tập trung thảo luận vào hai chủ đề chính:

1. Pháp lý tồn tại của Giáo Hội Phật Giáo Việt Nam Thống Nhất trong truyền thống dân tộc và trong cộng đồng thế giới.

2. Sứ mệnh hiện tại của Phật Giáo Việt Nam trước sự sinh tồn và tiến bộ của dân tộc và trong nền văn minh dân chủ của nhân loại.

Đây là hai chủ đề trọng đại liên quan đến vận mệnh của đạo pháp trên quê hương và cộng đồng thế giới. Ưu tư lo lắng cho Giáo Hội Phật Giáo Việt Nam Thống Nhất, Thầy đã nêu lên 4 điểm để Chư Tăng Ni và các đại biểu Phật tử cùng gia tâm thảo luận hầu mang lại kết quả tốt đẹp cho Đại Hội:

THƯ CỦA THƯỢNG TỌA THÍCH TUỆ SỸ VIẾT TỪ TRẠI GIAM XUÂN PHƯỚC.

Kính gởi: Hòa Thượng Thích Huyền Quang,
                  Viện Trưởng Viện Hóa Đạo GHPGVNTN

Kính bạch Hòa Thượng,

Dưới sự kiểm soát và can thiệp trực tiếp vào nội bộ Tăng Già, Giáo Hội Phật Giáo Việt Nam đang là công cụ đắc lực cho sách lược thống trị của những người cộng sản Việt Nam. Sách lược đó đã từng được ông Nguyễn Văn Linh, nguyên Tổng Bí Thư Đảng Cộng Sản Việt Nam vạch rõ. Phật Giáo Việt Nam là chỗ dựa cho những người Cộng Sản Việt Nam làm cách mạng. Và đó cũng là sách lược mà

Lenin đã chỉ thị: Đảng phải thông qua tôn giáo để tập hợp quần chúng.

Trước tình trạng vong thân đó, chúng con vô cùng hoan hỷ được biết Hòa Thượng thay mặt Hội Đồng Lưỡng Viện quyết định triệu tập Đại Hội VIII Giáo Hội Phật Giáo Việt Nam Thống Nhất; kêu gọi toàn thể Tăng già và Phật tử hãy hiến dâng tâm tư và nguyện vọng của mình cho Đại Hội VIII, bằng cách tham luận, khảo cứu, hội thảo, tọa đàm... Đó là những Phật sự cần thiết; là thuận duyên để Phật tử Việt Nam bằng tiếng nói trung thực của chính mình xác định vị trí của Phật Giáo Việt Nam trong lòng dân tộc và Nhân loại.

Chúng con mặc dù đang sống dưới sự giam cầm khắc nghiệt, nhưng bất chấp mọi nguy hiểm trực tiếp đe dọa tính mệnh, cố vượt qua mọi chướng ngại, kính trình lên Hòa Thượng và Chư tôn Trưởng lão Hội Đồng Lưỡng Viện một số đề nghị sau đây, gọi là dâng cả tâm nguyện chí thành cho Đại Hội.

Đề nghị Đại Hội VIII sẽ tập trung thảo luận trên hai chủ đề chính:

1.   Pháp lý tồn tại của Giáo Hội Phật Giáo Việt Nam Thống Nhất trong truyền thống dân tộc và trong cộng đồng thế giới.

2.   Sứ mệnh hiện tại của Phật Giáo Việt Nam trước sự sinh tồn và tiến bộ của dân tộc và trong nền văn minh dân chủ của nhân loại.

Để chuẩn bị đầy đủ cơ sở dữ kiện cho Đại Hội, xin đề nghị 4 điểm mà toàn thể Tăng già và Phật tử có thể tham gia thảo luận trong quá trình chuẩn bị Đại Hội:

1.   Việc nhà nước chuẩn y và phong tặng các phẩm hàm Hòa Thượng, Thượng Tọa cho các Tỳ kheo và Tỳ kheo ni là một xúc phạm đối với Giáo chế của Đức Phật được truyền thừa trong Luật tạng. Việc làm đó còn bộc lộ ý đồ rằng vị

ngọt của Danh và Lợi biến một số Tỳ kheo và Tỳ kheo ni biến chất phải trung thành với Đảng Cộng Sản Việt Nam hơn là lý tưởng phụng sự Chánh Pháp.

2. Luật điển Ba La Đề Mộc Xoa cấm các Tỳ kheo và Tỳ kheo ni tham gia các cơ cấu quyền lực; nói theo ngôn ngữ hiện đại, đó là đại biểu Quốc hội. Các vị ấy như thế đang tự mình làm môi giới nối dài cánh tay quyền lực lung lạc Giáo Hội, khoa trương chính sách mị dân và củng cố chế độ độc tài đảng trị.

3. Nhà nước Cộng sản bằng cái gọi là Pháp chế Xã Hội Chủ Nghĩa đặt Giáo Hội Phật Giáo Việt Nam làm một thành viên của Mặt Trận Tổ Quốc Việt Nam. Như thế, chỉ công nhận Giáo Hội tồn tại như một hội đoàn thế tục ngang hàng với các hội đoàn khác dưới quyền lãnh đạo của Mặt Trận Tổ Quốc Việt Nam. Về mặt pháp lý, Phật Giáo Việt Nam đang bị đặt trở lại đạo dụ số 10 của chính quyền Tổng Thống Ngô Đình Diệm. Phật tử Việt Nam đã hy sinh thân mình để đốt cháy đạo dụ ấy. Đó là nỗi đau của dân tộc và đạo pháp.

4. Bằng lý tưởng Tịnh độ dân gian, bằng giáo lý Phật tính bình đẳng. Phật tử Việt Nam bằng tinh thần hy sinh vô úy, khẳng định minh bạch sứ mệnh của mình trong thời đại văn minh dân chủ; Giáo Hội phải nêu cao ngọn đuốc từ bi và trí tuệ, lãnh đạo Phật tử tiến tới và xây dựng một xã hội an lạc, bình đẳng và nhân ái.

Cầu nguyện Đại Hội thành tựu viên mãn.

Kính chúc Hòa Thượng và Chư Tôn Trưởng Lão Hội Đồng Lưỡng Viện Pháp thể khinh an, chúng sanh dị độ.

Phật lịch 2537
Trại tù Xuân Phước ngày 15 tháng Giêng, 1994
Tuệ Sỹ
Kính bạch

Từ bản án tử hình còn 20 năm tù ở, Thầy đã đồng cam cộng khổ, chia ngọt sẻ bùi cùng với anh em bạn tù của chế độ. Dù thân mình bị giam hãm trong sự tù túng, thiếu ăn, thiếu ngủ nhưng thâm tâm Thầy vẫn lao lung cùng đạo pháp và quê hương.

Hòn Ngọc Viễn Đông Việt Nam, đang lùi dần, tụt hậu, nghèo nàn, đất đai bị cắt bán. Miền Tây là vựa lúa trù phú nuôi sống cả Miền Nam nước Việt, nhưng nay đã không còn trù phú như xưa. Các tài nguyên thiên nhiên bị hủy hoại vì đói kém, rừng cây gỗ quý bị chặt đốn, xuất cảng bừa bãi, cho những lợi nhuận riêng tư. Vì không còn cây rừng ngăn chận nguồn nước thượng ngàn nên tạo thành những trận lụt hàng năm cuốn trôi nhà cửa, dân làng, thiệt hại biết bao nhiêu tài sản của người dân vốn đã nghèo khó lại thêm nghèo khó hơn.

Từ ngàn xưa, tiền nhân đã tốn bao công khó, bao xương máu để mở mang bờ cõi tiến dần về phương Nam, để bảo vệ giang sơn gấm vóc, cho đồng lúa thêm xanh tươi, cho quốc gia dân tộc được phú cường thịnh vượng. Quê hương Việt Nam đã nuôi lớn bao anh hùng liệt nữ, mong xây dựng một đất nước thái hòa ngõ hầu theo kịp đà văn minh phát triển cùng các quốc gia trên giới. Ai ai trong chúng ta cũng mong muốn bảo vệ quê hương đất nước của Cha Ông để lại. Thế nhưng, nhà nước Xã Hội Chủ Nghĩa đã không màng đến công sức tiền nhân, mà cắt đất bán biển cho ngoại nhân.

Sống trong một quê hương với bao nỗi thăng trầm, điêu linh, Thầy cũng lênh đênh theo vận nước:

"Tiếng trẻ khóc ngân vang lời vĩnh cửu
Từ nguyên sơ sông máu thắm đồng xanh
Tôi là cỏ trôi theo giòng thiên cổ
Nghe lời ru nhớ mãi buổi bình minh."
(Bình Minh – Tuệ Sỹ)

Từ thuở khai sơn phá thạch, từ thời mở nước hơn 4000 năm trước của dân tộc đến nay, tất cả hình ảnh ấy vẫn như còn hiển hiện trong tâm tư mỗi người con nước Việt. Sự kiện lịch sử hôm nay, luôn đánh thức chúng ta nhớ về tinh thần bất khuất quật cường, anh dũng của giống nòi. Tiếng nấc, uất nghẹn trào tuôn của ai đâu đó thầm tưởng về cái buổi ban sơ. Đó là tình tự được nối kết suốt theo dòng lịch sử mà chưa một thời nào bị lãng quên, lạt phai của tính mệnh và sử mệnh quê hương. Thầy luôn mang tự tình đó, luôn cất cao lời kêu gọi tất cả mọi người dân hãy nhớ đến quê hương, bảo vệ quê hương và cùng sống chết cho quê hương, mà không quay lưng trốn tránh, chối từ nhiệm vụ:

"Người đi đâu bóng hình mòn mỏi
Nẻo tới lui còn dấu nhạt mờ
Đường lịch sử
Bốn ngàn năm dợn sóng
Để người đi không hẹn bến bờ."
(Tĩnh Thất 24 – Tuệ Sỹ)

Cho một quê hương, là nỗi thao thức miệt mài trong tâm tưởng, trong ký ức muôn đời của dân tộc, là giải trừ nỗi khốn cùng của quốc nạn để xây dựng lại thời vàng son của đất nước trong cảnh thanh bình thịnh trị, có được như vậy, quê hương không thể thiếu vắng các vị khai quốc công thần, các vị hứng chịu đầu tên mũi đạn, các vị quên thân mình để hy sinh cho đất nước, đại cuộc:

"Từ những ngày Thái Bình Dương dậy sóng
Quê hương mình khô quặn máu thù chung
Nàng không mơ những chiều phơi áo lục
Mơ Trường Sơn vời vợi bóng anh hùng."

Ấy là cho một quê hương hôm nay.

Còn dân tộc thì sao? Có lẽ quá ư là thiếu thốn và hầu như mất tất cả. Mất đi một nền văn hóa dân tộc:

- Phủ nhận giá trị đạo đức, lương tâm giữa người với người. Cấm đoán tình tự viếng thăm giữa Thầy với trò, tông môn, làng nước, qua những ngày lễ lộc của dân tộc. Phá hủy và triệt tiêu hầu hết tất cả các chứng tích lịch sử: Đền đài, miếu mạo, đình làng, chùa viện để biến thành các công trình có tính cách thời thượng xã hội hiện nay. Thay tên các đường phố mang danh các vị anh hùng liệt nữ của một thời chống giặc ngoại xâm giữ yên bờ cõi. Từ những chủ trương thâm độc của người cộng sản, cố tình tẩy não người dân để không còn nhớ tưởng về quá khứ, không còn lưu lại một hình ảnh kiêu hùng mang nét đặc thù của giống nòi Đại Việt.

Người cộng sản Việt Nam chủ trương chế độ quản lý hộ khẩu, kinh tế buộc bụng. Đảng san bằng đẳng cấp người dân để chỉ còn: giai cấp lãnh đạo và quần chúng. Giai cấp lãnh đạo đảng viên thì giàu có, quan liêu, thụ hưởng vật chất dư thừa, trong khi đại đa số người dân thì buôn gánh bán bưng, nghèo khó, cơm không đủ ăn, áo không đủ mặc, bán máu nuôi gia đình, để từ đó sanh ra mọi tệ nạn xã hội: Buôn người ra ngoại quốc, xuất cảng lao động, đủ các loại bệnh tật giết hại đời sống con người. Văn hóa suy đồi, vong thân...

Giáo dục học đường suy kém, thiếu thực tiễn, dân trí thấp kém không theo kịp đà văn minh tiến bộ của thế giới mà được gọi là nền giáo dục tẩy não, nhồi sọ với khẩu hiệu: "mười năm trồng cây, trăm năm trồng người" để đi theo con người của xã hội chủ nghĩa. Sinh viên tốt nghiệp ra trường đa phần không có việc làm, nếu không phải là con cháu đảng viên, không có chỗ ứng dụng và từ đó vùi mình trong nếp sống thị thành, với bóng đêm, với những xa hoa phù phiếm bên ngoài.

Nền giáo dục bao cấp, ưu tiên cho con cháu cán bộ cắp sách đến trường, trong khi con dân thì lang thang đầu đường xó chợ, nhặt lon, ve chai, bao nhựa... sống đời lam lũ; nhưng nào ai có màng đến đời sống của người dân cùng khổ đó. Vừa không được cắp sách đến trường, vừa không có công ăn việc làm, vừa bị đẩy lùi ra khỏi thành phố, lang thang bên lề xã hội không chút tình thân. Mọi việc đều do nhà nước cai quản, người dân chỉ còn biết nuốt tủi nhục vào lòng.

Cuộc sống đầy những khó khăn thiếu thốn, có làm nhưng không được hưởng theo công sức, chỉ những người may mắn có gia đình ở hải ngoại thì đời sống tương đối không đến nỗi thiếu trước hụt sau. Nguồn ngoại tệ từ nước ngoài gửi về giúp thân nhân đã giúp cho nền kinh tế Việt Nam cũng như giúp cho các cấp lãnh đạo của nhà nước Cộng Hòa Xã Hội Chủ Nghĩa Việt Nam có đời sống vật chất hoang phí, mặc cho dân khốn khó.

30 năm đã qua, đất nước Việt Nam vẫn yếu kém, tụt hậu, các ngành khoa học, kỹ thuật, công nghệ, công nghiệp... ngay cả nghành nông nghiệp cũng không được phát triển đúng mức mặc dù Việt Nam là nước nông nghiệp, vì thế đại đa số quần chúng vẫn đói nghèo.

30 năm sống trên quê hương cùng chia sẻ những nỗi khó khăn với dân tộc, Thầy đã chứng kiến những khuôn mặt tái xanh vì thiếu ăn suy dinh dưỡng của những em bé lang thang đầu đường xó chợ. Những khuôn mặt măng sữa ngơ ngác khi bị bán ra ngoại quốc, bán thân để nuôi sống gia đình. Đó chính là một trong những thảm trạng của xã hội trên chặng đường lịch sử quê hương hôm nay.

Sống trong một quê hương với bao nỗi thăng trầm,
điêu linh, Thầy cũng lênh đênh theo vận nước

50 NĂM SINH NHẬT TUỆ SỸ

Buổi Chiều Nắng Hạ Đọc Thơ Tuệ Sỹ

PHẠM CÔNG THIỆN

Tôi đang ngồi nơi giảng đường của chùa Diệu Pháp ở California tại Huê Kỳ, chung quanh đầy tiếng chim kêu trên những cây chanh, những cây bằng lăng và những cây thông, cây tùng và những bông mộc lan trắng đang nở đầy hàng cây trên đồi dọc theo đường thoải xuống dưới kia thành phố Monterey Park.

Ngồi trên đồi cao nhìn ra xa có những rặng núi "như quáng nắng, như giấc mộng, như thành phố giữa sa mạc"...

Tôi muốn giành buổi chiều ngày hạ hôm nay để đọc lại thơ của Tuệ Sỹ, một người bạn trẻ tài ba mà tôi đã quen biết thân thiết từ lúc Tuệ Sỹ mới khoảng 19 tuổi; rồi từ năm 1966, từ Paris tôi trở về Sài Gòn và ở lại cho đến năm 1970, trong bốn năm trời, dường như không có ngày nào chúng tôi không gặp mặt nhau và chia sẻ vui buồn với nhau trên mọi bình diện. Tôi lìa Việt Nam từ năm 1970 cho đến hôm nay, như thế có nghĩa rằng 24 năm nay tôi đã xa lìa Tuệ Sỹ và chưa được dịp gặp lại. Trong thời gian ấy, Tuệ Sỹ bị Cộng sản nhốt tù từ năm 1979 cho đến năm 1981, và sau cùng từ năm 1984 cho đến năm nay, mười năm liên tục, Tuệ Sỹ vẫn bị Cộng sản nhốt tù và bị xử tử hình, rồi giảm xuống chung thân hay hai chục năm cấm cố. Lần cuối cùng tôi gặp Tuệ Sỹ thì Tuệ Sỹ mới 26 tuổi. Chiều nay, tôi giựt mình chợt nhớ rằng năm nay Tuệ Sỹ đã 50 tuổi rồi. Thế thì không còn là chú tiểu Tuệ Sỹ mà là một đại thượng tọa Thích Tuệ Sỹ! Dù trong cảnh tù ngục đói khổ trăm điều, thiền sư thiên tài Tuệ Sỹ vẫn bất khuất và hùng khí vẫn ngùn ngụt cao ngất như đỉnh Trường Sơn mà nhà thơ Tuệ Sỹ vẫn trọn đời ngưỡng vọng yêu thương trên những con đường oanh liệt khai mở cho Sử Tính quê hương được vượt thoát ra ngoài chế độ Cộng sản, cái chế độ hoang phế tàn tạ mà Tuệ Sỹ gọi là "tha ma mộ địa". Chúng ta hãy lắng nghe bài thơ "Ngục Tối" của Tuệ Sỹ:

> *Lửa đã tắt từ buổi đầu sáng thế*
> *Một kiếp người ray rứt bụi tro bay*
> *Tôi ngồi mãi giữa tha ma mộ địa*
> *Lạnh trăng tà lụa trắng trải rừng cây*
> *Khuya rờn rợn gió vèo run bóng quỉ*
> *Quì run run hôn mãi lóng xương gầy*
> *Khóc năn nỉ sao hình hài chưa rã*
> *Để hồn ta theo đốm lửa ma chơi.*

Bốn câu thơ cuối đã nói hết tất cả thế giới điêu tàn của Cộng sản Việt Nam hiện nay:

> *Khuya rờn rợn gió vèo run bóng quỉ*
> *Quì run run hôn mãi lóng xương gầy*
> *Khóc năn nỉ sao hình hài chưa rã*
> *Để hồn tan theo đốm lửa ma chơi*

Hai câu thơ cuối cùng của bài "Ngục Tối" nói lên ý chí hực lửa đốt cháy tất cả gỗ mục của tâm thức hạ liệt:

> *Khi tâm tư vẫn chưa là gỗ mục*
> *Lòng đất đen còn giọt máu xanh ngời*

Bốn câu thơ cuối của bài "Giao Hưởng Bóng Tối" rực sáng lên đôi mắt trí huệ "đáo bỉ ngạn" của Tuệ Sỹ:

> *Ôi tiết nhịp thiên tài hay quỉ mị*
> *Xô hồn ta lảo đảo giữa tường cao*
> *Trưa dài lắm ta luân hồi vô thủy*
> *Đổi hình hài con mắt vẫn đầy sao*

Tuệ Sỹ còn có những bài thơ ngắn mà âm vang phơi phới như ngọn gió rừng:

> *Lận đận năm chảy nữa*
> *Sinh nhai ngọn gió rừng*
> *Hàng cà phơi nắng lụa*
> *Ngần ngại tiếng tha phương*
> *(Năm Tàn)*

Bài Trầm Mặc đưa chúng ta đi vào sự trầm mặc ung dung, không hẳn bi quan và không hẳn lạc quan, coi cuộc đời "như quáng nắng, như giấc mộng, như thành phố giữa sa mạc: tất cả sự hiện khởi, tồn tục và biến mất đều như vậy" (như câu kệ của Long Thọ mà Tuệ Sỹ đã trích dịch trong quyển Triết Học Về Tánh Không của mình):

> *Anh ôm chồng sách cũ*
> *Trầm mặc những đêm dài*
> *Xót xa đời khách lữ*
> *Mệnh yểu thế mà hay*
> *(Trầm Mặc)*

Bài Thoáng Chốc ứng hiện lên âm hưởng thơ mộng, huyễn, bào, ảnh của Kim Cương Kinh, phối hợp bình đẳng với lòng Đại Bi sâu thẳm:

Người mắt biếc ngây thơ ngày hội cũ
Khóe môi cười nắng quái cũng gầy hao
Như cò trắng giữa đồng xanh bất tận
Ta yêu người vì khoảnh khắc chiêm bao.
(Thoáng Chốc)

Tình yêu chỉ thực sự tình yêu, tình người chỉ thực sự là tình người, vì trực thức rằng tất cả đều là khoảnh khắc chiêm bao. Mỗi khi mình trực nhận rằng chính mình cũng là "khoảnh khắc chiêm bao" thì sự bừng dậy tỉnh thức toàn diện vụt chợt tới và từ đó mình đứng dậy lao thân vào hành động thuần túy của một bậc Bồ Tát để giải thoát con người ra khỏi tất cả lao lung của đời sống. Tuệ Sỹ đã săn sàng đi vào tù để chuyển y tâm thức khả dĩ phá tung tất cả tù ngục nhân sinh.

Chúng ta hãy đọc bài "Tôi Vẫn Đợi" của Tuệ Sỹ:

Tôi vẫn đợi những đêm xanh khắc khoải
Màu xanh xao trong tiếng khóc ven rừng
Trong bóng tối hận thù tha thiết mãi
Một vì sao bên khóe miệng rưng rưng

Tôi vẫn đợi những đêm đen lặng gió
Màu đen huyền ánh mắt tự ngàn xưa
Nhìn hun hút cho dài thêm lịch sử
Dài con sông tràn máu lệ quê cha

Tôi vẫn đợi suốt đời quên sóng vỗ
Quên những người xuôi ngược Thái bình dương
Người ở lại với bàn tay bạo chúa
Cọng lau gầy trĩu nặng ánh tà dương.

Rồi trước mắt ngục tù thân bé bỏng
Ngón tay nào gõ nhịp xuống tường rêu
Rồi khép lại hàng mi về Cõi Mộng
Như sương mai như bóng chớp mây chiều.
(Tôi Vẫn Đợi)

Một bài thơ lục bát của Tuệ Sỹ có những câu khó quên:

... Sầu trên thế kỷ điêu linh
Giấc mơ hoang đảo thu hình tịch liêu
Hận thù sôi giữa nắng chiều
Sông tràn núi lở nước triều mênh mông
Khói mù lấp kín trời Đông
Trời ơi tóc trắng rủ lòng quê cha
Con đi xào xạc tiếng gà
Đêm đêm trông bóng Thiên hà buồn tênh.

Bài thơ của Tuệ Sỹ mà tôi yêu thích nhất là bài "Một Bước Đường":

Một bước đường thôi nhưng núi cao;
Trời ơi, mây trắng đọng phương nào?
Đò ngang neo bến đầy sương sớm;
Cạn hết ân tình nước lạnh sao?

Một bước đường xa, xa biển khơi
Mấy trùng sương mỏng nhuộm tơ trời
Thuyền chưa ra bến bình minh đỏ
Nhưng mấy nghìn năm tống biệt rồi.

Cho hết đêm hè trong bóng ma
Tàn thu khói mộng trắng Ngân hà
Trời không ngưng gió chờ sương đọng
Nhưng mấy nghìn sau ố nhạt nhòa.

Cho hết mùa thu biệt lữ hành
Rừng Thu mưa máu dạt lều tranh
Ta so phấn nhụy trên màu úa
Trên phím dương cầm, hay máu xanh

Tôi không thể làm việc phê bình thơ; tôi chỉ muốn cho Thơ của Tuệ Sỹ tự hiện diện từ chính nơi tự tánh của Thi Ca, không cần sự can thiệp trực tiếp hay gián tiếp của một cái gì khác bên ngoài, như chính Tuệ Sỹ đã tự nói trong hai câu đầu một bài thơ chữ Hán do Tuệ Sỹ làm:

Tự tâm tự cảnh tự thành chương
Tự đối bi hoan diệc tự thưởng
(Tác Thi Sự)

và Thi sĩ Vân Nguyên đã dịch:

Cô độc cảnh tâm thơ tự xuất
Tự ngắm buồn vui tự thưởng thức

hay dịch sát nghĩa:

Từ lòng mình, tự cảnh vật, tự thành chương cú
Tự đối mặt với những buồn vui rồi tự mình thưởng thức

Thay vì "chương cú" như Vân Nguyên đã dịch sát nghĩa, tôi muốn dịch thoát trùng khơi là "chương khúc"... Nhưng Vân Nguyên đã tài tình chuyển là "THƠ TỰ XUẤT".

Mấy chục năm qua, Tuệ Sỹ đã làm rất nhiều thơ, nhưng Ni Cô Tuệ Hạnh chỉ thu nhặt được mấy chục bài và cho in lại với nhan đề thi tập là Ngục Trung Mị Ngữ, do Quảng Hương Tùng Thư xuất bản. Đặc biệt trong thi tập này có 18 bài thơ mà Tuệ Sỹ làm thẳng bằng chữ Hán, có một bài làm xúc động tâm hồn tôi đến cực điểm, bài Cúng Dường:

Phụng thử ngục tù phạm
Cúng dường Tối Thắng Tôn
Thế gian trường huyết hận
Bình bát lệ vô ngôn

Thượng Tọa Viên Lý dịch lại như sau:

Hai tay nâng chén cơm tù
Dâng lên từ phụ bậc Thầy nhân thiên
Thế gian huyết hận triền miên
Bưng bình cơm độn lặng yên lệ trào.

Nhà thơ Vân Nguyên cũng có dịch như sau:

Dâng chén cơm tù lên
Cúng dường Tối Thắng Tôn
Thế gian tràn oán hận
Ôm chén lòng khóc thầm.

Tất cả hành động chính trị thường tình đều phiến diện; ý thức chính trị toàn diện chỉ được thể hiện nơi một con người vừa là thi sĩ vừa là thiền sư đạo sĩ vừa là nhà hành động nhập thế với tinh thần "vô công dụng hạnh" của bậc Bồ Tát, hành động tích cực mãnh liệt toàn triệt mà vẫn giữ cảm thức viễn ly và viễn mộng. Vì không tham vọng ích kỷ mù quáng cho nên mới nuôi dưỡng cảm thức viễn ly, vì không bị kẹt dính vào tham, sân và si của thế tục cho nên mới hàm dưỡng viễn mộng. Làm chính trị mà biết mơ mộng và sống thơ mộng, biết viễn ly và viễn mộng, khó thấy lắm trong lòng thực tại bi đát của quê hương hiện nay.

Tuệ Sỹ là một trong số ít đạo sĩ thi nhân với pháp khí phi thường là Trí Huệ Bát Nhã cùng với lòng Đại Bi Thơ Mộng, Tuệ Sỹ là một trong số ít thể hiện được ý nghĩa trọn vẹn của Ý thức chính trị toàn diện, ý thức hành động Bi Chí Dũng dẫn đường soi sáng Thế Mệnh của Sử tính quê hương.

Nhân dịp kỷ niệm sinh nhật 50 năm của Tuệ Sỹ, qua đài phát thanh Nhà Nước Úc Châu SBS, và nhờ lời mời của nhà thơ Ngọc Hân, vị phụ trách chương trình Việt ngữ của đài SBS, tôi xin thân yêu gửi một quà tặng bí mật đến thiền sư thi sĩ Tuệ Sỹ: tất cả năng lực tâm linh và tinh thần của vũ

trụ được súc tích cô đọng trong câu đại thần chú đạo sư Tây
Tạng Liên Sinh Bồ Tát:

OM AH HUM VAJRA GURU PADMA SIDDHI HUM!

California, ngày 20 tháng 6, 1994

————————

    ** Bài này đã được phát thanh trực tiếp từ Hoa Kỳ sang
Úc Châu do đài phát thanh Úc Châu SBS, ngày 20 tháng 6
năm 1994.*

Bức Chân Dung Thích Tuệ Sỹ hay Trang Sử Sống Của Việt Nam Thời Nay

Nam Dao (VNN)

Từ cổ chí kim hay từ Đông sang Tây, cho dù là giống dân nào ở thời đại nào đi chăng nữa thì chắc đa số trong nhân loại đều đồng ý với nhau ở một điểm liên quan đến nội dung câu nói: *"Coi mặt mà bắt hình dong."* Đối với những thầy tướng số thì ánh mắt là nơi bắt mạch gian ác tà thiện của con người. Có những ánh mắt láo liên làm chúng ta cảm thấy e dè bất ổn. Có những ánh mắt gian ác làm chúng ta lạnh người run sợ. Thế nhưng cũng có những ánh mắt từ bi bác ái đem lại nguồn an tịnh cho con người.

Trong gian đoạn đen tối của lịch sử Việt Nam hiện nay, sự tà thiện hiện rõ như mực đen trên trang giấy trắng. Chả cần phải là thầy bói, những nạn nhân của trại cải tạo nói riêng và đại khối dân tộc nói chung đều đã mang vào ký ức của cuộc đời họ những ánh mắt tàn bạo một thời đã tàn phá mảnh đời họ đến rách nát. Đối chiếu với những ánh mắt tàn bạo đó dân tộc Việt Nam ngày hôm nay cũng lại cảm nhận được dù chỉ được nhìn qua hình ảnh những ánh mắt từ bi xây dựng tình người của những bậc tù nhân lương tâm tu hành cao cả như Đại Lão Hòa Thượng Thích Huyền

Quang, Hòa thượng Thích Quảng Độ, Thượng tọa Thích Tuệ Sỹ, linh mục Nguyễn Văn Lý v.v..

Tuy không biết nhiều về bói toán, nhưng khi ngắm nhìn chân dung của những bậc tù nhân lương tâm tu hành nói trên tôi cảm thấy những ánh mắt kia nào có khác chi những bông sen ngát hương thơm từ ái nở trên vũng bùn lầy bạo lực. Tinh thần từ ái đó mạnh đến nỗi tôi không hề thấy hiện trên khuôn mặt quý Ngài một dấu vết dù nhỏ nhoi biểu lộ sự oán giận những kẻ đã đầy đọa cuộc đời quý Ngài. Hình ảnh quý Ngài đã phản ảnh phần nào tinh thần bao dung trong văn hóa Việt Nam có từ ngàn xưa.

Trong tất cả những bức chân dung của những vị tu hành, có một tấm hình đặc biệt làm tôi xúc động suy tư để rồi đưa ra một kết luận cho riêng mình: bức chân dung của Thượng tọa Thích Tuệ Sỹ mà tôi được nhìn thấy trên những tờ truyền đơn Niềm Tin Thắng bạo lực, theo tôi đó chính là biểu tượng cho trang sử sống của Việt Nam thời nay, một trang sử pha trộn những nét bi hùng tráng và đen tối những đau thương hấp hối tình người.

Phải ! Chân dung của Thượng tọa Thích Tuệ Sỹ chính là biểu tượng cho trang sử sống của thời đại Việt Nam ngày hôm nay. Khi nhìn bộ mặt chỉ còn da bọc xương của người tù Thích Tuệ Sỹ bị giam lỏng tôi tránh sao không khỏi liên tưởng đến hình ảnh các trẻ em Phi Châu chờ chết vì đói chỉ vì quê hương các em quá nghèo nàn lạc hậu không đủ sức cưu mang các em. Đối với những người ngoại quốc nào không theo dõi tình hình chà đạp nhân quyền ở Việt Nam thì tấm hình Thích Tuệ Sỹ sẽ làm họ liên tưởng đến một nước Việt Nam khốn cùng không thua gì các xứ Phi Châu chậm tiến. Điều họ nghĩ quả không sai sự thật vì Việt Nam nằm trong danh sách của 10 quốc gia nghèo nhất thế giới. Cho nên khuôn mặt da bọc xương của Thượng Tọa Thích Tuệ Sỹ là biểu tượng cho tầng lớp đại đa số quần chúng Việ

Nam không có đủ cơm ăn trong cuộc sống hàng ngày đầy rẫy những tủi nhục lầm than trong bóc lột và áp bức. Dân tôi khốn đốn là thế đó. Trẻ thơ nào có được cắp sách đến trường mà phải lê lết đầu đường xó chợ nhặt từng mảnh giấy vụn đem đi bán hay moi thùng rác tìm thức ăn thừa để cầm cự sống qua ngày. Còn người già thì lấy trăng sao làm nhà, gió mưa làm bạn. Thế mà nhà nước CSVN vẫn cứ khoe khoang thành tích xây dựng Xã hội Chủ nghĩa ngày càng tốt đẹp, vỗ ngực tự hào chuyện chăm lo dân thật tử tế ! Vậy thì bộ xương cách trí của người tù Thích Tuệ Sỹ này hẳn phải là bằng chứng của sự đối xử tàn bạo của chính quyền đối với người công dân vô tội tên Thích Tuệ Sỹ. Thích Tuệ Sỹ xơ xác bởi vì đâu ? Phải chăng vì Ngài đói tự do ngôn luận? Thích Tuệ Sỹ khô đét bởi vì đâu? Phải chăng vì Ngài khát sự đối xử công bằng giữa người và người? Mỉa mai thay, trong cơn đói khát tâm linh đó Ngài lại bị nhồi đến căng bụng bởi những trận đòn khủng bố và những món ăn tự do dân chủ khó tiêu được xào nấu bằng loại dầu mang nhãn hiệu Định hướng theo Cộng Hòa Xã Hội Chủ Nghĩa Việt Nam. Loại dầu độc đó đã làm cho người tù lương tâm Thích Tuệ Sỹ giờ chỉ còn da bọc xương. Loại dầu đó không phải chỉ đốt cháy những tế bào tự do nuôi sống xác thân người tù Thích Tuệ Sỹ mà nó đã thiêu hủy cả bầu trời tự do và những giá trị đạo đức tinh thần trong mỗi con người Việt Nam. Ngày hôm nay, nếu có ai hỏi tôi về tự do dân chủ ở Việt Nam tôi chỉ cần đưa họ xem chân dung Ngài là họ tìm thấy liền câu trả lời thật chính xác và thật sống động. Vâng, chỉ mỗi cái đầu còn da bọc xương của nhà học giả tù nhân lương tâm tên Thích Tuệ Sỹ cũng đủ diễn tả trọn vẹn khúc quanh đen tối của lịch sử Việt Nam ngày hôm nay, một trang sử buồn đậm những dòng chữ chà đạp tự do dân chủ và tình người.

Thi sĩ Nguyễn Chí Thiện đã viết một câu thơ khi ông còn bị giam trong ngục tối: *"Trong bóng đêm phục sẵn một mặt trời.*" Câu thơ này làm tôi liên tưởng đến một mặt trời đã phục sẵn trong hốc mắt thâm sâu của người tù Thích Tuệ Sỹ là biểu tượng của bóng đêm lịch sử Việt Nam ngày hôm nay. Mặt trời đó chính là ánh mắt từ bi sâu thẳm đang sưởi ấm bóng đêm lạnh ngắt tình người. Mặt trời đó cũng chính là tinh thần bất khuất của dòng giống Tiên Rồng không chịu cúi đầu trước bạo lực, là nguồn mạch ngầm từ ngàn xưa từng luân lưu bất tuyệt trong dòng lịch sử truyền thừa của Phật giáo Việt Nam ngày hôm nay. Nguồn mạch ngầm này đang tiếp tục cuồn cuộn chảy nuôi sống tâm linh Thích Tuệ Sỹ, là sức mạnh tinh thần vô biên giúp cho Thích Tuệ Sỹ đứng trên mọi bạo lực, từ bi hiên ngang hiện hữu trên cõi đời này dẫu xác thân Ngài giờ chỉ còn là da bọc xương.

Càng ngắm nhìn chân dung Ngài tôi lại càng thấu hiểu câu nói ánh mắt là cửa sổ của tâm hồn. Tâm hồn bất khuất và bao dung của dân tộc Việt Nam có từ ngàn xưa đang bàng bạc phảng phất trong ánh mắt của người tù Thích tuệ Sỹ ngày hôm nay. Qua hốc mắt sâu thẳm đó tôi đã cảm nhận được một dòng suối Từ trong tim Ngài chảy ra, một dòng suối phát xuất từ mạch ngầm tự nghìn xưa đang âm thầm cố gắng xoa dịu những đổ vỡ điêu tàn của dân tộc.

"Trong bầu không khí được bao trùm bởi trạng thái ứ đọng của vũng nước ao tù, bị cắt đứt với mạch nguồn quá khứ, bị che chắn khuất tầm nhìn tương lai...", một bông sen Thích Tuệ Sỹ đã trồi lên từ vũng nước ao tù đó. Bông sen ngát hương Bi Chí Dũng làm sống dậy lịch sử hào hùng của những bậc chân tu Trần Hưng Đạo, Lý Thường Kiệt vì lòng từ bi muốn cứu độ chúng sinh thời đó nên đã tạm cởi chiếc áo nhà tu khổ hạnh đi vào đấu tranh để cho đất nước ta được độc lập ấm no và tồn tại cho tới ngày hôm nay. Dòng suối Từ của Đức Trần Hưng Đạo, Lý Thường Kiệt và Thiền sư Vạn Hạnh giờ đây đang luân lưu trong ánh mắt Thượng Tọa Thích Tuệ sỹ và quý Thầy lãnh đạo Giáo Hội

Phật Giáo Việt Nam Thống Nhất, là thức ăn tinh thần nuôi sống những tâm hồn vị tha cao cả đó - những Người Lái đò lịch sử đang cố gắng Chèo Con Đò Lịch Sử Việt Nam vượt qua những trận cuồng phong tàn bạo để sớm đưa dân tộc và đạo pháp đến được bến bờ an lạc, hạnh phúc trong nắng ấm của tình người.

Kính Bạch Thượng Tọa Thích Tuệ Sỹ,

Con tránh sao không khỏi đau lòng khi chọn chân dung Ngài là bức tranh sống của lịch sử Việt Nam đen tối thời nay. Thế nhưng trong sự đau buồn đó lòng con lại nhen nhúm một niềm hãnh diện về sự kiên cường bất khuất không cúi đầu trước bạo lực lẫn tấm lòng bao dung của dòng giống Lạc Việt đã được thể hiện qua ánh mắt Từ bi Chí Dũng của Ngài. Bức chân dung Thích Tuệ Sỹ nào khác chi một lời huấn từ nhắc nhở con và những ai còn nghĩ mình còn là người Việt Nam rằng trước khúc quanh cực kỳ đen tối của lịch sử Việt Nam ngày hôm nay muôn người như một phải bỏ qua mọi dị biệt, đến với nhau trong tinh thần Hòa đồng, để cùng với đại khối dân tộc lèo lái con thuyền quốc gia sớm vượt qua cơn lốc độc tài đảng trị hầu đem lại những mùa xuân hạnh phúc cho muôn dân. Trên hải trình vạn dặm gian nan lướt con sóng độc tài, con luôn ghi nhớ lời Thầy nhắc nhở phải lắng nghe trong tâm mình *"dòng suối Từ vẫn âm thầm tuôn chảy, để xoa dịu những đau thương mất mát, để hàn gắn những đổ vỡ điêu tàn của dân tộc."* Đây mới là điều chính yếu nói lên sự khác biệt giữa những con người thật sự Việt Nam thấm nhuần lòng bao dung của tổ tiên với những con người lãnh đạo Cộng Sản Việt Nam đã bị chủ thuyết ngoại lai phá hủy toàn diện cội nguồn Việt Nam trong tâm hồn họ.

Bạch Thầy,

Quý Thầy đã đem lại cho con và đặc biệt cho tuổi trẻ Việt Nam ngày hôm nay niềm tự hào về quê hương dân tộc.

Quý Thầy đã dạy cho chúng con một bài học lịch sử hào hùng về ý chí quật cường bất khuất của dòng giống Tiên Rồng, được tiếp nối ngày hôm nay qua cuộc đời tù tội của Quý Thầy. Bài học tự rèn luyện cho mình một tín tâm bất hoại, một đức tính dũng mãnh vô úy để có thể *"đứng thẳng trên đôi chân của chính mình bằng đôi mắt của trí tuệ và hùng lực nhìn thẳng không khiếp sợ vào quyền lực xấu ác của thế gian, tự xác định hướng đi cho bản thân để làm những việc cần làm cho chính mình và cho mọi người."* Một bài học tu hành nhắc nhở con và các Phật tử rằng trong giai đoạn Phật pháp lâm nạn ngày hôm nay thì chuyện sống hay chết, vinh hay nhục, sẽ không làm dao động tâm tư của những ai biết sống và chết xứng đáng với phẩm cách của con người, không hổ thẹn với phẩm hạnh cao quý của bậc xuất gia.

Bạch Thầy,

Dẫu con biết rằng những lời vấn an gửi đến Thầy cũng bằng thừa vì Thầy đã chấp nhận cái chết để đổi lấy tự do hạnh phúc cho muôn dân. Tuy nhiên nơi phương trời xa xăm con vẫn xin mạn phép gửi đến Thầy lời vấn an chân thành nhất của một công dân nước Việt nguyện cố sống với những điều mà Thầy đã giảng dạy:

Các con hãy tự hào với niềm tự hào trong trắng và vô tư của tuổi trẻ đứng thẳng trên đôi chân của chính mình bằng đôi mắt của trí tuệ và hùng lực mà nhìn thẳng không khiếp sợ vào quyền lực xấu ác của thế gian, tự xác định hướng đi cho bản thân để làm những việc cần làm cho chính mình và cho mọi người.

Dòng suối Từ cuồn cuộn chảy trong hốc mắt sâu thẳm bất khuất của Thầy đã trở thành tiếng gọi của Hội nghị Diên Hồng dìu dắt con và tuổi trẻ Việt Nam ngày hôm nay vững bước trên con đường đấu tranh đòi lại những quyền tự do căn bản cho dân mình. Ánh mắt Từ Bi Chí Dũng đó cũng đã đưa con đến với Đạo. Đạo làm người với ý nghĩa đúng đắn nhất của nó.

(Adelaide 03-12-01, Úc Châu)

một bông sen Thích Tuệ Sỹ đã trôi lên từ
vũng nước ao tù đó

Tường trình về chuyến đi chữa bệnh

Của

ĐẠI LÃO HÒA THƯỢNG HUYỀN QUANG

Thượng tọa
THÍCH
TUỆ SỸ

Kính gởi: Hòa Thượng Viện Trưởng Viện Hóa Đạo
GHPGVNTN tại Thanh Minh Thiền Viện
TP/ Hồ Chí Minh

Kính Bạch Hòa Thượng,

Đầu tháng 01/2003, khối u má phải của Hòa Thượng xử lý Viện Tăng Thống GHPGVNTN bỗng mỗi ngày một lớn dần. Vì đang trong tình trạng bị quản thúc nên Hòa Thượng lờ đi.

Nhưng đến cuối tháng 01 đầu tháng 02/2003, khối u vẫn tiếp tục lớn lên, lại có tình trạng đỏ ửng, đau nhức; do vậy, ngày 14/02/2003 Hòa Thượng đã được đưa đi khám ở bệnh viện Quảng Ngãi.

Sau khi khám, bệnh viện Quảng Ngãi cho biết sẽ đưa Hòa Thượng vào thành phố Hồ Chí Minh để điều trị. Trong khi chờ đợi, Hòa Thượng đã chữa thuốc Nam; không có hiệu quả. Ba ngày sau, được biết bệnh viện sẽ chuyển Hòa Thượng lên tuyến trên để điều trị, tức đi Hà Nội.

Sáng ngày 04/03//2003, Hòa Thượng được đưa đến chùa Quang Minh, Đà Nẵng, chờ tàu. Tại đây, chư Tăng Thừa Thiên - Huế, gồm có Hòa Thượng Thích Như Đạt, Hòa Thượng Thích Thiện Hạnh cùng nhiều vị Thượng Tọa đã có mặt để tiễn chân. Đến 13 giờ, Hòa Thượng rời chùa, ra ga.

Trước đó, ngày 03/03/2003, con đang nhập thất, nhận được giấy thị giả đưa vào. Ghi rằng: "Hòa Thượng từ Quảng Ngãi cần nói chuyện với Thầy." Sau khi nói điện thoại xong, Hòa Thượng gọi vào, nói rằng:

- *Tôi đi Hà Nội, Thầy đi với tôi nghe.*

Tôi thưa:

- *Dạ Ôn kêu thì con đi.*

Hòa Thượng dạy:

- *Ôn kêu thì đi nha, nhưng Thầy đi với tư cách Tổng Thư ký Viện Hóa Đạo chứ không chỉ là thị giả đâu nghe.*

- *Con sẽ đến Hà Nội trong ngày mồng 4.*

Đến sáng ngày 05/03/2003, Hòa Thượng mới đến Hà Nội. Ngài được đến khách sạn Cây Xoài đường Lê Duẩn - Hà Nội.

Khoảng 7 giờ sáng, con đến hầu Hòa Thượng, 9 giờ sáng Hòa Thượng được đưa đến bệnh viện K.

Sau khi lập xong thủ tục nhập viện, Hòa Thượng được bố trí cho một phòng riêng, tuy không tiện nghi cho lắm. Bác sĩ đến khám, Bác sĩ giám đốc bệnh viện đến thăm, ông nói:

- *Bệnh viện, xuống cấp, đang sửa chữa nên không được tiện nghi, hơi ồn ào, nhưng đây là phòng tốt nhất.*

Sau đó, Bác sĩ phẫu thuật đến khám, rồi nói đợi hội chẩn xong sáng mai có thể tiến hành ca mổ.

Ngày 06/03/2003, lúc 9 giờ sáng, Hòa Thượng được

giải phẫu. Thời gian giải phẫu khoảng 30 phút. Xong xuôi, Hòa Thượng được đưa về phòng điều trị. Tình trạng sức khỏe của Hòa Thượng sau khi mổ vẫn khỏe khoắn bình thường. Đến chiều, lúc 15 giờ, ông Phạm Thế Duyệt, Chủ tịch Mặt Trận Tổ Quốc Việt Nam đến thăm. Ông nói:

- Sau khi bình phục xin mời Hòa Thượng đến thăm Mặt Trận.

Hòa Thượng nói, Ngài nhận lời với điều kiện là Chính phủ phải trả lời cho rằng, GHPGVNTN có tội gì với đất nước mà bị cấm hoạt động? Ông Phạm Thế Duyệt nói, mời Hòa Thượng đến rồi sẽ bàn.

Ngày 07/03/2003, Hòa Thượng Thích Thanh Tứ và các Thượng Tọa ở chùa Quán Sứ, đại diện Hội Đồng Trị sự Trung Ương GHPGVN, tại Hà Nội đến thăm. Trước khi ra về, Hòa Thượng Thanh Tứ mời Đại lão Hòa Thượng, sau khi xuất viện đến chùa Quán Sứ nghỉ ngơi.

Đại lão Hòa Thượng được Bác sĩ, y tá bệnh viện chăm sóc thuốc men trong các ngày kế tiếp. Bác sĩ cho biết đến ngày thứ tư, 12/03/2003, sẽ cắt chỉ. Khoảng ngày thứ 6 sau phẫu thuật, không còn thấy Bác sĩ, y ta chăm sóc y tế cho Hòa Thượng, coi như vết mổ đã lành. Nhưng đến ngày thứ tư, 12/03/2003, Bác sĩ lại cho biết, ngày thứ năm, 13/03/2003, mới cắt chỉ cho an toàn.

Chiều thứ tư, 12/03, lúc 15 giờ, con xin phép Hòa Thượng về chùa nghỉ. Trên đường về, nhận được điện thoại thị giả báo cho biết có đại diện phái đoàn Ủy Hội Châu Âu (EUROPEAN UNION, DELEGATION OF THE EUROPEAN COMMISSION TO VIET NAM) tại Việt Nam, đến thăm Hòa Thượng. Con liền quay lại bệnh viện. Khi lên phòng, con đã thấy hai vị đại diện đang nói chuyện với Hòa Thượng. Sau khi giới thiệu, con được biết đó là các ông MAURIZIO CALDARONE, Bí thư thứ nhất, Trưởng phân ban chính trị - kinh tế - thương mại; và ông

JORDI CARRASCO - MUNOZ, cố vấn kinh tế. Quý vị tiếp tục nói chuyện được chừng 5 phút nữa, thì cô y tá vào yêu cầu tất cả ra ngoài để cô chích thuốc. Thông dịch viên đề nghị để phái đoàn nói chuyện xong. Cô y tá đi ra, lát sau lại trở vào, thị giả yêu cầu cô ra ngoài đợi. Lát sau, một Bác sĩ có mang bảng tên bước vào, nói để cho bà làm nhiệm vụ. Thị giả cũng yêu cầu để Hòa Thượng tiếp khách một lúc. Bà bước ra. Ngay sau đó, một người khoác áo Bác sĩ, không có bảng tên, chen vào, kéo các vị kia ra.

Con đưa hai vị đại diện xuống lầu. Ở chỗ khuất, họ đề nghị ngày mai sẽ đến bệnh viện đón con đến trụ sở của Liên Hiệp Âu Châu tại Việt Nam của họ để trao đổi. Sau vài phút, có ông WATSON, Bí thư thứ hai của tòa Đại sứ Mỹ tại Hà Nội đến thăm Hòa Thượng. Phòng điều hành trả lời, không có Hòa Thượng ở đây. Vị này gặp một Tu sĩ tại sân bệnh viện, hỏi thăm. Tu sĩ này báo tin cho con hay, con đã xuống sân đưa ông lên thăm Hòa Thượng. Sau khi chào hỏi được vài phút, có cô y tá khác đề nghị khách đi về để cô làm nhiệm vụ. Ông Bí thư yêu cầu để ông nói chuyện với Hòa Thượng. Cô đi ra. Bên ngoài phòng có nhiều y tá và Bác sĩ, có bảng tên và không bảng tên, đòi vào phòng mời vị khách ra về. Hai vị thị giả đã tìm mọi cách cản họ. Hòa Thượng tiếp ông Bí thư khoảng 30 phút. Ông Bí thư nói:

- Chính phủ Mỹ hy vọng trong một ngày rất gần Hòa Thượng được trả tự do để có thể đi lại Sài Gòn thoải mái. Chính phủ Mỹ cũng hy vọng trong một ngày rất gần GHPGVNTN được sinh hoạt bình thường trở lại.

Ngày hôm sau, thứ năm 13/03/2003, khoảng 9 giờ 20 sáng, hai ông JORDI CARRASCO - MUNOZ và MAURIZIO CALDARONE đã thân hành đi taxi đến đón con tại cổng bệnh viện và đưa về trụ sở Liên Hiệp Âu Châu, số 56 Lý Thái Tổ, Hà Nội. Tại đây con được mời vào hội trường và được giới thiệu với các vị đại diện sau đây:

- Frédéric Baron, Đại sứ, Trưởng phái đoàn.

- Martin Allgaeuer, Bí thư thứ nhất, Lãnh sự Đại sứ quán Áo.

- Jonathan Dunn, Bí thư thứ hai, Đại sứ quán Anh.

- Giovanni Favilli, Bí thư thứ hai, Đại sứ quán Ý.

- Iren Knoben, Bí thư thứ hai, Đại sứ quán Vương Quốc Hà Lan.

- Helena Sangeland, Tham tán, Đại sứ quán Thụy Điển.

- Michèle Sauteraud, Tham tán thứ nhất, Đại sứ quán Pháp.

- Merja Sundberg, Tham tán, Đại sứ quán Phần Lan.

Sau khi an tọa, ông Maurizio Caldarone báo cáo việc đi thăm Hòa Thượng ngày hôm qua, bị cản trở bởi nhân viên bệnh viện, không cho nói chuyện. Hôm nay ông có mời Thượng Tọa Tuệ Sỹ, Tổng Thư ký, GHPGVNTN đến để thuyết minh về tình hình Phật Giáo Việt Nam. Tiếp đó ông Đại sứ Frédéric Baron, trưởng phái đoàn Liên Hiệp Châu Âu tại Việt Nam, tuyên bố:

- Đây là lần đầu tiên đại diện Liên Hiệp Châu Âu tại Hà Nội, chính thức có cuộc họp với đại diện GHPGVNTN, Thượng Tọa Thích Tuệ Sỹ, Tổng Thư ký Viện Hóa Đạo.

Rồi ông nhường lời cho con. Con trình bày 4 điểm chính sau đây:

1. Những thiệt hại về mặt văn hóa-xã hội mà Phật Giáo Việt Nam tại miền Bắc đã phải gánh chịu từ năm 1945 - 1975. Những thiệt hại to lớn ấy vẫn tiếp tục ảnh hưởng tại miền Nam từ năm 1975-1984.

2. Từ năm 1982, với mục đích sử dụng Phật Giáo như một công cụ để bảo vệ Đảng, nhà nước Cộng hòa Xã hội Chủ nghĩa Việt Nam đã ức chế mọi hoạt động của GHPGVNTN và thành lập Giáo Hội Phật Giáo mới, liệt vào một trong các thành

viên của Mặt Trận Tổ Quốc. Chúng tôi coi đó là một tổ chức chính trị, không phải là một tổ chức Phật Giáo. Phật Giáo Việt Nam cần có một tổ chức thuần túy để hướng dẫn Tăng Ni Phật tử sống và tu tập đúng theo giáo lý Đức Phật, không bị chỉ đạo bởi bất cứ đảng phái chính trị nào. Hẳn quý vị đã biết, tại Âu Châu, khi nhà nước và tôn giáo kết hợp lại với nhau thì nhân dân phải chịu vô vàn thống khổ.

3. Qua trường hợp Hòa Thượng Thích Huyền Quang và Hòa Thượng Thích Quảng Độ, chứng tỏ nhà nước hành sử tùy tiện, không dựa trên một nền tảng luật nào. Điều này đã xúc phạm phẩm giá con người. Theo truyền thống của chúng tôi, người dân không bao giờ nói xấu chính phủ mình với nước ngoài. Trong tinh thần dân tộc tự quyết, chúng tôi không yêu cầu chính phủ nước ngoài can thiệp vào công việc nội bộ của đất nước chúng tôi. Nhưng ở đây, khi phẩm giá con người bị xúc phạm thì không phải là vấn đề cá nhân hay nội bộ của một đất nước, mà là vấn đề chung của nhân loại, mọi dân tộc trên thế giới đều có bổn phận phải bảo vệ.

4. Để Phật Giáo có thể nói lên tiếng nói trung thực, chúng tôi cần có tự do ngôn luận để giải thích những ngộ nhận và xuyên tạc đối với giáo lý của đạo Phật. Giáo lý Phật Giáo không phải là một công cụ văn hóa để giải thích chủ nghĩa Marx.

Buổi họp kết thúc vào lúc 12 giờ trưa.

Sau đó, ông Maurizio Caldarone và Jordi Carrasco - Munoz đã đề nghị con đưa họ đến thăm Hòa Thượng tại bệnh viện. Đến đây mới biết Hòa Thượng đã về chùa Phụng Thánh. Con dẫn họ về chùa Phụng Thánh và được Hòa Thượng tiếp ở phòng khách của chùa.

Vị đại diện báo cáo với Hòa Thượng, sáng nay, phái đoàn Liên Hiệp Châu Âu tại Việt Nam đã có buổi họp với Thượng Tọa Tổng Thư ký Viện Hóa Đạo GHPGVNTN ở trụ sở của Liên Hiệp. Ông nói tiếp, Liên Hiệp Châu Âu đã và đang làm hết sức mình để Giáo Hội Phật Giáo Việt Nam Thống Nhất được sinh hoạt bình thường. Hôm nay, may mắn không bị cản trở bởi nhân viên y tế nên được nói chuyện thân mật với Hòa Thượng, mong được tiếp tục câu dở dang hôm qua. Hòa Thượng cám ơn Liên Hiệp Châu Âu đã tận tình giúp đỡ nhân dân Việt Nam trong lúc đất nước chúng tôi đang nghèo khó, và Hòa Thượng đã trình bày những khó khăn mà Phật Giáo Việt Nam đã trải qua gần 30 năm nay, và tình trạng giam giữ không lý do đối với Hòa Thượng 22 năm nay.

Buổi nói chuyện kết thúc lúc 13 giờ 30'.

Ngày 12/03/2003, khoảng 10 giờ tối, Hòa Thượng Huyền Quang đã gọi điện thoại vào Huế yêu cầu Hòa Thượng Thiện Hạnh ra Hà Nội gấp.

Chiều 13/03/2003, Hòa Thượng Thiện Hạnh cùng Thượng Tọa Phước Viên đến Hà Nội lúc 15 giờ 30'.

Tối đó, tại chùa Kim Liên, Đại lão Hòa Thượng đã chỉ định các vị sau đây, ngày mai hầu Hòa Thượng đi đến gặp Mặt Trận: Hòa Thượng Thích Thiện Hạnh, Thượng Tọa Thích Tuệ Sỹ, Thượng Tọa Thích Phước Viên. Nội dung để nói trong buổi gặp có 3 điểm:

1. Vấn đề pháp lý về việc giam giữ và trả tự do của Hòa Thượng Huyền Quang.

2. Vấn đề pháp lý về việc xử lý án phạt phụ đối với Hòa Thượng Quảng Độ.

3. Vấn đề pháp lý về sự tồn tại và hoạt động của GHPGVNTN; phục hoạt GHPGVNTN; và quy chế của Phật Giáo trong đó, Phật Giáo không phải là thành viên của Mặt Trận.

Sáng ngày 14/03/2003, theo dự định thì lúc 9 giờ Hòa Thượng được đưa sang thăm Mặt Trận. Nhưng khi gần 9 giờ, từ chùa Quán Sư báo cho biết, Mặt Trận chưa biết tin Hòa Thượng sang thăm. Hòa Thượng cho thị giả liên lạc, được biết Mặt Trận sẽ tiếp Hòa Thượng, nhưng ngay lúc này thì chuẩn bị không kịp vì ông chủ tịch đi viện khám bệnh chưa về. Khoảng 9 giờ 30', có điện nói là từ Mặt Trận gọi cho biết, ông chủ tịch đã về, đang chờ tiếp Hòa Thượng.

Hòa Thượng trả lời, *bây giờ đã hết giờ đi thăm.*

Đến 2 giờ chiều, cô cán bộ Mặt Trận đến chùa Kim Liên nói, ông chủ tịch bảo đến mời Hòa Thượng sang thăm, ông đang đợi. Xe đưa Hòa Thượng đi. Trong khi gặp ông chủ tịch Mặt Trận, Hòa Thượng đã nêu những vấn đề mà Chính phủ đã đối xử với Phật Giáo trong 30 năm qua. Ông chủ tịch hứa sẽ trình lên cấp trên để giải quyết. Chương trình những ngày tới, mọi việc sẽ được tiếp tục sau khi Hòa Thượng đi thăm Chính phủ. Việc đi lại Mặt Trận đã cho một chiếc xe túc trực đưa đón Đại lão Hòa Thượng.

PL - 2546
Hà Nội, ngày 15 tháng 03 năm 2003.

sáu

Cội Thông Già Trên Sườn Núi Tuyết

NGUYÊN SIÊU

Qua mấy nghìn năm, cội thông trên sườn núi tuyết vẫn hiên ngang, sừng sững, im lìm, thi gan cùng tuế nguyệt, mặc cho nắng sớm mưa chiều.

Thông vươn mình cao vút với tấm thân sù sì, nứt nẻ của những mảnh vỏ hình dáng vuông, tròn bất nhất, biểu tượng cho sự tăng trưởng không giới hạn. Những nhánh thông vươn xa tạo nên bóng mát cho cỏ cây trên mặt đất. Lá thông xanh mướt, uốn mình vi vu theo gió ngàn như những nhạc khúc bất tận. Bão táp mưa sa cũng không làm mất đi nét kiêu hùng của cội thông.

Sức sống của cội thông là tiềm năng ẩn kín trong lòng đất, những đường rễ dài ăn sâu dưới mặt đất đã thu hút dưỡng chất để nuôi thông cho cành lá xum xuê. Nhờ sức sống sung mãn tốt tươi nên tàng thông đã là nơi nương tựa cho bao nhiêu loài sinh vật, cho chim chóc có nơi trú ngụ bốn mùa.

Khác với mọi năm, mùa đông năm nay tuyết rơi ngập tràn làm những cây thông con phải gục đầu hứng chịu trong cơn giá buốt. Bao nhiêu cây rừng yếu sức, co ro lạnh giá, cành lá chơ vơ, khẳng khiu gầy guộc trắng xóa trong màn tuyết. Thế nhưng, trong không khí buốt giá của mùa đông giữa núi rừng tuyết phủ, cội thông ngàn năm kia như vẫn toát ra một sức sống ấm áp để che chở cho vạn loài.

Cội thông như nhận biết bổn phận của mình giữa núi rừng sương tuyết, nên thông cứ mãi vươn lên bất tận. Nắng lửa mùa hè gay gắt ụp xuống đầu thông, mưa đêm tầm tã như thác đổ, thông cũng trải mình đón nhận, không than van, trách cứ. Phải chăng đó là đức tính nhẫn nhục ngàn đời của thông, thẳng thắn hiên ngang giữa bầu trời, để góp lời reo vui cùng gió ngàn, mây trắng. Phải chăng vì đặc tính uy hùng bất khuất cố hữu của cội thông mà người xưa đã thốt lời ước mong:

"Kiếp sau xin chớ làm người,
Làm cây thông đứng giữa trời mà reo."
(Nguyễn Công Trứ)

Chừng ấy đủ biết sức uy dũng của thông như thế nào. Với bản chất hướng thượng, cho dầu cheo leo nơi vách đá, trên sườn núi cao hay nơi thung lũng sâu thẳm, thông vẫn vươn mình đứng thẳng, không cong queo như các loài thảo mộc khác.

Hàng ngàn năm trôi qua, cội thông trên sườn núi tuyết, dù vươn cao tỏa rộng, ngạo nghễ với núi đồi, nhưng vẫn hòa mình với thiên nhiên, cỏ cây, vách đá.

Thông nghe tiếng suối reo như mang bao tự tình của núi rừng xuôi về biển cả, hòa nhập vào đại dương xanh thẳm. Thông ngắm mây trời bềnh bồng đây đó như gởi gắm bao tâm sự ngàn đời ủ kín trong lớp vỏ nứt nẻ. Bất chợt một hôm nào đó, núi rừng thầm nghe tâm sự của thông được gió ngàn mang lên tận đỉnh núi. Nơi đó, một bản trường ca về bầu trời và mặt đất, về bóng nắng và không khí, về sức sống của muôn loài từ thuở khai thiên lập địa được tấu lên khúc nhạc hùng thiêng, tán dương vẻ đẹp mầu nhiệm, thiên thu, diễm tuyệt của hóa công có đôi tay tạo dựng toàn bích. Lời ca đó được mang đi qua bao núi đồi, thung lũng, đồng bằng biển khơi gieo rắc hạt mầm, chủng loại của thông bất diệt.

Ánh nắng của ngày dần tắt, chỉ còn vương lại đôi chút tia sáng yếu ớt trên ngọn thông xanh, báo hiệu ngày sắp tàn và đêm buông xuống. Núi rừng u tịch. Sương đêm nặng hạt trên chót lá. Cội thông im lìm như lắng nghe nỗi lòng của loài thảo mộc, của ghềnh đá, của loài chim đêm, côn trùng sâu bọ nơi hoang dã đã cùng chia sẻ với nhau một kiếp phù sinh. Rải rác đó đây, nhiều sinh thể đang chuyển mình dưới lớp lá thông khô. Từ dưới lớp lá thông khô ấy, các sinh thể xây dựng một xã hội sống vi tế của ốc sên, dế nhủi, của các loài sâu bọ muỗi mòng, kiến đất. Chúng nương nhờ sự che chở của bóng thông mà quanh năm được yên ổn. Đời sống đó tạo thành làng mạc, phố thị, sân ga, ấy là nỗi bình yên của mặt đất. Chúng không mơ một ngày nào đó sẽ biến thành trăng sao, các vì tinh tú trên bầu trời xanh thẳm, và chúng cũng không mơ sẽ hóa thân thành cội thông ngàn năm để che mưa, chở nắng cho núi rừng được tươi mát. Chúng bằng lòng nếp sống yên bình cạnh gốc thông già mà an hưởng tuổi đời dưới tàng lá mục, để rồi một hôm nào đó hóa thân làm kiếp phù sinh:

Mộng Ngày

Ta cõi kiến đi tìm tiên động
Cõi trường sinh đàn bướm dật dờ
Cóc và nhái lang thang tìm sống
Trong hang sâu con rắn năm mơ.

Đầu cửa động đàn ong luân vũ
Chị hoa rừng son phấn lẳng lơ
Thẹn hương sắc lau già vươn dậy
Làm tiên ông tóc trắng phất phơ.

Kiến bò quanh nhọc nhằn kiếm sống
Ta trên lưng món nợ ân tình
Cũng định mệnh lạc loài Tổ quốc
Cũng tình chung tơ nắng mong manh

Ta hỏi kiến nơi nào cõi tịnh
Ngoài hư không có dấu chim bay
Từ tiếng gọi màu đen đất khổ
Thắp tâm tư thay ánh mặt trời?

Ta gọi kiến ngập ngừng mây bạc
Đường ta đi, non nước bồi hồi
Bóc quá khứ, thiên thần kinh ngạc
Cắn vô biên trái mộng vỡ đôi

Non nước ấy trầm ngâm từ độ
Lửa rừng khuya yêu xác lá khô
Ta đi tìm trái tim đã vỡ
Đói thời gian ta gặm hư vô.
(Tuệ Sỹ - Sàigon 1984)

Đó là lẽ sống của vạn loài cóc nhái, kiến rừng, ong bướm ... trên triền núi tuyết với sức sống không héo mòn, sung mãn tự thuở man nhiên.

Sáng nay bầu trời quang đãng, nắng lên cao cho tuyết trên đỉnh tan dần, pha loãng vào từng gốc cây, khe đá thấm sâu vào lòng đất. Cội thông ngàn năm của núi rừng vẫn luôn hiện hữu với lá hoa, mây ngàn, cỏ nội, khói đá, sương hôm... và nguyện làm cội thông hùng vĩ, cao chót vót trên sườn đồi trước khung cảnh bao la của trời đất.

Thư Gửi Tăng Sinh
Thừa Thiên - Huế

Nhân đọc Tâm thư của tăng sinh
dâng Hòa thượng Thiện Hạnh

PL 2547
Quảng Hương Già Lam
Ngày 28-10-2003

TUỆ SỸ

Các con thương quý,

Trong những ngày gần đây những biến động tuy làm sửng sốt cả thế giới nhưng hầu như chỉ làm gợn sóng một ít nơi đây để giữ yên cho giấc ngủ đông miên kéo dài qua hai thập kỷ của Phật tử Việt Nam.

Trong không khí được bao trùm bởi trạng thái ứ đọng của vũng nước ao tù, bị cắt đứt với mạch nguồn quá khứ, bị che chắn khuất tầm nhìn tương lai; trong không khí đó, tâm tư ước nguyện của thế hệ non trẻ, của thế hệ tăng ni sinh mới lớn, như được bộc lộ trong những ngày vừa qua, từ Bình Định cho đến Thừa Thiên – Huế, là dấu hiệu của nguồn mạch ngầm vẫn luân lưu bất tuyệt trong dòng lịch sử truyền thừa của Phật Giáo Việt Nam. So với khối lượng tăng ni sinh trong cả nước, các con chỉ là một nhóm nhỏ. Ít, nhưng đấy là những hạt lúa chắc. Nhiều, nhưng chỉ là vỏ trấu, và là những hạt chưa được ủ mầm đã mục rỗng bên trong.

Các con hãy tự hào, với niềm tự hào trong trắng và vô tư của tuổi trẻ, từ thời điểm cột mốc này, đã một lần và mãi mãi đứng thẳng trên đôi chân của chính mình, bằng đôi mắt trí tuệ và hùng lực mà nhìn thẳng mà không khiếp sợ vào quyền lực xấu ác của thế gian, tự định hướng đi cho bản thân để làm những việc cần làm cho chính mình và cho mọi người.

Thế hệ của Thầy, những thanh niên trang lứa được nuôi dưỡng để đưa vào chiến trường của cuộc chiến tranh ý thức hệ, được giáo dục để biết hận thù giai cấp. Nhưng may thay, dòng suối Từ vẫn âm thầm tuôn chảy, để xoa dịu những đau thương mất mát; để hàn gắn những đổ vỡ điêu tàn của dân tộc.

Các con lớn lên trong thời đại thanh bình, nhưng các con lại bị ném vào giữa một xã hội mất hướng. Quê hương và đạo pháp, là những mỹ từ thân thương nhưng đã trở thành sáo rỗng. Các bậc cao tăng thạc đức, một thời đã đánh thức lương tâm nhân loại trước cuộc chiến hung tàn, đã giữ vững con thuyền đạo pháp trong lòng dân tộc, nay chỉ còn lại bóng mờ và quên lãng.

Thế hệ các con được giáo dục để quên đi quá khứ. Nhiều người trong các con không biết đến Giáo Hội Phật Giáo Việt Nam Thống Nhất là gì; đã làm gì và cống hiến những gì cho sự nghiệp văn hóa, giáo dục, hòa bình dân tộc, trong những giai đoạn hiểm nghèo của lịch sử dân tộc và đạo pháp của đất nước - Một quá khứ chỉ mới như ngày hôm qua, di sản vẫn còn đó nhưng đã bị chối bỏ một cách vội vàng - Di sản được tích lũy ròng rã hằng thế kỷ, bằng bao tâm tư khổ lụy đau thương bằng máu và nước mắt của biết bao Tăng Ni, Phật tử; mà những người gây dựng nên di sản đó bằng bi nguyện và hùng lực của mình, có vị bị bức tử bởi bạo quyền, có vị suốt năm tháng dài chịu tù đày, bị lăng nhục. Nhưng sống hay chết, vinh hay nhục, không làm dao động tâm tư của những ai biết sống và chết xứng đáng với phẩm cách con người, không hổ thẹn với phẩm hạnh cao quý của bậc xuất gia.

Người xuất gia, khi cất bước ra đi, là hướng đến phương trời cao rộng, tâm tính và hình hài không theo thế tục, không buông mình chiều theo mọi giá trị hư dối của thế gian, không cúi đầu khuất phục trước mọi cường quyền bạo lực. Một chút phù danh, một chút lợi thế, một chút an nhàn tự tại; đấy chỉ là những giá trị nhỏ bé, tầm thường và giả ngụy, mà ngay cả người đời nhiều kẻ còn vất bỏ không tiếc nuối để giữ tròn danh tiết. Chớ khoa trương bảo vệ Chánh pháp, mà thực tế chỉ ôm giữ Chùa Tháp làm chỗ ẩn núp cho Ma vương, làm nơi hội tụ của cặn bã xã hội. Chớ hô hào truyền pháp giảng kinh, thực chất là mượn lời Phật để xu nịnh vua quan, cầu xin một chút ân huệ dư thừa của thế tục, mua danh bán tước. Xưa kia, khi vua chúa bắt sư tăng cúi đầu nhận tước lộc của triều đình để làm tôi tớ cho vương hầu, chư Tổ đã sẵn sàng đặt đầu mình trước gươm bén, giữ vững khí tiết của người xuất gia, bước theo dấu chân vô úy, vô cầu, của các Thánh Đệ tử, được gói gọn trong thanh quy: *Sa Môn bất kỉnh Vương giả.*

Nhẫn nhịn đời nhưng không để cho quyền lực đen tối của đời sai sử. Tùy thuận thế gian, nhưng không tự đánh chìm trong vòng xoáy ô trược của thế gian. Các con hãy tự rèn luyện cho mình một tín tâm bất hoại; một đức tính dũng mãnh vô úy; nỗ lực tự huân tập trí tuệ bằng văn, tư, tu để nhìn rõ sự tướng chân ngụy, để thấy và biết rõ mình đang ở đâu, đang đi về đâu; không nhắm mắt phóng càn theo cỗ xe lộng lẫy bên ngoài nhưng rệu rã bên trong, đang lao xuống dốc dài không định hướng.

Mỗi thế hệ có vấn đề riêng của nó, do những biến thiên của xã hội chung quanh, do những biến cố giao động mang tính thời đại. Thế hệ của Thầy thừa hưởng được nhiều từ Thầy Tổ, nhưng chưa hề báo đáp ân đức giáo dưỡng cao dày trong muôn một. Chỉ mới tròn ba mươi tuổi, đã phải khép cổng chùa, xách cuốc lên rừng, xuống biển, cũng mưu sinh lao nhọc như mọi người. Rồi lại vào tù, ra khám lênh đênh theo vận nước thăng trầm. Sở học và sơ tri cũng cùn mòn theo tuổi đời, năm tháng. Duy, chưa có điều gì thất tiết để điếm nhục tông môn, uổng công Sư trưởng tài bồi. Một chút niềm tin chưa hề thoái thất, chỉ mong cùng chia sẻ với thế hệ kế thừa. Một thế hệ đang trưởng thành để khơi tỏ ngọn đèn Chánh pháp giữa một đất nước thấm nhuần phong hóa.

Cầu mong các con có đủ dũng mãnh để đi bằng đôi chân của mình, nhìn bằng đôi mắt của mình; tự xác định hướng đi cho chính mình. Thầy sẽ là người bạn đồng hành với các con trên đoạn đường bóng xế của đời mình.

Thầy,
Tuệ Sỹ
(Ấn ký)

Thơ Tuệ Sỹ
hay Tiếng Gọi Của Những Đêm Dài Heo Hút

THÍCH PHƯỚC AN

1. Khởi đầu của cuộc lữ:

Lúc ấy là cuối hè 1976, tôi đưa anh Tuệ Sỹ đi Vạn Giả để anh khởi sự một cuộc đời mới; Anh đi tìm rừng để làm rẫy. Dù từ Nha Trang đi Vạn Giả đường quốc lộ rất bằng phẳng, lại chỉ khoảng chừng 60 cây số, nhưng tôi có linh cảm rõ rệt rằng đây sẽ là chuyến đi gian nan và nguy hiểm nhất của đời anh.

Khi ngồi trên chiếc xe đò cũ kỹ chậm chạp, tôi cứ nhớ đến bốn câu thơ của Tô Đông Pha, một thi hào đời Tống bên Trung Quốc, mà Tuệ Sỹ đã trích dịch và bình giải trong tác phẩm "Tô Đông Pha Những Phương Trời Viễn Mộng" của anh:

Hai thứ tóc, người đi ngoài bảy ngàn dặm,
Một thân côi, thác đổ xuống 18 ghềnh
Nhớ núi Hĩ Hoan đọa đày viễn mộng
Đất tên Hoàng Khủng lệ khắp cô thần

(Thất thiên lý ngoại nhị mao nhân
Thập bát than đầu nhất diệp thân
Sơn ức Hĩ Hoan lao viễn mộng
Địa danh Hoàng Khủng lệ khấp cô thần.)

Theo Tuệ Sỹ, Tô Đông Pha làm bài thơ trên năm ông 59 tuổi, trong lúc đang giữ chức Đoan Minh Điện kiêm Thị Độc Học Sĩ, ngoại nhiệm ở Định Châu thì bị giáng chức, và đày đi đến tận đảo Hải Nam. Muốn đến Hải Nam thì phải đi qua đất Cống Châu, sông Cống chảy qua 18 ghềnh thác đổ. Khi bắt đầu vào Cống Châu thì có một cái thác nước, được gọi là thác Hoàng Khủng. Tuệ Sỹ giải thích cái thác có tên kỳ lạ ấy: "Cái tên đó cũng đủ thấy cái thế tuôn trào xuống của nó. Trong cái kinh hoàng nơi khách địa đó, thơ ông vọng về cố quận khơi vơi."

Trong cách giải thích đó của Tuệ Sỹ thì ta có thể thấy được rằng, sự hiểm nguy và gian khổ đã bắt đầu quyến rũ anh mất rồi. Nhưng đâu phải chỉ có riêng Tuệ Sỹ. Mà dường như hầu hết những con người nghệ sỹ tài hoa cũng đều bị quyến rũ như vậy. Tôi nhớ có một nhà văn Tây phương đã nói một câu bất hủ rằng: "Chỉ khi nào đời sống của chúng ta bắt đầu lâm nguy, thì lúc đó chúng ta mới thự**c sự biết sống." Đúng vậy, vì** phố Hĩ Hoan vẫn có từ bao đời rồi, vậy mà tại sao phải đợi đến lúc đối mặt với thác Hoàng Khủng, có nghĩa là đối mặt với giây phút hiểm nguy nhất thì phố Hĩ Hoan bỗng trở thành nỗi nhớ da diết trong lòng thi nhân? Vì sao ? Tuệ Sỹ giải thích: "Hĩ Hoan và Hoàng Khủng tình trong một mà cảnh tượng đôi bờ. Bên này là những nét kiêu hùng man dại của đất khách. Bên kia là tình nồng đượm của quê hương. Chỗ đó, ông gọi là *"Lao Viễn Mộng".*

Tất nhiên hai trường hợp hoàn toàn khác nhau. Vì con đường từ Nha Trang đi Vạn Giả không hề có sông Cống chảy qua 18 ghềnh thác đổ, và vì vậy nên cũng chẳng có thác

Hoàng Khủng. *Thế nhưng* tôi nghĩ rằng, nếu có thì chỉ có cái thác Hoàng Khủng đang tuôn chảy bên trong của mỗi con người chúng ta mà thôi. Và xét cho cùng thì, cái thác đang tuôn chảy ào ạt bên trong mới đáng sợ hơn là cái thác Hoàng Khủng bên ngoài mà Tô Đông Pha đã từng đối diện.

Và những năm tháng như dài đằng đẵng ấy, tôi nghĩ rằng, bất cứ người Việt Nam nào, ít nhiều thì đã từng nghe cái thác ấy tuôn chảy trong chính mình.

Tuệ Sỹ cũng vậy, nhưng có thể cái thác của anh chảy khốc liệt hơn nhiều, và tôi *đã biết chắc rằng, anh đã chuẩn bị tinh thần để đối diện với nó từ rất lâu rồi, dù anh biết là phải trải qua nhiều đọa đày:* "Đọa đày viễn mộng, bốn chữ ấy vừa kiêu sa vừa cô quạnh, mùa thu và tóc trắng hiện ra những nét vừa khốc liệt vừa man mác."

Có lẽ, cũng vì bốn chữ "đọa đày viễn mộng" ấy, mà Tuệ Sỹ đã từ bỏ chức giáo sư cũng như Tổng Thư ký tạp chí Tư Tưởng, cơ quan luận thuyết của viện *Đại học Vạn Hạnh mà ra đi. Tuệ Sỹ ra đi trong lúc đang được sinh viên Vạn Hạnh* cùng báo chí đều coi Tuệ Sỹ và *Phạm Công Thiện là hai cây bút trẻ lỗi lạc nhất (lúc đó cả hai đều dưới 30) của văn học Phật Giáo Việt Nam thời bấy giờ. Tuệ Sỹ được xem là quảng* bác về Phật học và tư tưởng Đông Phương, còn Phạm Công Thiện thì lỗi lạc về triết lý Tây phương. Chính những *bài viết của Phạm Công Thiện và Tuệ Sỹ (cả Ngô Trọng Anh nữa) trên tạp chí "Tư Tưởng" mới đủ sức thuyết phục một* số nhà trí thức trẻ tuổi trở về Phật Giáo qua Viện đại học Vạn Hạnh. Trong số đó, đáng kể nhất là trường hợp cố giáo sư linh mục Lê Tôn Nghiêm. Lê Tôn Nghiêm là giáo sư triết Tây phương của các đại học Việt Nam như: Văn Khoa Sài Gòn, Huế và Đà Lạt, và được xem như là người giỏi triết Tây nhất trong các nhà khoa bảng Thiên Chúa giáo của Việt Nam. Cứ xem những bài viết trên tạp chí Tư Tưởng của Lê Tôn Nghiêm, ai cũng có thể đoán ngay được rằng, thế nào thì ông cũng sẽ từ bỏ Thiên Chúa giáo trong một ngày không xa. Và lời tiên đoán ấy rất đúng, vào những ngày cuối đời, sống tại Sài Gòn, Lê Tôn Nghiêm đã thờ Phật, ngồi Thiền và ăn chay như một Phật *tử thuần thành.*

Cuối năm, 1970, Phạm Công Thiện rời Việt Nam đi Pháp và không trở về nữa. Tuệ Sỹ thay Phạm Công Thiện coi sóc tạp chí Tư Tưởng, nhưng đến năm 1973 thì Tuệ Sỹ cũng ra đi. Từ đó, tờ Tư Tưởng không còn là tờ Tư Tưởng như lúc khởi đầu nữa, mà chỉ toàn là những bài viết có tính cách giáo khoa, mất hết không khí sáng tạo, giống hệt như các tập Cours dành cho sinh viên học thuộc lòng để cuối năm thi tốt nghiệp vậy.

Tuệ Sỹ viết "Tô Đông Pha, Những Phương Trời Viễn Mộng" vào năm 1970. Nếu nhìn theo cách nhìn của đa số người đời, thì có thể nói đó là những năm anh đã có địa vị tri thức lớn trong xã hội, nhưng anh vẫn không hề thỏa mãn với vị trí mà mình có được. Tuệ Sỹ vẫn ray rứt, vẫn đau khổ, vẫn đặt thân phận của mình trong nỗi đau khổ của quê hương đất nước. Trong lời tựa có đoạn Tuệ Sỹ viết: "Những thảm họa lịch sử, và những thảm họa cuồng dại si ngốc của con người, càng lúc càng đổ dồn lên cuộc lữ. Thi đã đổi cách điệu, trở thành âm vang thống thiết của ly tao kinh, cuộc lữ đã trở thành cuộc đày ải."

Và đúng như Tuệ Sỹ đã viết, thì anh đã bỏ hẳn Vạn Hạnh, rời Sài Gòn, về nằm hiu hắt trên đồi cao lộng gió của chùa Hải Đức ở Nha Trang, nhưng chưa đầy hai năm thì xảy ra biến cố lịch sử 1975. Sau đó bao nhiêu người trí thức đều lần lượt ra đi, vì họ quá thất vọng, thất vọng vì chẳng còn bất cứ một cơ hội nào để họ có thể phục vụ cho đồng bào và tổ quốc của họ.

Tuệ Sỹ cũng vậy, nghĩa là cũng ra đi, nhưng anh có cách đi riêng của anh, không phải *đi đến chân trời góc bể xa xôi nào, mà chính là tại nơi đây, nơi mảnh đất đang quần quại trong đau khổ này, anh đã lên đường tìm kiếm chân trời viễn mộng:*

> *Ngọn gió đưa anh đi mười năm phiêu lãng*
> *Nhìn quê hương qua chứng tích điêu tàn.*
> *Triều Đông Hải vẫn thì thầm cùng cát trắng*
> *Chuyện tình người và nhịp thở của Trường Sơn.*

Tất nhiên có nhiều cách để mỗi người chúng ta bày tỏ và chia xẻ nỗi đau khổ của quê hương. Nhưng dù sao thì cách lựa chọn của Tuệ Sỹ vẫn là cách lựa chọn đầy can đảm.

Chiều hôm ấy, chuyến xe đò mệt nhọc đưa anh và tôi đến Vạn Giả. Nắng chiều ở những thị *trấn nhỏ xa xôi vốn đã buồn và hiu hắt, nhưng buổi chiều hôm ấy tôi thấy nó lê thê và hiu hắt hơn. Cái nắng chết người cũng nhiều lần đốt cháy tâm hồn Tuệ Sỹ: "trên bước đường ngược gió của lữ khách đó, nắng hiu hắt trôi màu trầm tư tịch mặc giữa những tàn lụi, hoang phế và băng hoại; là sự chung cục của tất cả trong sự hủy diệt nồng nàn."*

Đêm ấy, hai anh em nghỉ lại tại chùa Linh Sơn, một ngôi chùa xưa tịch mịch nằm sát thị trấn Vạn Giả. Nửa đêm nghe chuyến tàu lửa chạy băng qua sau chùa, lòng tôi vốn đã hoang *mang lại càng hoang mang hơn khi nghĩ đến con đường dài mà ngày mai tôi và anh phải lê bước; đen tối và ảm đạm làm sao! Nhưng tôi vẫn phải luôn luôn* tự tìm lý lẽ để trấn an lòng mình ngay rằng, gian nan và hiểm trở luôn luôn là điểm hẹn tuyệt vời của những kẻ tài hoa, vì nếu không có gian nan và hiểm trở thì tinh hoa của họ làm sao phát tiết được? Chẳng phải Tuệ Sỹ đã từng viết về một người tài hoa nhưng phải gánh chịu nhiều bất công, oan nghiệt như thế này hay sao ?

"Đó là đoạn đường gian nan hiểm trở. Trên đoạn đường đó, thơ ông vang lên những tiếng dội lạ lùng, khi đau cùng cực, trộn lẫn với hào khí ngất trời nhưng lại đượm những chân tình hoài vọng quê hương."

Và phải chăng cái hào khí ngất trời đó lại được tiếp nối tại Việt Nam bởi một con người cũng nhiều đau khổ, nhiều bất hạnh như Tô Đông Pha chăng?

2. Rừng khuya bên bếp lạnh:

Năm 1969 nhà xuất bản Ca Dao của Hoài Khan*h in cuốn "Đi Vào Cõi Thơ" của* Bùi Giáng. Ngoài những nhà thơ *lớn như Huy Cận, Xuân Diệu, Hàn Mặc Tử, Quang Dũng, v.v.* Bùi Giáng đã bất ngờ dành những trang đầu sách để viết về một bài thơ của Tuệ Sỹ. Dù bài viết chưa đầy 6 trang, nhưng *ảnh hưởng rất lớn. Tất nhiên một phần cũng nhờ vào tài bình thơ của Bùi Giáng, nên mới có ảnh hưởng lớn như vậy. Vào đề Bùi Giáng viết: "Tuệ Sỹ là một vị sư. Ông viết văn nghiêm túc, những sở tri của ông về Phật học* quả thực quảng bác vô cùng, *thấy ông vẻ người khắc khổ, không ai ngờ rằng linh hồn kia còn ẩn một nguồn thơ thâm viễn u u."*

Đúng như Bùi Giáng đã viết: "Không ai ngờ rằng" vì trước đó chỉ biết Tuệ Sỹ là một cây bút lý luận về *Phật học, đọc rất khó hiểu, có thể nói là rất khô khan nữa. Nếu ai đã từng đọc bài: "Luận Lý Học* Trên Chiều Tuyệt Đối" Tuệ Sỹ viết về Long Thọ và lập trường Tánh Không Luận đăng trên tạp chí Tư Tưởng, mà *sau đó nhà xuất bản An Tiêm in thành sách vào* năm 1970 đổi lại đề là "Triết Học Tánh Không" thì sẽ thấy nhận định của Bùi Giáng là hoàn toàn chính xác. Có một lần tôi than với Tuệ Sỹ là: "Đọc triết học *Tánh Không chẳng hiểu gì cả"* thì anh cười và nói đùa lại với *tôi rằng: "tôi là tác giả của nó mà đọc* lại còn chưa hiểu huống gì là ông."

Xin được nhắc lại một chút kỷ niệm riêng tư như vậy, để thấy rằng con người mà *bên ngoài có vẻ như "khắc khổ" và "khô khan" ấy, thì có ai ngờ rằng "linh hồn kia* còn ẩn một nguồn thơ thâm viễn u u.”

Nguồn thơ của Tuệ Sỹ “thâm viễn u u” chỗ nào?

Từ núi lạnh đến biển im muôn thuở
Đỉnh đá này và hạt muối đó chưa tan.

Bùi Giáng chỉ cho ta thấy chỗ ấy: “tưởng chừng nghe ra “cao cách điệu” bi hùng của một Liệp Hộ, một Nerval, một chỗ trầm thống nhất trong cung bậc Nietzsche.” (Đi Vào Cõi Thơ)

Nhưng với tôi, hai câu ở cuối bài mới thực sự gây nhiều xúc động về con người và tâm hồn u uẩn của Tuệ Sỹ:

Giờ ngó lại bốn vách tường ủ rũ
Suối nguồn xa ngược nước xuôi ngàn.

Đọc hai câu hai ấy, rồi nghĩ đến con người đầy khí phách của anh, tôi thấy mình như có thêm sức mạnh tinh thần để vươn lên khỏi những lô nhô lố nhố của cuộc sống đời thường. Thì ra, những thứ lợi danh bọt bèo mà con người đang tranh giành nơi những thành phố chật chội và bụi bặm kia, cũng chỉ quyến rũ được một số người thôi. Nhưng loại người này là ai? Và họ làm gì? Tôi cứ nghĩ đến con ve và con chim cưu trong Nam Hoa Kinh của Trang Tử. Khi hai con vật nhỏ bé này thấy con chim bằng cất cánh bay đến chín muôn dặm cao, cỡi lên cả lớp gió ở dưới nó. Chừng ấy, lưng chịu trời xanh, rộng đường xoay trở, nó bay thẳng qua Nam.

Một con ve nhỏ và một con chim cưu thấy vậy, cười và nói với nhau: “Ta, thì quyết bay vụt lên cây du, cây phượng. Nếu như bay không tới mà lỡ có té xuống đất thì cũng không hề gì! Bay cao chín muôn dặm, sang Nam mà làm chi! Ta thích đến mấy cánh đồng gần gũi đây, ăn ba miếng no bụng rồi về. Nếu ta đến chỗ xa hơn trăm dặm thì ta có lương thực ba tháng.”

Và rồi Trang Tử kết luận: "Hai con vật đó mà biết gì? Kẻ tiểu trí làm sao theo kịp người đại trí?"

Ta có thể khẳng định được rằng, câu nói như đinh đóng cột ấy của Trang Tử đã nuôi dưỡng sức mạnh vĩ đại cho biết bao nhiêu thế hệ kẻ sĩ của Đông phương từ hơn hai ngàn năm nay. Nhưng ta cũng phải thừa nhận một sự thật phũ phàng rằng, loại ve và chim cưu này thì thời nào cũng sanh sản quá nhiều, nên cuộc đời vẫn cứ bị vẩn đục, và kẻ trí lúc nào cũng chịu nhiều gian truân. Nhưng đã là kẻ trí đúng nghĩa thì bao giờ cũng lấy niềm vui của thiên hạ làm niềm vui của chính mình; khi con người vẫn còn đau khổ thì làm sao kẻ trí lại có thể an nhiên ngồi hưởng hạnh phúc cho riêng mình được. Nhưng sự đau khổ cũng là một nhu cầu cần thiết cho kẻ trí, vì chính sự đau khổ mới tôi luyện *cho tâm hồn họ trở thành cao rộng ra. Có lẽ cũng chính vì vậy mà ta vẫn thường thấy là kẻ trí xưa nay vẫn say mê sông dài biển rộng*, nhất là núi non hiểm trở, bởi vì tất cả những thứ ấy đều là biểu tượng cho cái gì cao thượng mà tâm hồn họ luôn luôn mơ ước vươn tới.

Bởi vậy, mặc dù chỉ mới biết núi Lô Sơn qua thơ văn, sách vở, nhưng Tuệ Sỹ đã dành một chương để viết về ngọn núi hùng vĩ *này với tất cả sự đam mê: "Lô Sơn hùng vĩ, phiêu bồng, nhưng u uẩn. Lòng núi giấu kín những tâm sự ngàn năm không nói; lòng núi ủ kín những cuộc đời* trầm mặc, những thân thể gầy khô như hạc, như trúc, những tâm hồn nguội lạnh như tro tàn mùa đông. Núi âm thầm, cho gió ngàn gào thét, cho mây trời vần vũ, và những dòng thác từ trên tuyệt đỉnh cao mù đổ ào xuống." Mặc dù núi này chỉ là một khối đất đá vô tri vô giác, nhưng trong cách nhìn của những nghệ sĩ tài hoa thì núi non dường như mang cả cái hồn thênh thang của vũ trụ, núi âm thầm đứng đó như để làm chứng nhân cho những tang thương và dâu bể của cuộc đời: "Từ thế kỷ này đến thế kỷ khác, trên *dòng lịch sử trường mộng của nhân sinh đổ ầm xuống; có những cuộc thi gan tuế nguyệt diễn ra trong lạnh lùng, cô tịch.* Ngày và đêm, đày đọa hình hài và tâm não, đứng chơ vơ, kinh đảm hãi hùng, trên chiếc cầu độc mộc bắc ngang qua *ghềnh sanh tử. "*

Vì quá say mê núi non rừng thẳm như vậy, nên khi vừa đặt chân đến núi rừng Vạn Giả, khi đứng nhìn những đám mây trắng bay là đà trên các tảng đá, trên đỉnh núi cao, Tuệ Sỹ như muốn trút hết tâm **sự của chính mình cho núi rừng nghe:**

> Núi rừng những giấc mộng đen
> Tóc em xõa thanh xuân còn bé bỏng
> Trên đỉnh đá mây trời tơ lụa mỏng
> Ta làm thân nô lệ nhọc nhằn.
> (Núi Rừng Vạn Giả)

Thỉnh thoảng một hoặc hai tuần tôi lại từ Nha Trang ra Vạn Giả để thăm anh. Con đường đi đến nơi anh làm rẫy quanh co khúc khuỷu nên rất khó đi, mùa mưa lại càng khó đi hơn nữa vì đường bị trơn trượt. Đôi khi tôi ở lại đêm với anh trong túp lều tranh do tự tay anh cất lấy. Những lúc ở lại đêm như vậy, tôi lại càng cảm phục sức chịu đựng của anh. Đêm nơi đó chẳng có gì cả, ngoài ngọn đèn dầu leo lét trong túp lều tranh và bóng tối mịt mù giữa núi rừng mênh mông.

Tô Đông Pha khi bị đày ở Hoàng Châu cũng phải đi làm ruộng để kiếm sống qua ngày. Nhưng hoàn cảnh Tô Đông Pha có khá hơn chút đỉnh, vì đọc 8 bài thơ ông tả cảnh làm ruộng của nông dân ta còn thấy ít ra Tô Đông Pha còn có các bạn nông dân thân thiết để tâm sự hàng ngày như "bác Phan, bác Quách, bác Cổ." Nên Tô Đông Pha mới bảo rằng: "Thú đồng quê dù cực nhọc mà tựa như nhàn." Nhưng về tâm sự thì chắc là rất giống nhau, vì cả hai ta đều nghe ra

trong thơ họ tiếng thở dài ngậm ngùi cho giấc mộng còn
dang dở:

> Vị nhân thích lỗi thán
> Ngã lẫm hà thời cao!

mà Tuệ Sỹ đã dịch và diễn lại theo ý mình là: "Buông cày
đứng than thở, đứng bùi ngùi thở dài. Thở dài cho kho lúa
đầy cao, và cũng thở dài cho trời xa và cõi mộng xa."

Cách dịch và diễn ý lại như vậy chắc chắn là để gửi gắm
tâm sự của người dịch. Tâm sự đó càng rõ hơn nữa khi Tuệ
Sỹ cũng giống như Tô Đông Pha ở Hoàng Châu, nghĩa là
phải đi làm rẫy, làm ruộng vì không có con đường nào khác.

> Ta muốn đi làm thuê
> đời không thuê sức yếu.
> Ta mộng phương trời xa
> trời buồn mây nặng trĩu.

Bởi vậy, nếu không đi làm rẫy thì cũng chẳng biết đi về
đâu ? Vì mọi con đường đã bị rào kín hết rồi?

> Bước đường vấn tủi nhục
> Biết mình đi về đâu?

Đọc bài "Rừng Khuya Bên Bếp Lạnh" của Tuệ Sỹ, tôi
có cảm giác như nỗi sầu của anh còn mênh mông hơn cả
những đêm dài ngất lạnh mù khơi của núi rừng Vạn Giả:

> Ai biết mình tóc trắng
> Vì yêu ngọn nến tàn.
> Rừng khuya bên bếp lạnh
> Ngồi đợi gió sang canh.

Ngồi đợi gió sang canh? Hay là ngồi nhìn sững vào bóng đêm mịt mù để cố quên đi nỗi đau mà dân tộc đang gánh chịu:

Tôi vẫn đợi suốt đời quên sóng vỗ
Quên những người xuôi ngược Thái Bình Dương.

Vào những lúc đất nước loạn ly, nhân dân lầm than đau khổ, thì những người con yêu quý nhất của dân tộc vẫn thường hay ôn lại những chặng đường vinh nhục của lịch sử dân tộc mình. Để từ đó, họ có thể rút ra được một bài học lịch sử cho ngày mai, một ngày mai mà họ tin chắc rằng, dân tộc họ phải xán lạn hơn hôm nay.

Năm 1974, tôi đưa anh Lê Mạnh Thát (một trong những nhà sử học lỗi lạc và có nhiều khám phá mới mẻ nhất của Phật Giáo Việt Nam hiện nay) về Bình Định và Phú Yên, để anh tìm tư liệu nhằm hoàn thành bộ sử vĩ đại cho Phật Giáo Việt Nam, mà những người đã đi trước anh như Trần Văn Giáp, Mật Thể và gần đây nhất là Giáo Sư Nguyễn Lang vẫn chưa có đủ điều kiện để làm được.

Trong chuyến đi ấy, tôi được anh kể cho tôi nghe lý do vì sao đã khiến anh đam mê lịch sử Việt Nam và nhất là lịch sử Phật Giáo Việt Nam. Lê Mạnh Thát kể rằng, khi đang theo học tiến sĩ triết lý tại đại học Wisconsin ở Hoa Kỳ vào những năm 1966 đến 1972, tức là những năm mà Mỹ đã ném bom dữ dội nhất xuống miền Bắc và các chiến khu ở miền Nam Việt Nam, thì cứ đêm đến là các sinh viên thuộc các nước Đông Dương lại tụ tập trước truyền hình nhìn sững vào những cảnh tượng khủng khiếp đang diễn ra với hai tay chắp trước ngực và nước mắt chảy ràn rụa.

Từ đó, Lê Mạnh Thát cứ băn khoăn tại sao dân tộc mình lại cứ đau khổ triền miên như vậy ? Và sức mạnh nào đã khiến cho dân tộc Việt Nam đủ sức đứng vững trước những tàn phá khủng khiếp như vậy? Chính những băn khoăn thắc mắc ấy đã khiến anh đam mê bộ môn lịch sử và Lê Mạnh Thát tin chắc rằng, sức mạnh kỳ lạ *ấy của dân tộc có thể tìm lại được nơi các ngôi chùa xưa nằm rải rác ở các miệt miền quê nghèo khổ ở quê nhà. Thế là khi từ Mỹ trở về Việt Nam vào cuối năm 1973, anh đã lao ngay vào công việc với tất cả hăng say, chỉ trong khoảng có 10 năm thôi, mặc dù hoàn cảnh đất nước còn quá nhiều khó khăn, vậy mà những khám phá mới mẻ của anh đã làm các nhà sử học Việt Nam phải kính nể.*

Và tôi cũng nghĩ rằng, chính vì quá đam mê lịch sử Việt Nam, và Phật Giáo Việt Nam mà Lê Mạnh Thát đã phải cam chịu số phận với vận nước nổi trôi từ hơn hai thập niên qua.

Vào những đêm khuya khoắt nơi núi rừng Vạn Giả cheo leo, Tuệ Sỹ cũng từng ngồi nhớ lại cuộc hành trình dựng nước đầy gian lao khổ nhọc của tiền nhân bằng những câu thơ heo hút:

> Tôi vẫn đợi những đêm đen lặng gió
> Màu đen huyền ánh mắt tự ngàn xưa.
> Nhìn hun hút cho dài thêm lịch sử
> Dài con sông máu lệ quê cha.

Chính sự gian khổ của tiền nhân sẽ hun đúc ý chí cho những thế hệ đi sau. Họ tin tưởng một cách mãnh liệt vào sức mạnh truyền thống đã có tự bao đời của dân tộc. Chính từ sức mạnh quá khứ đó, họ có quyền mơ ước về một ngày mai tươi sáng cho dân tộc:

> Mười năm sau anh băng rừng vượt suối
> trên vai gầy từ thuở dựng quê hương.
> Anh cúi xuống nghe núi rừng hợp tấu
> bản tình ca vô tận của Đông phương.

Nhưng không phải lúc nào tâm hồn của Tuệ Sỹ cũng nặng trĩu ưu phiền, mà vẫn có những trường hợp ngoại lệ. Đó là vào một buổi sáng đẹp trời khi thi nhân đứng nhìn những giọt nắng mai đọng lại trên những bông cà màu tím. Cứ như lời trong bài thơ, thì ta có thể đoán được rằng giây phút đó, thi nhân dường như tạm quên hết nỗi phiền muộn nhọc nhằn hằng ngày, lòng bỗng rộn lên niềm yêu đời khi thi nhân biết rằng, nơi những chân trời xa xôi kia, sự sống vẫn tiếp tục và nắng mai vẫn đẹp như tự *bao giờ*:

> *Lận đận năm chồng nữa*
> *Sanh nhai ngọn gió nồm.*
> Hàng cà phơi nắng lụa
> Ngần ngại tiếng tha phương

Mặc dù vậy, hai tiếng "ngần ngại" vẫn gợi cho ta xót xa biết chừng nào ! Nhưng không hề gì, vì Tuệ Sỹ đã từng viết như thế này: "Đất đó đọa đày thân xác mà không đọa đày viễn mộng; quê hương ân tình thắm thiết kia mới thực là đọa đày viễn mộng."

Câu trên Tuệ Sỹ đã viết cho Tô Đông Pha, nhưng thực ra cũng là viết cho *chính mình nữa.*

3. Nhà Phật học của hai truyền thống:

Chúng ta phải học Phật như thế nào? nghĩa là học cách nào để không bị nô lệ vào chữ nghĩa mà vì vô tình hoặc cố ý phủ nhận cái thực tại sinh động mà tinh thần Phật Giáo Bắc Tông đã tác động một cách triệt để trên mọi lãnh vực tư tưởng, thi ca, hội họa và đặc biệt là đời sống tâm linh của các nước thuộc khu vực viễn Đông trong đó có cả truyền thống của Phật Giáo Việt Nam chúng ta nữa ?

Chẳng hạn, tại Việt Nam hiện nay có một số người đọc được vài câu Kinh Pháp Cú, vài quyển thuộc kinh tạng Pali bằng tiếng Việt đã vội vã phủ nhận cái quá khứ của chính họ, họ cho rằng những kinh như Di Đà, Lăng Nghiêm, Đại Bi Thập Chú, Mông Sơn Thí Thực không phải là "nguyên thủy", không phải là "nguyên thủy" theo họ có nghĩa là của ngoại đạo. Nhưng họ đã quên mất rằng, ngày xưa các bậc Tổ Sư của họ đâu có viết Kinh Pháp Cú treo trên vách tường nhiều như bây giờ, mà nếu có treo thì cũng chỉ treo các bài kệ trong Kinh Hoa Nghiêm, Pháp Hoa, Kim Cang, Kệ của Lục Tổ, Thần Tú, hoặc các thi kệ của Thiền Sư dặn dò đệ tử trước giờ thị tịch. Vậy mà tổ tiên của ta vẫn dư sức mạnh để dựng nước và giữ nước, và chính cái tinh thần của Bắc Tông ấy đã tạo ra được hai triều Lý Trần, hai triều đại được các sử gia ở mọi phía đều phải công nhận là văn minh rực rỡ nhất trong lịch sử của dân tộc ta, và cho đến ngày hôm nay vẫn còn hãnh diện, và vẫn xem đó là hành trang tinh thần đưa dân tộc cùng với nhân loại tiến vào thế kỷ 21.

Việc Hà Nội đang ráo riết chuẩn bị chào đón một ngàn năm Thăng Long (trong đó có công trình xây dựng tượng đài Lý Công Uẩn, học trò của Thiền Sư Vạn Hạnh) chứng tỏ họ đã ý thức rất rõ tầm mức quan trọng của Phật Giáo Lý Trần trong việc xây dựng và phát triển đất nước trong thế kỷ tới.

Đạo Phật có lẽ là Tôn giáo duy nhất chủ trương tự do tư tưởng. Bởi vậy Phật Giáo cũng triệt để tôn trọng tự do tư tưởng của kẻ khác. Nhưng tự do ở đây có nghĩa là tự do lựa chọn bất cứ pháp môn nào, lý tưởng nào mà mình ưa thích, chứ không phải tự do xúc phạm đến lý tưởng **mà người khác đang theo đuổi, nhất là lý tưởng đó đã tồn tại và** nuôi dưỡng tâm thức dân tộc Việt từ gần hai ngàn năm nay.

Nhưng tôi nhận thấy rằng, những nhà Phật học nguyên thủy của Phật Giáo Việt Nam hiện nay chỉ thích kinh tạng nguyên thủy trên lý thuyết thôi chứ họ không thực hành những gì mà *Đức Phật đã thuyết giảng trong tạng nguyên thủy. Ví dụ đọc kinh Phạm Võng trong trường Bộ Kinh, ta thấy Đức Phật đã khuyên dạy các đệ tử của Ngài: Không nên giao du và thân cận với giới quyền thế, vậy mà hiện thời chẳng những họ giao du và* thân cận không thôi, mà còn chính thức đứng hẳn về một phía với giới quyền thế nữa. Thế nhưng mỗi khi bị chất vấn thì họ lại tự bào chữa rằng, Đạo Phật "tùy duyên" nhưng "bất biến". Nhưng những thói hư tật xấu này dường như thời nào cũng có, chứ không phải chỉ có thời nay. Tô Đông Pha cũng đã từng lên tiếng chỉ trích phong trào học Thiền của Phật Giáo Trung Quốc. Lời chỉ trích ấy được khắc và in trong trong Kinh Lăng Già (như là lời bạt), được Tuệ Sỹ dịch như sau: "Chỉ lấy theo chỗ giản tiện, được một câu kinh, một bài kệ, tự cho là liễu chứng. Cho nên cả bọn đàn bà, con nít, dang tay cười giỡn, đua nhau bàn bạc hương vị Thiền. Kẻ cao thì vì danh, kẻ thấp *thì vì lợi. Cái dư ba mạt lưu đó không đâu không chảy tới. Mà cái vi diệu của Phật pháp đã mất rồi. Chẳng khác nào thầy Lang quê mùa. (may mà chữa lành bệnh nhẹ)"*

Là một nhà nghiên cứu Phật học nổi tiếng là uyên bác và nghiêm túc, tất nhiên Tuệ Sỹ cũng đã từng băn khoăn về vấn đề này, nghĩa là chúng ta phải học Phật như thế nào để đừng rơi vào hoặc là học để khoe khoang kiến thức của mình, hoặc là học để kiếm danh kiếm lợi. Trong lời giới thiệu cho bản dịch "Vô Môn Quan", mặc dù bài viết chỉ giới hạn *trong việc học Thiền, nhưng qua bài viết ta vẫn thấy được nỗi băn khoăn ấy của Tuệ Sỹ đối với việc học Thiền nói riêng và học Phật nói chung.*

"Một thời xa xưa tại pháp đường của các Thiền viện, người ta nghe sang sảng những tiếng cười và tiếng thét. Bao nhiêu lời lẽ luận bàn khúc chiết được gởi trả về cho dải sa mạc trên miền Cao Á, nơi đã từng ghi dấu cuộc hành trình khổ nhọc của những tâm hồn khát khao tuyệt đối. Nơi đây sa mạc vẫn cứ thiên thu cô tịch trong cơn gió bức bách của hư vô. Lễ

sống và lẽ chết vẫn mãi mãi bồng bềnh trên hư ảo. Tâm hồn miệt mài nóng cháy, nhưng không cháy tan nổi những giấc mộng hãi hùng của hư vô và hủy diệt. Rồi một mai kia, khi thời cơ đến, tiếng cười và thét trỗi lên làm đảo lộn cả nếp sống bình sinh."

Những con người của thời xưa ấy, dám vứt bỏ tất cả để thực hiện cho kỳ được nỗi khát khao tuyệt đối cho đời mình. Nhưng ngày nay, nền văn minh hiện đại đã cung cấp cho chúng ta nhiều thú vui thấp hèn quá, nên dường như tâm hồn của chúng ta đã nguội lạnh, chẳng bao giờ, dù chỉ trong một khoảnh khắc, ta có thể nghe lại được tiếng réo gọi tuyệt đối ấy từ trong nội tâm sâu thẳm của mình:

"Cuộc sống bình thường của chúng ta chẳng mấy khi nghe được những tiếng ấy trong cơn sửng sốt bàng hoàng; để cho trong thiên tải nhất thì, một lần chết đi và một lần sống lại trước sự thực ngàn đời, những khát khao nồng nhiệt cứ vĩnh viễn mỏi mòn, tâm trí càng lúc càng bất động như sỏi đá. Biết bao thành kiến dần dần đọng lại thành lớp vỏ cứng của bản ngã, không cách gì phá nổi."

Và Tuệ Sỹ cho rằng những câu hỏi như thế này chẳng có nghĩa gì trong việc học Thiền cũng như học Phật. Phải đến với Thiền như thế nào? Chúng ta quen hỏi như vậy. Bởi vì đời sống đang chìm đắm trong bùn lầy hôi thối của những cảm thức phù phiếm; chúng ta như những con sâu, triền miên ngủ suốt một mùa đông băng giá. Ngôn ngữ Thiền, dù là sấm chớp hãi hùng trong tai ta, chẳng qua chỉ là "ve sầu kêu ve ve suốt mùa hè nóng bức."

Vậy cho nên vấn đề không phải là cứ thắc mắc phải đến với Thiền như thế nào hoặc phải học Thiền theo phương pháp nào mà điều quan trọng là chúng ta có đến với Thiền, với giáo pháp của Đức Phật bằng tất cả sự khát khao của một kẻ đang thèm khát tuyệt đối hay không? Những lời sau đây có thể được xem như là lời cầu mong của Tuệ Sỹ muốn gửi đến cho những người học Thiền và học Phật hôm nay: "Làm sao chúng ta có thể góp tất cả gió bốn phương trời mà động vào đôi cánh cửa của quan ải Thiền ? Có lẽ, cũng nên một lần, với đói khát với nóng lạnh, nghênh ngang bước vào giữa những tiếng cười rổn rảng, băng qua biên giới không ngần của sa mạc. Rồi sẽ thấy như người xưa từng nói, Thiền là một quan ải hiểm nghèo, thách thức bước tiến của tâm linh. Vậy đã nhất quyết bước tới, thì phải tìm cho đến tận nguồn của đời sống."

Và đây cũng là một đồng thanh tương ứng: "Mình phải đọc tụng kinh Phật với tất cả tinh thần khẩn trương của một kẻ bị xử tử hình đang quỳ lạy trong xà lim tối đen, đang lắng nghe sự im lặng trườn mình qua sự chết sắp đến. Mình cũng có thể học Phật như người đã bị tước đoạt mất hết tất cả trong đời sống, và bỗng nhiên bất thần lại được tìm thấy một kho tàng trân bảo vô lượng trước mặt mình, niềm vui sướng vô tận, cơn khoái lạc tràn trề ngập cả thể xác lẫn tinh thần mà trọn đời người chưa bao giờ có được. Cảm thức phi thường như vậy."

Nếu chúng ta không chịu học Phật trong một tinh thần khẩn trương như vậy, mà cứ đem cái đầu óc nô lệ từ chương sách vở ra để tự khẳng định một cách võ đoán rằng, kinh này mới là "nguyên thủy" còn kinh kia là "không phải." thì không những ta đã đánh mất tinh thần sáng tạo của Đạo Phật, mà còn vô tình trở thành "đàn bà ngồi lê đôi mách" trong thế giới những người học Phật nữa.

Và phải chăng việc người Tây phương đang hướng về những giáo lý của Đức Phật đã được bảo trì từ rất lâu trên những đỉnh núi tuyết cô tịch của Tây Tạng, thì việc tranh luận về "nguyên thủy" hay "không nguyên thủy" đã thực sự không còn cần thiết nữa? Và đã đến lúc các nhà Phật học theo truyền thống nguyên thủy tại Việt Nam nên ý thức rằng, hai truyền thống Bắc Tông và Nam Tông đều cần thiết và phải được bổ túc lẫn nhau trong đời sống tu học của Phật tử Việt Nam vậy.

Nếu ai đã từng theo dõi tất cả những bài viết của Tuệ Sỹ về Phật học từ gần ba thập niên qua, thì phải công nhận rằng Tuệ Sỹ là một trong những nhà Phật Học đã thể hiện tinh thần ấy một cách nghiêm túc nhất.

4. Thiền Sư và thi nhân hay là sự giằng co giữa hai con đường:

Phạm Thiên Thư có lẽ là nhà thơ có nhiều thơ nhất đề cập đến các Thiền Sư. Những câu thơ trong sáng và giản dị như những câu ca dao mà ta vẫn thường ngâm nga trên những con đường quê từ thuở còn ấu thơ. Những câu thơ đẹp lạ lùng như:

Mùa xuân mặc lá trên ngàn
Mùa thu mặc chú bướm vàng tương tư
Động Nam Hoa có Thiền Sư
Đổi kinh lấy rượu tâm hư uống tràn.
(Động Hoa Vàng)

hay là:

Sư lên chót đỉnh rừng thiền
trong tim chợt thắp một rừng tà dương
(Động Hoa Vàng)

Sở dĩ được như vậy là vì Phạm Thiên Thư đã từng một thời khoác áo Thiền gia. Nhưng chính nhờ mang trong mình hai dòng máu cao quý này, nên Phạm Thiên Thư đã hiểu rất rõ sự mâu thuẫn hay nói **đúng hơn là sự giằng co trong nội tâm giữa** *con đường đi lên và đi xuống của Thiền Sư và thi nhân. Hoặc là ở lại với* cái đẹp phù du nơi cuộc đời hữu hạn hay là phải vứt bỏ tất cả để lên đường tìm kiếm cái đẹp vô hạn kia. Nhưng dường như cái đẹp nào cũng cần thiết cả, vì nếu chúng ta không thấy được cái đẹp trong cõi thế hữu hạn này, thì sẽ chẳng bao giờ ta thấy được giá trị của cái đẹp thiên thu vĩnh cửu cả. Phạm Thiên Thư đã nói lên sự giằng co này trong bốn câu thơ:

> Xuống non nhớ suối hoa rừng
> Vào non nhớ kẻ lưng chừng phố mây
> Về thành nhớ cánh chim bay
> Xa thành thương vóc em gầy rạc hoa
> (Động Hoa Vàng)

Tuy vậy, tôi nghĩ rằng những câu thơ của Phạm Thiên Thư cũng chỉ mới cho ta thấy vẻ đẹp của một Thiền Sư đang hồn nhiên chơi đùa với đất trời mênh mông, chứ chưa dẫn ta vào được bên trong. Cái đẹp bên trong đó chỉ có Tuệ Sỹ mới dẫn ta vào được bằng những trang văn súc tích. Ví dụ đoạn sau đây anh viết về tình bạn thắm thiết giữa Thiền Sư và thi hào Tô Đông Pha:

> "Bế môn tọa huyết nhất Thiền Sáp
> đầu thương tuế nguyệt không tranh vanh"
> (Khép cửa hang sâu một giường Thiền
> trên đầu năm tháng trôi chênh vênh)

"Năm tháng là tuổi già, là mùa thu và tóc trắng, là những hoài vọng xa xôi của nhà thơ. Hoài vọng đó là hình ảnh hiu hắt khép kín cửa trong hang sâu giữa núi rừng xa vắng, và thầm lặng trôi qua trên đầu nhà thơ cô quạnh. Cho nên, tấm lòng của sư như mặt nước trong ngần, bao nhiêu chìm nổi thiên hình vạn trạng của cõi đời đều hiện rõ trong đó."

Tại sao trong truyền thống thi ca Viễn Đông, Trung Quốc, Việt Nam, Nhật Bản v.v... Thiền Sư và thi nhân đi đôi với nhau như hình với bóng? Không thể biết được ta chỉ có thể cả hai đều như đứng đó để trông ngóng một mùa thu cô tịch đang đến chậm ở cuối chân trời xa kia chăng?

"Rồi khi Sư thả bộ rong chơi, màu áo còn pha màu sương khói của núi rừng. Sư mang cái tình đạo đó kết duyên cái tình thơ của khách thơ, như ngọn gió mùa thu thổi những phương trời viễn mộng đến làng thơ, thì tình thơ bỗng ngọt ngào như cam quít đang mùa chín đỏ; một thứ ngọt ngào trầm lặng:

Gió thu đưa mộng qua Hoài Thủy
Này cam nọ quít rũ sân buồn

(Thu phong suy mộng quá Hoài Thủy
Tưởng kiến quật sửu Thùy không đình)"

Khách làng thơ lại muốn bỏ qua những ngày bươn bả, *để cùng Sư, trong những đêm dài xa xôi, đốt* củi nấu trà, ngoài bóng trăng nghiêng xuống đáy cốc. Tình thơ sống động, nhưng xa xôi và đơn bạc:

Tấm lòng nhà đạo như nước phẳng
Rọi bóng chìm nổi của cõi đời
Chùa xưa lẻ bóng trồng thu cúc
Bạn với làng thơ thưởng chút tài
Cõi nhân gian có chia đường Nam nẻo Bắc
Mà cánh hồng cánh nhạn vẫn đơn độc lẻ loi.

(Đạo nhân hung tung thủy kính thanh
vạn tượng khởi diệt vô đào hình
độc y cổ tự chủng thu cúc

Yến bạn tao nhân san lạc anh
Nhân gian đề xứ hữu Nam Bắc
Phân phân hồng nhạn hà tằng minh).

Đó là chỗ giống nhau. Còn khác nhau? Chắc chắn phải có khác, nhưng chỗ khác nhau đó nó mỏng manh quá, mỏng manh hơn cả tơ trời nữa, người ngoài như chúng ta khó thấy được, chỉ có những người trong cuộc may ra có thể chỉ cho ta thấy được chăng ? Tuệ Sỹ cũng đã dựa vào một bài thơ của Tô Đông Pha, bài thơ này ông làm đề tặng cho Thiền Sư Đạo Tiềm, một người bạn chí thiết của ông, để giải thích chỗ giống và khác nhau giữa Thiền và thi ca:

"Thượng nhân học về cái lẽ khổ không; một trăm thứ niệm tưởng đã là tro lạnh hết. Cũng tợ thể vung lưỡi kiếm một cái là y như gió thổi chẻ hạt thóc lép không còn chút bụi cám. Tại sao Ngài lại phải chọn theo bạn tôi, tranh đua vẻ đẹp rực rỡ của văn tự ? Bài thơ bọn tôi vừa làm, nó đẹp như tán vụn viên ngọc lánh lánh.

Tuy nhiên, suy nghĩ kỹ thì không phải thế, cái ảo diệu không phải là cái ảo ảnh. Muốn cho lời thơ tuyệt diệu, thì phải là đừng gò ép, vừa không vừa tĩnh. Tĩnh cho nên thâu tóm hết mọi vọng động, không cho nên bao hàm vạn cảnh. Ngắm nhìn sự đời, bôn ba giữa đời, mà như thấy mình nằm trên chóp đỉnh non cao. Đủ hết các thứ mặn nồng, chua chát; trong đó có cái hương vị tuyệt vời. Thơ và pháp (Đạo) không chống trái nhau, không hại nhau. Cái đó nhờ Thượng nhân hạ quyết ? Nhờ hạ quyết ? Không nhờ, cũng đã hạ quyết. Người học thiền, học từ cái khổ đau, hư ảo, học cho thâm tâm thành ra thứ tro tàn nguội lạnh. Học như thế là học để đọa đày. Đạt được sở học đó là buông thả, hóa thành cái không và trở thành cái tĩnh. Buông thả thì không câu chấp, không còn bị ràng buộc cũng tiêu dao như hồn thơ tiêu sái và lãng mạn.

Tầm tĩnh, thì trầm lặng như mặt nước không gợn sóng, phản chiếu trọn vẹn ngoại cảnh. Tầm không, thì tâm rộng như mặt biển bao la, dung nạp hết tất cả ngân hà tinh đẩu. Người học Thiền chịu đọa đày cho thân mình gầy, cho tâm mình nguội, trong đó có cái diệu dụng phi thường của nó. Người làm thơ cuộc đời bị đày ải truân chuyên, trong đó cũng có cái ảo diệu của vị chua, vị mặn, suốt đời học Thiền, suốt đời vẫn đày đọa thâm tâm; đày đọa trong cái không và cái tĩnh. Đày đọa đó mà kỳ thực không là đày đọa. Cũng vậy, suốt đời làm thơ, thì suốt đời khổ lụy lao đao. Chỗ ảo diệu đó, chưa đạt đến cõi thượng thừa của thi ca, làm sao hiểu nổi ?

Đạt tới cõi thượng thừa của thơ, như người học Thiền chứng chỗ không tịch của Đạo; cái đó vừa khó vừa dễ. Học Thiền ba mươi năm, ba mươi năm đày đọa thâm tâm, mà không thành. Phẫn chí, bỏ đi, bất chợt thấy một cánh hoa rơi, cõi không tịch cũng hốt nhiên, đột ngột mở ra chỗ ảo diệu đó, không giảng cho thông cho nên không thể nào lấy tay chỉ thẳng vào cõi thơ, rồi bảo đấy là chân diện mục của nó. Đại khái nơi cõi Thiền cũng có cái phân biệt chân và ngụy. Cõi thơ há lại không ? Nhưng chỉ thẳng vào đó, không thể được. Nó không phải là chỗ dị đồng giữa con chó và con cọp, hay giữa cọp thực và cọp giấy. Quả nhiên, điều thấy rõ là ông (Tô Đông Pha) đã giảng giải thế nào là thơ và thế nào là Thiền. Và cũng thấy rõ là trong đó có chỗ giống và chỗ dị. Nhưng chỉ thẳng vào chỗ đó, thiên nan vạn nan".

Nếu chưa từng lăn lóc với cát bụi của trần gian, chưa từng trải qua những giờ phút lê thê heo hút của chính mình, chưa từng bị đày đọa bởi tình yêu con người, thì làm sao (tác giả bài thơ và người bình thơ) có thể thốt ra những lời nóng bỏng như vậy?

5. Kẻ Sĩ Trong Truyền Thống Đông Phương:
    Rồi trước mắt ngục tù thân bé bỏng
    Ngón tay nào gõ nhịp xuống tường rêu

Tuệ Sỹ làm hai câu thơ trên khi đang làm rẫy tại núi rừng Vạn Giả, nghĩa là vào khoảng cuối năm 1977, những năm tháng mà cả đất nước đang chịu đựng nhiều đau khổ nhất. Là một người trí thức (tất nhiên phải là trí thức có liêm sỉ) Tuệ Sỹ đã ý thức được rằng, mình không thể nào đứng ngoài để nhìn sự đau khổ chung này được. Hai câu thơ trên chứng tỏ anh đã đoán được những gì sẽ xảy ra cho bản thân mình, và điều tiên đoán đó đã đúng.

Có một số người (không nhiều lắm) cho rằng, đáng lý ra Tuệ Sỹ nên để thời gian mà làm chuyện chuyên môn của anh, như sáng tác văn học, thi ca hay dịch thuật thay vì bỏ phí hơn 20 năm để làm những chuyện không có lợi gì cho bản thân. Tôi cho rằng, lập luận trên hoàn toàn không đúng, mà thực ra những kẻ lập luận như vậy chỉ để bảo vệ cái hèn yếu của chính họ mà thôi. Ta nên xếp Tuệ Sỹ đứng ở nơi nào trong những năm đất nước có nhiều biến động ở cuối thế kỷ 20 này?

Không hiểu sao, cứ mỗi lần đọc lời kết luận sau đây của Nguyễn Hiến Lê cho tác phẩm "Sử Trung Quốc", tác phẩm cuối cùng của ông, tôi lại thấy có hình bóng của Tuệ Sỹ trong đó.

"... Đọc sử thời quân chủ của Trung Hoa, tôi buồn cho dân tộc đó thông minh, giỏi tổ chức mà không diệt được cái họa ngoại thích và hoạn quan gây biết bao thống khổ cho dân chúng đời này qua đời khác. Nhưng tôi cũng trọng họ, mến họ vì triều đại nào cũng có hàng ngàn hàng vạn người coi cái chết nhẹ như lông hồng, tuẫn tiết vì nước chứ không chịu nhục, vì những triều đại "vô đạo" thì vô số kẻ sĩ coi công danh phú quý như dép cỏ, kiếm nơi non xanh nước biếc dắt vợ con theo, cày lấy ruộng mà ăn, đào lấy giếng mà uống, sống một đời thanh khiết, làm thơ, vẽ, hoặc trước tác về triết, sử, tuồng, tiểu thuyết để lưu lại hậu thế. Đọc đời các vị đó tôi luôn luôn thấy tâm hồn nhẹ nhàng. Chưa có bộ sử nào của Tây phương cho tôi được cảm tưởng đó."

Tuệ Sỹ chính là kẻ sĩ trong truyền thống của Đông phương, hơn hai mươi năm qua, Tuệ Sỹ đã thể hiện tinh thần "uy vũ bất năng khuất" của kẻ sĩ không phải bằng những tác phẩm qua văn tự, mà anh đã viết tác phẩm đó bằng sự hy sinh quên mình, để chia sẻ sự đau khổ với quê hương đất nước vậy.

Nha Trang, những ngày chớm thu tháng 8/98.

ẤN TƯỢNG KHOẢNH KHẮC

TUỆ SỸ

Một vài người khách thập phương gặp nhau tình cờ ở sân chùa, nói với nhau vài câu bâng quơ. Rồi mỗi người đi theo mỗi hướng. Nhưng rồi, một vài chữ, vài lời trong các câu nói bâng quơ không ngờ đọng lại đâu đó, không tan biến đi được, do những thăng trầm bất định của lịch sử. Cũng có thể vì giông bão liên tục khuấy động, nên một vài phút bình an trước đó trở thành khoảnh khắc hoài niệm không thể quên được, bất kể hoài niệm đó là gì, có ý nghĩa gì.

Hơn bốn mươi năm qua, tôi cũng không nghĩ ấn tượng đầu tiên, không có gì đặc sắc, mà lại có thể gợi nhớ lâu bền như vậy. Chẳng qua anh cũng như nhiều người khác, nhân có việc gì đó mà đến Sài Gòn, tá túc Già Lam chừng một hai hôm, thế thôi. Lần đó, khoảng chừng 1962, anh cùng hai Huynh trưởng nữa, hình như vậy, từ Huế vào. Không rõ việc gì, bởi cũng không có gì đáng phải tò mò. Già Lam hồi đó gồm một nhà lá cho một chú nhỏ như tôi, không còn ai nhỏ hơn nữa; và đó cũng là nhà ăn và nhà bếp. Thêm ba gian nhà gạch còn dang dở, mà một gian tạm thờ Phật, một gian cho các chú lớn hơn, và gian còn lại để dành khi Thượng tọa Giám viện, hoặc Thượng tọa Thiện Minh tạm nghỉ mỗi khi các Ngài có việc ở Sài Gòn. Khi anh Từ vào tá túc, anh nghỉ chung với tôi tại căn nhà lá. Chỉ đến tối anh mới ghé về nghỉ. Tôi không gặp anh được nhiều do đó cũng không nói chuyện nhiều để quen nhiều. Câu nói duy nhất của anh cho đến bây giờ tôi vẫn không quên; không phải nói với tôi, mà chỉ như là nhận xét hay đùa một chút cho vui miệng với Huynh trưởng nào đó. Anh nói: "Ở đây vậy mà là ông cử, ông tú cả đấy". Tôi không nhớ rõ cách nói rất Huế lúc ấy, nên không thể ghi lại đúng nguyên văn ở đây.

Nhận xét của anh không liên hệ gì đến tôi. Vì bấy giờ tôi hầu như không đi học. Lý do đơn giản thôi: không có tiền đóng học phí, cũng không đủ tiền đi xe buýt. Vốn là chú tiểu lang thang, không có Phật học đường nào dung chứa, hết Sài Gòn rồi Lục Tỉnh, rồi miền Đông; may mà được Thượng tọa Giám viện thương tình cho tạm tá túc khi Già Lam vừa mới lập. Tất nhiên, sau đó ổn định dần, tôi cũng bắt đầu đi học; như du mục định cư, rồi mới nói đến chuyện tri thức.

Dù có khoa trương thêm lý lịch bản thân, tôi cũng cảm thấy có cái gì đó rất khó nói từ lần đầu tôi gặp anh Từ. Chưa hề có ai tôi gặp một lần mà để lại ấn tượng lâu dài như vậy. Ấn tượng ấy thật sự cũng chỉ mơ hồ thôi. Không phải là dấu ấn sâu đậm để có thể nhớ mãi.

Cũng lạ thật; có những người sống chung với nhau nhiều năm, gần như anh em ruột thịt, nhưng khi xa nhau một thời gian thì không còn nhận ra nhau nữa, dù họ không có mâu thuẫn xã hội hay tâm lý nào. Cũng có người chỉ gặp nhau một thoáng, lại gắn bó với nhau một cách vô hình, hay vô tình.

Tất nhiên tôi còn gặp anh thêm nhiều lần nữa. Lần nào cũng chỉ chào hỏi thông thường, rồi trao đổi vài ba câu gì đó. Dù vậy, cho đến bây giờ, tôi vẫn cảm nhận có một sự thân thiết nào đó gắn bó tôi và anh, bên ngoài khuôn sáo đời thường.

Lần cuối cùng, anh đưa tôi đến nói chuyện với một lớp

học của Gia đình. Buổi ấy, tôi thật bối rối, không nói được gì cả. Có khi ngồi im lặng gần nửa giờ. Những điều muốn nói lại không thể, hay không được phép nói. Còn những điều có thể nói, thì chỉ là những lời sáo rỗng. Tuy nhiên, sau đó tôi cảm thấy được an ủi, bởi trong mắt nhìn của anh bấy giờ u uẩn nỗi ưu tư bàng bạc.

Ngày nay, khi nghe tiếng trẻ nô đùa dưới sân chùa vào ngày chủ nhật, tôi nghĩ, anh tái sinh tại một nơi nào đó, Thiên giới hay Cực lạc, hay cõi Ta bà đầy thống khổ, có cảm thấy bất chợt bồi hồi bởi những rung động từ khoảnh khắc tâm tư quá khứ của anh vẫn còn ngân vang, trên muôn trùng lớp sóng vô thường biến dịch. Trên lớp sóng phế hưng ấy, tâm nguyện của người Phật tử như hạt giống Bồ đề đã chuyển thể thành kim cang bất hoại.

Hôm nay, nhân ngày giỗ của anh, tôi đốt nén tâm hương tưởng vọng anh. Trong đốm lửa nhỏ, tâm nguyện của anh vẫn còn thắp sáng cho thế hệ đàn em của anh.

Già Lam, giữa tiết Thanh Minh, Quý Mùi,
Phật lịch 2547

Tuệ Sỹ

*Ngày nay, khi nghe tiếng trẻ nô đùa dưới sân chùa
vào ngày chủ nhật, tôi nghĩ,
anh tái sinh tại một nơi nào đó*

GIÁO HỘI PHẬT GIÁO VIỆT NAM THỐNG NHẤT
VIỆN HÓA ĐẠO

BẠCH THƯ

về Nghị Quyết 427 của Quốc Hội Hoa Kỳ
(thông qua ngày 11/19/2003) &
Nghị Quyết của Quốc Hội Âu Châu
(thông qua ngày 20.11.2003)

Thích
Tuệ Sỹ

Theo công bố của Văn phòng Quốc Hội Hoa Kỳ, ngày 19 tháng 11, Hạ Nghị Viện Hoa Kỳ đã bỏ phiếu thuận 409, phản đối 13, Nghị Quyết 427 bảo trợ bởi Bà Loretta Sanchez, dân biểu Bang California, đồng bảo trợ 22 Dân biểu. Nội dung Nghị Quyết: *"Bày rỏ cảm tình của Viện Dân biểu Hoa Kỳ đối với ban Chỉ đạo dũng cảm của Giáo Hội Phật Giáo Việt Nam Thống Nhất, và yêu cầu khẩn thiết cho tự do tôn giáo và các quyền con người liên hệ tại nước Cộng hòa Xã hội chủ nghĩa Việt Nam."*

Tiếp theo đó, kể từ ngày 20 tháng 11, 2003, hầu hết các báo chí, đài phát thanh và truyền hình trong nước đã lên tiếng phản đối Hoa Kỳ chen vào công việc nội bộ của Việt Nam, cũng như khẳng định "đường lối trước sau như một của Đảng và Nhà nước luôn luôn tôn trọng tự do tín ngưỡng."

Vì Nghị Quyết liên hệ đến Giáo Hội Phật Giáo Việt Nam Thống Nhất, do đó, Ban Chỉ Đạo Viện Hóa Đạo thấy cần phải bày bỏ quan điểm và lập trường của Giáo Hội để Tăng Ni, Phật tử, cùng đồng bào trong và ngoài nước có cơ sở tham chiếu, ngoài quan điểm đơn phương của các phương tiện truyền thông đại chúng Việt Nam dưới sự kiểm soát của Nhà nước Cộng sản.

1. Trước hết, việc đệ trình Quốc Hội Hoa Kỳ hay thông qua Nghị Quyết bởi các Dân biểu Hoa Kỳ, đó là vấn đề nội bộ của Hoa Kỳ. Hội Đồng Lưỡng Viện, cũng như Ban Chỉ đạo Viện Hóa Đạo không có thẩm quyền hay tư cách gì để can thiệp.

Tuy nhiên, trong phát biểu của mình trước Quốc Hội, khẳng định lý do Nghị Quyết 427 được đệ trình, Bà Dân biểu Loretta Sanchez nói rõ: "Tôi đại diện cho cộng đồng người Việt lớn nhất ngoài Việt Nam trên thế giới, tại Quận Cam, bang California." Chúng ta biết, sau 1975, khi chế độ Việt Nam Cộng Hòa sụp đổ, một số lớn đồng bào miền Nam đã rời bỏ quê hương tị nạn tại nhiều nước trên thế giới. Ngày nay, họ là công dân của những nước đã cưu mang họ, hưởng quyền lợi và có các bổn phận như các công dân thuộc các cộng đồng khác. Một trong các bổn phận căn bản là đóng thuế. Một trong các quyền lợi căn bản là sử dụng lá phiếu để quyết định Chính quyền.

Dù phải sống lưu vong, nhưng đại bộ phận người Việt nước ngoài không thể quên quê hương, cội nguồn. Họ có bổn phận với đất nước đang cưu mang họ, đồng thời cũng còn mang trong tâm tư bổn phận thiêng liêng khác: đó là sự tồn vong, thăng trầm hay vinh nhục, của Tổ quốc, của giống nòi. Vì vậy, họ đã sử dụng lá phiếu của mình gây ảnh hưởng đối với Chính quyền đương quốc để binh vực quyền lợi cho thân nhân, đồng đạo cũng như đồng bào của mình trong nước, mà họ cho rằng đang bị khống chế hay áp bức. Đồng bào Việt đã gây ảnh hưởng như thế nào đối với Chính quyền sở tại, và Chính quyền ở đó đáp ứng như thế nào, đó là vấn đề nội bộ của nước đó.

Đảng Cộng sản, kể từ khi mở cửa, sau khi thành trì bách chiến bách thắng của chủ nghĩa xã hội là Liên Xô sụp đổ, rõ ràng đã có thay đổi tư duy, đã không còn xem người Việt tị nạn nước ngoài là *"bọn phản quốc chạy theo đế quốc tư bản,"* mà bây giờ là một bộ phận không thể chia cắt của dân tộc, nghĩa là cũng được đối xử bình đẳng như đồng bào trong nước, cũng được thừa nhận là còn có nghĩa vụ thiêng liêng đối với Tổ quốc. Cho nên, tại Washington D.C có Tòa Đại sứ Việt Nam, tại California có Tòa Tổng Lãnh sự để nhắc nhở người Việt lưu vong một thời phản quốc đừng quên giống nòi và Tổ Quốc Xã Hội Chủ Nghĩa. Đảng CS Việt Nam còn được phép, nghĩa là một cách hợp pháp, tổ chức những nhóm người Việt chấp nhận Chủ nghĩa Xã hội công khai vận động ủng hộ và ca ngợi Đảng Cộng sản vinh quang, ngay trên đất Mỹ, được phép mở các kênh truyền hình giới thiệu đất nước Việt Nam giàu đẹp dưới tài lãnh đạo sáng suốt của Đảng Cộng sản Việt Nam, đỉnh cao của trí tuệ loài người. Đảng và Nhà nước có đủ tất cả phương tiện mà nước Mỹ dành cho để chỉ cho đồng bào Việt kiều thấy đâu là vinh quang và đâu là sỉ nhục của Tổ quốc để tự do lựa chọn. Giáo Hội Phật Giáo Việt Nam Thống Nhất không đủ tầm vóc để tuyên truyền như vậy.

Ngay cả trong nước, GHPGVNTN không có bất cứ phương tiện truyền thông nào để xác minh việc làm của mình, mà theo đó đồng bào và Phật tử có quyền tự do phê phán. Thế nhưng, thậm chí khi bộ Ngoại giao công bố trước dư luận thế giới rằng Hòa thượng Huyền Quang và Hòa Thượng Quảng Độ, cùng các Thượng tọa, Đại đức khác bị bắt giữ tại đồn Công an Biên phòng Lương Sơn, vì "có mang giữ tài liệu bí mật quốc gia." Điều đó không chỉ phạm luật

Nhà nước, mà còn phạm giới Nhà tu. Dù bị lăng nhục như vậy, nhưng Giáo Hội không có bất cứ quyền hạn nào để tự xác minh trước sự vu khống và xúc phạm quá đáng đối với các bậc Cao tăng mà Phật tử kính trọng. Nếu Tăng Ni trẻ trong nước có tò mò tìm đọc các thông tin từ trên mạng để tìm hiểu sự thực, thì bị hăm dọa trục xuất khỏi chùa, khỏi tu viện. Nghĩa là trường hợp phạm giới nặng xét theo luật Nhà Chùa. Trong trường hợp như vậy đồng bào và Phật tử nước ngoài có toàn quyền tự do phê phán, và tự thấy cần phải làm gì để trân trọng phẩm giá của những người mà mình tôn kính. Và họ đã sử dụng lá phiếu để yêu cầu Chính quyền sở tại, hoặc tán thành hoặc phản đối hành vi Nhà nước Cộng sản. Ban Chỉ Đạo Viện Hóa Đạo không đủ tầm vóc để gây ảnh hưởng đó, bởi vì hai vị Đại lão Hòa thượng lãnh đạo tối cao của Giáo Hội bị cách ly, các Thượng tọa thành viên Ban Chỉ Đạo Viện Hóa Đạo phần lớn bị quản chế, hoặc bị hăm dọa, sách nhiễu.

2. **Thứ hai,** các phương tiện truyền thông đại chúng trong nước đã cho thấy rõ ý nghĩa: vấn đề Phật Giáo Việt Nam là vấn đề nội bộ của nước Việt Nam. Điều đó đúng. Nhưng cũng cần phải xác định, trong giới hạn nào thì được gọi là nội bộ. Có thể nói ngay rằng, những vấn đề của các hội đoàn nhân dân khác, như Hội Liên hiệp Phụ nữ, Hội Liên hiệp Thanh niên, hay Hội Những người cao tuổi, là những vấn đề nội bộ, hoàn toàn bị chi phối bởi luật pháp Việt Nam trong thời gian nào đó và trong phạm vi lãnh thổ Việt Nam. Vượt ngoài giới hạn thời gian và không gian ấy, những hội đoàn ấy không tồn tại. Ý nghĩa nội bộ lại càng chặt chẽ hơn nữa, khi các hội đoàn nhân dân này là một bộ phận tổ chức quần chúng của Đảng. Ngay cả bản thân của Đảng Cộng sản Việt Nam, vượt qua giới hạn thời gian và không gian, trong chừng mực nhất định, cũng hoàn toàn không tồn tại.

Đối với Phật Giáo, dù được tổ chức dưới hình thái nào, không hoàn toàn lệ thuộc giới hạn thời gian và không gian như vừa nói. Trải qua trên hai mươi lăm thế kỷ truyền bá, trên toàn bộ khu vực Á châu rộng lớn, và ngày nay trên toàn thế giới, là một thực thể xã hội trong cộng đồng nhân loại. Phật Giáo Việt Nam có bản sắc riêng, nhưng không thể nói hoàn toàn khác biệt với Phật Giáo tại các nước khác. Do ảnh hưởng hỗ tương về mọi mặt, kể cả mặt tổ chức, nên Phật Giáo Việt Nam không thể tự tách mình biệt lập với Phật Giáo như một tôn giáo toàn cầu. Có những sắc thái đặc thù của mỗi dân tộc, nhưng không thể phủ nhận tính phổ quát. Với nhận thức như vậy, vấn đề Phật Giáo, Việt Nam hay không phải Việt Nam, đều không hoàn toàn là công việc nội bộ của một nước.

Tất nhiên, khi truyền bá vào đất nước nào, Phật Giáo thích ứng với phong tục, tập quán của nước đó, và cũng phải sinh hoạt trong khuôn khổ luật pháp của nước đó. Nhưng không phải vì vậy mà Phật Giáo hoàn toàn lệ thuộc vào luật pháp của nước đó. Luật pháp của mỗi chế độ đều có chức năng bảo vệ sự tồn tại của chế độ đó. Ngay trong một chế độ, luật pháp cũng phải thay đổi theo thời đại, theo tổ chức quản lý xã hội của chế độ trong từng giai đoạn. Và trên hết, trong lịch sử chính trị, chưa có chế độ chính trị nào tồn tại vĩnh viễn. Điều chắc chắn, chế độ chính trị này có thể sụp đổ, được thay thế bằng chế độ chính trị khác, và do vậy cũng thay đổi luôn nội dung của luật pháp. Trong trường hợp như vậy, Phật Giáo vẫn tồn tại. Đó là sự thực lịch sử. Cho nên, không một chế độ nào có thể buộc chặt Phật Giáo vào sinh mệnh tồn tại của mình, để rồi khi nó sụp đổ, kéo theo cả sự sụp đổ của Phật Giáo. Một vài vị lãnh đạo Phật Giáo Việt Nam do không thấy điều này, mà là điều hiển nhiên trong lời dạy của Phật: *"cái gì có sinh thì có diệt"* hoặc thấy, biết nhưng không thể làm khác đi được vì nhiều lý do, hoặc có vị cũng thấy, biết nhưng, để cho quyền lợi vật chất chi phối, sẵn sàng tuân theo ý chí của Đảng, bằng bất cứ giá nào phải đưa toàn bộ Phật Giáo Việt Nam vào làm một bộ phận chính trị quần chúng của Đảng để bảo vệ sự tồn tại lâu dài của Đảng. Như thế, thịnh suy của Đảng, thậm chí cả đến sự trong sạch hay thoái hóa của Đảng, cũng kéo theo số phận của Phật Giáo Việt Nam.

Bản thân của Phật Giáo cũng không phải là vĩnh viễn. Đức Phật chưa bao giờ nói giáo pháp của Ngài tồn tại vĩnh viễn, mà những gì được nói thành lời đều là hữu vi do đó phải chịu tác động sinh diệt. Nhưng không phải vì thế mà Phật Giáo mất hay còn tùy thuộc vào số phận của bất cứ tổ chức hay đảng phái chính trị nào.

Chính vì Phật Giáo, trong bản chất, không thể là một bộ phận của Đảng CS Việt Nam, nên vấn đề Phật Giáo không phải là vấn đề nội bộ của nước Việt Nam mà người làm chủ duy nhất hiện tại là Đảng Cộng sản Việt Nam.

Có thể một số sư tăng hay Phật tử chấp nhận lý tưởng xã hội chủ nghĩa, cho rằng chỉ có thể đem lại hạnh phúc cho xã hội loài người khi mà xã hội xã hội chủ nghĩa được xây dựng thành công, trong đó không có giai cấp bóc lột và do đó tôn giáo cũng không còn chức năng lịch sử nữa, nghĩa là không còn tồn tại. Các sư tăng và Phật tử ấy có quyền tự do, và chắc chắn Phật cũng không cấm, họp nhau lại lập thành một Giáo Hội rồi tự nguyện phó thác sinh mạng của Giáo Hội ấy trong tay các đảng viên cộng sản, những chiến sỹ xung kích xây dựng chủ nghĩa xã hội, đấu tranh cho một xã hội không giai cấp và không tôn giáo. Mọi hình thái tổ chức và sinh hoạt của Giáo Hội ấy hoàn toàn tùy thuộc sự chỉ đạo của Đảng Cộng sản. Từ trên cao, ai được chỉ định làm Pháp chủ, cho đến dưới hạ tầng, ai được chỉ định làm Chánh đại diện Phật Giáo quận huyện; đó hoàn toàn là công việc nội bộ của đảng Cộng sản. Vì đảng là người duy nhất lãnh đạo đất nước, cho nên công việc đảng là công việc của nước.

Ý nghĩa vấn đề Phật Giáo Việt Nam là vấn đề nội bộ của nước Việt Nam cần phải được nhận thức trong bối cảnh như vậy. Tất nhiên, đây là Phật Giáo của đảng cộng sản Việt Nam, một thứ Phật Giáo đang cố hóa thân để trở thành chủ nghĩa xã hội.

Những tăng ni Phật tử khác không chấp nhận điều đó, mặc dù không phủ nhận nhưng cũng không thừa nhận chủ nghĩa xã hội là cứu cánh chân lý, có quyền tư duy và sinh hoạt theo những gì mình học và hiểu từ kinh Phật. Không thể bức ép họ tập họp làm thành một bộ phận của đảng cộng sản. Trong gần ba thập kỷ qua, giết tróc, tử hình, tù đày, lăng nhục, tất cả vẫn không làm sờn lòng, thoái chí, của những người quyết tâm đi thẳng theo con đường mà mình đã lựa chọn.

3. Trong nhiều trường hợp, để tránh né vấn đề có tính cách tế nhị trên phương diện luật pháp, Nhà nước Việt Nam, mà thường xuyên là bộ Ngoại giao khi phải trả lời dư luận quốc tế về hiện tình của Phật Giáo Việt Nam, trích dẫn lời phát biểu của các lãnh đạo của Giáo Hội của Mặt Trận, luôn luôn khẳng định, người đại diện duy nhất của Phật Giáo Việt Nam hiện tại là Giáo Hội Phật Giáo Việt Nam. Vì được thừa nhận là đại diện hợp pháp duy nhất, nên khi tổ chức này nói: "không có đàn áp tôn giáo tại Việt Nam", đảng CSVN muốn rằng cả thế giới, trong cũng như ngoài nước, phải hiểu rằng không có đàn áp.

Tuy nhiên, Mặt Trận là tổ chức chính trị quần chúng của Đảng Cộng sản. Thế thì tuyên bố của một tổ chức dưới quyền lãnh đạo của Mặt Trận, dù được gọi là Giáo Hội hay Hiệp hội, cũng vẫn là tuyên bố của Mặt Trận, nghĩa là, chính thức là của đảng CS. Mặt Trận là một tổ chức chính trị của đảng CSVN, thì phạm vi hoạt động cũng chỉ giới hạn trong lãnh thổ Việt Nam mà thôi. Theo hệ luận, trên nguyên tắc và chỉ trên nguyên tắc mà thôi, Giáo Hội nào là thành viên của Mặt Trận, thì phạm vi sinh hoạt của nó cũng không thể vượt ngoài tầm ảnh hưởng của Mặt Trận. Nói là trên nguyên tắc, vì trong thực tế, khi đảng CSVN muốn vươn tầm tay ra ngoài thế giới để tập hợp số người Việt lưu vong trước đây được xem là phản quốc nay được đảng "tha thứ" cho hướng về quê hương để xây dựng tổ quốc xã hội chủ nghĩa, khi ấy đảng cần điều động Giáo Hội của Mặt Trận làm đội quân thứ năm, bấy giờ đảng sẽ cho làm lại căn cước khác: Giáo Hội thuần túy chứ không phải là thành viên của Mặt Trận.

Mặc dù được Nhà nước yểm trợ bằng tất cả mọi phương tiện cần thiết, nhưng không hiểu sao cho đến nay Giáo Hội ấy vẫn chưa hoàn toàn lột xác khỏi Mặt Trận để xứng đáng tầm vóc lãnh đạo đại bộ phận Phật tử Việt Nam hải ngoại, để hoàn thành xuất sắc nhiệm vụ mà đảng giao phó là tập hợp quần chúng chung quanh đảng.

Ngày nay, cùng chung số phận với đại khối đồng bào, một bộ phận lớn Phật tử Việt Nam tìm đường vượt biên tị nạn CS, định cư trong các quốc gia phát triển hàng đầu của thế giới, khắp từ châu Mỹ, châu Âu, châu Úc. Châu Á là bản địa của Phật Giáo, và sự định cư của Phật tử tại các nước ở đó cũng không phải là ít. Trong bối cảnh đó, bờ cõi Việt Nam không rộng lớn thêm và Nhà nước Việt Nam mặc dù là Nhà nước thống nhất cả hai miền Nam Bắc nhưng phạm vi vẫn không thể vượt qua các đường ranh hải phận và đất liền; nhưng quả thực Phật Giáo Việt Nam đã vượt qua bờ cõi của Tổ quốc.

Vì quốc vận đảo điên nên phải lìa xa quê hương, nhưng người Việt lưu vong đã không quên cội nguồn, trong đó có Phật Giáo. Họ không thể nói: *"Tôi là công dân của nước Cộng Hòa Xã Hội Chủ Nghĩa Việt Nam"*, nhưng họ có đủ quyền tự do và được các công ước quốc tế bảo vệ để có thể nói: *"Tôi là Phật tử Việt Nam."* Vì vậy Nhà nước Việt Nam không có quyền hạn gì với họ. Trái lại, các Thầy và các Sư cô Việt Nam, ở trong hay ngoài nước, theo Giáo Hội này hay theo Giáo Hội kia, đều có thể có ảnh hưởng nào đó trong đời sống thường nhật của các Phật tử ấy, và họ tự do lựa chọn vị Thầy thích hợp cơ duyên cho đời sống tâm linh của mình. Khi họ nghĩ rằng các Thầy của mình đang bị áp chế, họ tự thấy có bổn phận chiếu cố. Đó là đạo nghĩa của con người, sống và hành động đúng theo lương tâm và nhận thức. Tuy là thân phận lưu vong, nhưng là công dân của quốc gia dân chủ, có đủ quyền lợi và nghĩa vụ như các công dân khác, không phân biệt chủng tộc; họ sử dụng quyền công dân của mình, bày tỏ quan điểm của mình bằng lá phiếu. Kết án các Tăng Ni Phật tử trong nước không khứng chịu chấp nhận làm thành viên của Mặt Trận Tổ quốc Việt Nam là "biến chất, thoái hóa"; kết án các Phật tử định cư nước ngoài nghĩ đến Thầy tổ của mình bằng lá phiếu dân chủ là bọn "phản động lưu vong"; tố cáo các Chính quyền làm theo điều mà cử tri muốn là "thế lực thù địch"; những vị có tư tưởng phê phán như vậy nên xét lại vấn đề, hãy chiêm nghiệm thực tế để đừng nhầm lẫn lý tưởng phụng sự Chánh pháp với mục tiêu phục vụ thế quyền. Không có cái gì dựa trên sự dối trá mà có thể tồn tại lâu dài.

4. Nghị Quyết 427 được thông qua tại Viện Dân biểu Hoa Kỳ ở Washington DC, ngày 19/11/2003 lúc 4:27pm (giờ địa phương) với 409 phiếu thuận trên 13 phiếu chống; và Nghị Quyết của Quốc Hội Âu Châu thông qua lúc 17 giờ chiều thứ năm, 20.11.2003, với đa số tuyệt đối của 626 Dân biểu; sự thông qua hai Nghị Quyết tại hai diễn đàn dân chủ có tầm ảnh hưởng quyết định hàng đầu của thế giới đã phản ảnh rất rõ hình ảnh của Giáo Hội Phật Giáo Việt Nam Thống Nhất trong các cộng đồng quốc tế.

5. Trong hiện tình của Giáo Hội Phật Giáo Việt

Nam Thống Nhất trong nước, trong khi hai vị Đại lão Hòa
thượng lãnh đạo tối cao bị cách ly, và một số các Thượng tọa
trong Tân Ban Chỉ Đạo Viện Hóa Đạo bị quản chế, nên chỉ
có thể tổ chức cuộc hội kiến nhỏ không theo một nghị trình
và địa điểm cố định, do đó không thể thảo luận chi tiết mọi
khía cạnh của vấn đề. Nhưng cấp thiết, trong giới hạn cho
phép, Ban Chỉ Đạo Viện Hóa Đạo tự thấy có trách nhiệm,
dưới hình thức phổ biến Bạch Thư, nêu quan điểm và lập
trường của Giáo Hội để Phật tử và đồng bào có cơ sở phán
đoán các nguồn thông tin và bình luận của các phương tiện
truyền thông đại chúng trong nước liên quan đến hai Nghị
Quyết đã đề cập trên.

Phật lịch 2547,
Tháng 11. ngày 22, 2003

TUN Hòa Thượng Viện Trưởng
Thay mặt Ban Chỉ Đạo Viện Hóa Đạo
Đệ nhất Phó Viện trưởng

Thích Tuệ Sỹ
(Ấn Ký)

SỰ BIẾN LƯƠNG SƠN

Tường thuật của TUỆ SỸ

TRÊN NỀN TẢNG TRANH CHẤP PHÁP LÝ

Sự biến Lương Sơn là điểm cao của một chuỗi sự biến đang tạo thành khúc quanh mới của Phật Giáo Việt Nam nói chung, không phải chỉ là vấn đề tồn tại hay phục hoạt của Giáo Hội Phật Giáo Việt Nam Thống Nhất.

Các chi tiết trong bản tường thuật này cho thấy có sự tham gia xã hội trên một quy mô rộng lớn, để thấy tính chất nghiêm trọng của vần đề. Thành phần tham gia chủ yếu là các cơ quan quyền lực Nhà Nước và các cơ chế phụ tùy. Đáng kể trong số đó:

- Bộ Công an, với sự huy động Công an các tỉnh thành như Thừa Thiên-Huế, thành phố Hồ Chí Minh, và tỉnh Bình Định.

- Bộ Ngoại giao, cố gắng đưa hình ảnh xấu trước dư luận thế giới về các hoạt động của Giáo Hội Phật Giáo Việt Nam Thống Nhất.

- Ủy ban nhân dân tỉnh, thành phố, trong đó chủ yếu là thành phố Hồ Chí Minh, Thừa Thiên-Huế, Bình Định.

- Ban Tôn giáo Chính phủ Trung Ương và các tỉnh.

- Giáo Hội Phật Giáo Việt Nam, với sự tham gia chưa từng thấy gồm cả hai bộ phận: Hội đồng Chứng minh và các Ban trị sự.

- Riêng tại Bình Định, sự tham gia có thể nói là toàn diện: từ Chủ tịch tỉnh, cho đến xã, và Chính quyền địa phương đưa vào tham gia cả những thân nhân của Hòa thượng Huyền Quang, được xem như chiến dịch vận động tình cảm thuyết phục.

Trong bản tin mới đây dẫn lời tuyên bố của phát ngôn nhân bộ Ngoại giao Việt Nam, đọc được trong mục Thông cáo báo chí trên trang Web của tòa Đại sứ Việt Nam tại Mỹ, lập lại quan điểm của Chính phủ Việt Nam rằng: Tại Việt Nam chỉ tồn tại một Giáo Hội Phật Giáo duy nhất, mà nguyên tiếng trong bản tin nói trên gọi là VietNam Buddhist Sangha, nghĩa là Tăng già Phật Giáo (Phật tử) Việt Nam. Bản tin dùng tiếng Phạn Sangha (Pali = Sanskrit) để chỉ cho một tổ chức chính trị đội lốt tôn giáo là một thành viên của Mặt Trận Tổ Quốc Việt Nam, được lãnh đạo bởi một đảng chính trị đương quyền là đảng Cộng sản Việt Nam; đó là một sự lạm dụng từ ngữ. Những người Phật tử chân chính, biết rõ ý nghĩa của từ ngữ này (Sangha = Tăng- Già), không thể chấp nhận được cách dùng chữ lập lờ đánh lận con đen đó.

Trong nhiều trường hợp khác, trong nhiều văn bản tiếng Anh chính thức của Nhà nước, tổ chức tôn giáo của đảng Cộng sản Việt Nam, được mệnh danh là Giáo Hội Phật Giáo Việt Nam, được dịch thành tiếng Anh là Asociation of Buddhism of VietNam, nghĩa là, chính thức được gọi là "Hiệp Hội Phật Giáo Việt Nam", cùng ý nghĩa như Association of Woman (tức Hội Phụ nữ), hay Association of Fine Arts of Ho Chi Minh City (Hội Mỹ thuật thành phố Hồ Chí Minh). Đây là những từ ngữ được các văn bản pháp định của Nhà nước Việt Nam thừa nhận. Theo ý nghĩa đó, Việt Nam thực sự không có tổ chức tôn giáo nào chính thức được gọi là Giáo Hội của Phật Giáo Việt Nam, ngoại trừ Giáo Hội Phật Giáo Việt Nam Thống Nhất tồn tại như một cơ cấu tôn giáo đúng nghĩa trước 1975, mà đến nay vấn đề hợp pháp của nó đang là điểm tranh luận và cũng là điểm thách thức mang tính pháp quy đối với Pháp luật của Nhà nước Việt Nam.

Ngoài ra, tuyên bố của phát ngôn nhân bộ Ngoại giao còn vi phạm một điều được quy định bởi Hiến pháp của nước Cộng hòa Xã hội Chủ nghĩa Việt Nam: quyền được theo một tôn giáo. Không thể nói chỉ thừa nhận một tổ chức duy nhất, các tổ chức khác đều bất hợp pháp. Đảng Cộng sản Việt Nam nếu thấy Phật Giáo có thể là công cụ cho mục đích chính trị của mình, thì có thể tập hợp những người Phật tử sẵn sàng đem Phật Giáo phục vụ cho đảng để lập thành một bộ phận chính trị đội lốt tôn giáo của đảng. Những người Phật tử khác, chỉ trung thành với lý tưởng đạo Phật, không muốn pha trộn Phật Giáo với bất cứ ý thức hệ nào, cũng không chịu điều khiển bởi bất cứ đảng phái chính trị nào, trong điều kiện hợp pháp, có quyền đăng ký với Nhà Nước để lập hiệp hội tôn giáo theo quy chế hiệp hội theo pháp định, hay lập thành Giáo Hội theo tập quán truyền thống. Như Đạo dụ số 10 của Chính quyền Bảo hộ Pháp, được thừa nhận bởi Chính phủ Ngô Đình Diệm, trong đó quy định các tổ chức hiệp hội, và đặt các tổ chức Thiên chúa giáo ra ngoài Đạo dụ vì được thừa nhận là các tổ chức tôn giáo. Nhưng Phật Giáo Việt Nam phải bị chi phối bởi Đạo dụ này vì Chính quyền thực dân Pháp không coi Phật Giáo Việt Nam lúc bấy giờ là tôn giáo theo định nghĩa kinh điển. Đó là nguyên nhân sâu xa của cuộc vận động Phật Giáo năm 1963 dẫn đến sự sụp đổ của chế độ Tổng Thống Ngô Đình Diệm.

Lời tuyên bố của phát ngôn viên Bộ Ngoại giao cũng gián tiếp khẳng định Giáo Hội Phật Giáo Việt Nam Thống Nhất là tổ chức bất hợp pháp. Nhưng, thế nào là bất hợp pháp? Nếu đó là một tổ chức, hay một hiệp hội, được thành lập chỉ sau ngày Cộng sản chiến thắng miền Nam mà chưa được thừa nhận theo bất cứ thủ tục pháp định nào, như thế có thể gọi là bất hợp pháp. Giáo Hội Phật Giáo Việt Nam Thống Nhất được thành lập trước khi nước Việt Nam Cộng Hòa sụp đổ, đã sở hữu hợp pháp rất nhiều cơ sở văn hóa, giáo dục, từ thiện, tôn giáo, trên toàn miền Nam. Hầu hết các cơ sở đó đã bị cưỡng chiếm bởi Nhà nước Cộng sản theo thủ tục hiến tặng dưới nhiều hình thức khác nhau nhưng được trang bị bởi nhận thức duy nhất có tính hăm dọa: tất cả đều là tàn dư của chế độ Mỹ Ngụy. Khi tiếp thu một chính quyền đã bị sụp đổ, chính quyền mới có quyền thừa nhận hay hủy bỏ bất cứ tổ chức nào trước đó sinh hoạt trong hệ thống pháp chế của Hiến pháp của Nhà nước đã bị sụp đổ. Đối với Giáo Hội Phật Giáo Việt Nam Thống Nhất, chính quyền mới, từ khi đang là chế độ Quân quản, cho đến thời hiệp thương Nam Bắc, Thống Nhất cả nước thành Nhà nước duy nhất gọi là nước Cộng hòa Xã hội Chủ nghĩa Việt Nam; Nhà nước đó chưa hề có văn bản chính thức nào tuyên bố hủy bỏ sự tồn tại của Giáo Hội Phật Giáo Việt Nam Thống Nhất. Không những thế, năm 1977, Giáo Hội này đã tổ chức Đại Hội toàn quốc lần thứ 7. Toàn quốc ở đây, theo Hiến chương, chỉ giới hạn từ vĩ tuyến 17 cho đến toàn miền Nam. Thừa nhận Đại Hội trên một quy mô toàn quốc như vậy, rõ ràng Nhà nước Cộng hòa Xã hội Chủ nghĩa Việt Nam mặc nhiên xác nhận, Giáo Hội Phật Giáo Việt Nam Thống Nhất là tổ chức hợp pháp, theo hệ thống pháp chế xã hội chủ nghĩa lúc bấy giờ. Đây là một tiền lệ chưa từng có, nên về sau Nhà nước tỏ ra không nhất quán và rất lúng túng khi phải có quan hệ với Giáo Hội Phật Giáo Việt Nam Thống Nhất.

Điển hình trước hết về sự thừa nhận mặc nhiên này là công nhận phái đoàn đại biểu của Giáo Hội Phật Giáo Việt Nam Thống Nhất tham dự Đại Hội thành lập Giáo Hội mới do Ban Bí thư Trung ương Đảng tổ chức tại Hội trường Giảng Võ, Hà Nội, được sự chỉ đạo trực tiếp của Ông Trần

Quốc Hoàn, Ủy viên Tổ chức của Ban Bí thư Trung Ương Đảng. Đoàn đại biểu này do Thượng tọa Thích Thiện Siêu làm trưởng đoàn.

Khi Giáo Hội mới được thành lập, gọi là Giáo Hội Phật Giáo Việt Nam, các hệ phái khác như Giáo Hội Cổ Sơn Môn, Giáo Hội Theravada, Giáo Hội Tăng Già Khất Sỹ, vân vân, đều được quyền bảo lưu danh xưng. Giáo Hội Thống Nhất thì được phớt lờ. Nhưng nhân sự và cơ sở toàn bộ của Giáo Hội mới thì hoàn toàn trưng dụng của Giáo Hội Việt Nam Thống Nhất. Hòa thượng Thích Đôn Hậu, Chánh Thư Ký Viện Tăng Thống, đã có văn thư phản đối gởi Hòa Thượng Thích Trí Thủ về việc chiếm dụng này.

Giáo Hội Phật Giáo Việt Nam Thống Nhất không bị giải thể, nhưng tồn tại nửa như hợp pháp, nửa như không hợp pháp. Có khi Nhà nước tuyên bố, Giáo Hội Phật Giáo Việt Nam Thống Nhất không còn tồn tại kể từ khi được thay thế bằng Giáo Hội mới. Nhưng cũng có khi Nhà Nước nói, Giáo Hội Phật Giáo Việt Nam Thống Nhất tồn tại như là một hệ phái trong sáu hệ phái thành lập Giáo Hội mới. Lý luận cho điều này là, Hòa thượng Thích Trí Thủ nguyên là Viện Trưởng Viện Hóa Đạo, Giáo Hội Phật Giáo Việt Nam Thống Nhất đã gia nhập Giáo Hội mới, thì Giáo Hội Thống Nhất không tồn tại biệt lập nữa, mà trở thành một trong các hệ phái thuộc Giáo Hội mới. Một vị Trưởng lão (được yêu cầu dấu tên) trả lời cho đại diện Chính quyền Trung ương: Giả sử Ông Tổng Bí thư của Đảng Cộng sản Việt Nam tự động gia nhập một đảng khác, vậy thì đảng Cộng sản lúc ấy có trở thành bộ phận của đảng mới không? Huống chi, Hòa Thượng Thích Trí Thủ gia nhập Giáo Hội mới theo nhận thức riêng của Ngài, không hề được ủy nhiệm của Hội Đồng Lưỡng Viện của Giáo Hội Phật Giáo Việt Nam Thống Nhất. Cũng không có văn thư chính thức nào của Hội Đồng Lưỡng Viện Giáo Hội Phật Giáo Việt

Nam Thống Nhất cử phái đoàn đại biểu do Hòa Thượng Thiện Siêu dẫn đầu. Do tính cách mập mờ như vậy mà Nhà Nước tùy tiện phán đoán khi cần phải có quan hệ với Giáo Hội Phật Giáo Việt Nam Thống Nhất.

Điển hình thêm để thấy rõ ý nghĩa này, là sự kiện Thầy Tuệ Sỹ thừa Ủy nhiệm Đại lão Hòa Thượng Thích Huyền Quang đại diện Giáo Hội Phật Giáo Việt Nam Thống Nhất đến họp với Ủy hội Châu Âu tại trụ sở của Ủy hội ngay tại thủ đô Hà Nội. Ông F. Baron, Đại diện Liên Hiệp Châu Âu tuyên bố, đây là cuộc họp chính thức đầu tiên của Đại diện Giáo Hội Phật Giáo Việt Nam Thống Nhất với Phái đoàn Liên Hiệp Châu Âu tại Hà Nội. Sau đó, trả lời phỏng vấn của hãng thông tấn Reuter, Ông Đại sứ Châu Âu cho biết đã có xin phép Chính phủ Việt Nam về cuộc họp này. Nhà Nước Việt Nam, trên phương diện ngoại giao, nếu không thừa nhận tính hợp pháp của Giáo Hội Phật Giáo Việt Nam Thống Nhất thì tất phải có công hàm phản đối về việc Ủy Hội Châu Âu đã vi phạm các nguyên tắc ngoại giao khi tổ chức hội họp chính thức với một tổ chức bất hợp pháp ngay tại thủ đô của mình.

Qua các trường hợp điển hình như trên, rõ ràng Nhà Nước Việt Nam không dứt khoát về tính hợp pháp của Giáo Hội Phật Giáo Việt Nam Thống Nhất, mà hậu quả là thường xuyên dẫn đến xung đột giữa Giáo Hội và Nhà Nước.

Thông thường, Nhà Nước tránh né xung đột bằng các thủ đoạn gián tiếp. Đại Hội Bất Thường của Giáo Hội Phật Giáo Việt Nam Thống Nhất tại tu viện Nguyên Thiều, tỉnh Bình Định, vừa qua cho thấy bản chất của vấn đề.

Ý tưởng về một Đại Hội Bất Thường của Giáo Hội Thống Nhất được gợi ý từ cuộc hội kiến giữa Thủ tướng Phan Văn Khải với Đại lão Hòa thượng Thích Huyền Quang, Xử lý Thường vụ Viện Tăng Thống, GHPGVNTN. Trong cuộc hội kiến, hai vị lãnh đạo tối cao của Nhà nước và Giáo Hội nhận định thực tế trên hai điểm.

Thủ tướng nói: "Trong quá khứ có quá nhiều sai lầm; nên nhìn vấn đề với tâm từ bi." Đại lão Hòa thượng Thích Huyền Quang đáp ứng lời Thủ tướng rằng Ngài cũng sẽ nhìn vấn đề với tâm hỷ xả. Lời Thủ Tướng là điều được nhắc nhở rất nhiều từ khi có chủ trương sửa sai và đổi mới của đảng Cộng sản VN: "hãy quên đi quá khứ để hướng về tương lai."

Điểm thứ hai, Thủ Tướng nói: "Các vị tự sắp xếp lại nội bộ Phật Giáo." Tuy chưa cụ thể nói sắp xếp theo hướng nào, nhưng điều xác định rõ ràng là vị trí của Đại lão Hòa thượng trong toàn thể Phật Giáo Việt Nam được Thủ tướng khẳng định. Vị trí không chỉ đơn giản là Cao tăng của Phật Giáo Việt Nam. Ngài cũng không phải là thành viên của Hội Phật Giáo thành viên của Mặt trận. Vị trí của Ngài rõ ràng cả thế giới đều biết, đó là lãnh đạo tối cao của Giáo Hội Phật Giáo Việt Nam Thống Nhất. Tất nhiên, lời Thủ Tướng không nên xem chỉ là xã giao, mà là đề nghị thực tiễn hành động trong cương vị của người lãnh đạo đất nước. Một cách mặc nhiên, Thủ Tướng đã xác nhận thêm sự tồn tại của Giáo Hội Phật Giáo Việt Nam Thống Nhất với lãnh đạo tối cao là Đại lão Hòa thượng Thích Huyền Quang.

Đó là cơ sở pháp lý, có thể gọi là cơ sở bất thành văn, để Giáo Hội Phật Giáo Việt Nam Thống Nhất tiến hành Đại Hội Bất Thường, củng cố lại cơ cấu, tiến tới "sắp xếp lại nội bộ Phật Giáo" như lời đề nghị của Thủ Tướng.

NHỮNG CẢN TRỞ ĐẦU TIÊN

Trong khoảng thượng tuần tháng Bảy 2003, hai vị Hòa thượng lãnh đạo Giáo Hội đã triệu tập một số thành viên của Giáo Hội về tu viện Nguyên Thiều (Bình Định) để tham khảo ý kiến. Từ cuộc họp thu hẹp này, ba vị Thượng tọa

Thích Thái Hòa, Thích Phước Viên và Thích Hải Tạng được ủy nhiệm đi tham vấn các vị Trưởng lão về hiện tình Giáo Hội, và những việc cần làm. Đồng thời, Đại lão Hòa thượng Xử lý Thường vụ Viện Tăng Thống gởi Giáo chỉ đến Hòa Thượng Hộ Giác, Phó Viện Trưởng Viện Hóa đạo (Văn phòng II) kiêm Chủ Tịch Hội Đồng Điều Hành GHPGVNTN tại Hoa Kỳ, tùy hoàn cảnh, triệu tập một Đại Hội Bất Thường tại hải ngoại.

Sau đó, vào khoảng trung tuần tháng Chín, hai Ngài Hòa thượng triệu tập phiên họp khác tại phương trượng tu viện Nguyên Thiều để nghe báo cáo của các Thầy được ủy nhiệm. Trong ba ngày họp, 16-19/9, 2003, sau khi nghe báo cáo về hiện tình Phật Giáo Việt Nam của các Thượng tọa được ủy nhiệm (vắng Thượng tọa Hải Tạng), cùng với đề nghị của Chư Tôn Đức Trưởng lão, gồm các thư tùy hỷ tán thành và phiếu đề nghị các thành viên trong Hội Đồng Lưỡng Viện, hội nghị đã lập danh sách Hội Đồng Lưỡng Viện. Hội nghị cũng quyết định tổ chức lễ Khai mạc Đại Hội Bất Thường tại tu viện Nguyên Thiều vào ngày 1/10/2003 (ngày 12 tháng 8, PL 2547), như là tiền Đại Hội của Đại Hội Bất Thường chính thức được tổ chức tại tu viện Quảng Đức, Úc-Đại-Lợi vào các ngày 10-12/10, 2003 (tức 15-17 tháng 9, 2547).

Ngay sau buổi họp đầu, Chính quyền tại các địa phương, sau khi nghe tin đồn không chính thức trong quần chúng, đã tìm cách ngăn cản các Chư Tôn Đức được cho là sẽ tham gia Hội Đồng Lưỡng Viện; ngăn cản bằng hăm dọa, bằng thuyết phục, nhưng không nêu ra được một cơ sở pháp lý nào để chứng minh sự tham gia này là phi pháp cần phải chặn đứng. Mặt khác, cản trở bằng cách hăm dọa các tài xế giao thông không được hợp đồng chở các Thầy dự hội. Ngăn cản này cũng bằng thủ đoạn gián tiếp, vì không tìm ra bằng chứng phi pháp để ngăn cản bằng quyết định hợp pháp. Như vậy, quá trình vận động Đại Hội một cách công khai được thừa nhận là hợp pháp; vì các Thầy vận động trong giới hạn quy định của luật pháp, và cũng tiến hành theo tập quán sinh hoạt Phật Giáo theo truyền thống từ ngàn xưa. Hòa thượng Quảng Độ đã có văn thư gởi Thủ Tướng Phan Văn Khải phản đối những sự cản trở bất hợp pháp của các chính quyền địa phương. Thủ Tướng không có văn thư bác bỏ phản đối của Hòa thượng Quảng Độ. Theo quy định của luật pháp, "công dân có quyền làm bất cứ điều gì mà luật pháp không cấm." Thư phản đối của Hòa Thượng Viện trưởng là văn kiện chính thức báo cáo Chính phủ những điều mà Giáo Hội Thống Nhất đang làm. Vì là việc làm mang tính truyền thống nên pháp luật (bất thành văn) không đòi hỏi phải đăng ký hay xin phép, cũng không cấm đoán, do đó các cơ quan chức năng Nhà Nước đã không chính thức ngăn cấm.

Sự ngăn cản bằng thủ đoạn gián tiếp của các Chính quyền địa phương, không theo một mệnh lệnh pháp luật nào cả, chứng tỏ một bộ phận trong Chính quyền vì từ lâu nay đã có quyền lợi ràng buộc nào đó nên không muốn thấy có sự sinh hoạt chân chính của Phật Giáo, như một tôn giáo truyền thống.

Ngày 1/10, 2003, Đại Hội Bất Thường được tiến hành như dự định. Đây là điểm tranh chấp gay cấn của vấn đề. Trước hết, về hình thức, đây có thể gọi là một Đại Hội của một đoàn thể hay không? Hay chỉ là nghi thức tôn giáo theo tập quán? Chúng ta chưa cần tranh luận dài dòng. Điều đáng quan tâm là suốt quá trình chuẩn bị hành lễ, gọi là Đại Hội hay một nghi lễ tôn giáo truyền thống như thế nào đó cũng được tùy theo các tiếp cận mang tính pháp lý, mà không hề có bất cứ sự cản trở hay cảnh cáo của các cơ quan có chức năng giám sát và thi hành pháp luật. Tất nhiên cảnh cáo bằng khẩu lệnh thì không có giá trị pháp luật. Dù vậy, ở đây không hề có bất cứ sự cảnh cáo nào.

Không thể nói cơ quan an ninh không biết có buổi lễ như vậy. Trước hết, chính Ông Phó ban Tôn giáo tỉnh Bình Định đã có đề nghị với T.T. Minh Hạnh, thị giả trưởng của Hòa thượng Huyền Quang, cho cán bộ Ban Tôn giáo tỉnh vào quan sát buổi lễ. T.T. Minh Hạnh từ chối vì chưa có lệnh của Hòa thượng. Ban Tôn giáo tỉnh có nhiệm vụ giám sát các sinh hoạt Tôn giáo tỉnh, tất nhiên biết rõ các buổi hành lễ như thế có điều nào vi phạm luật pháp hay không? Nếu phát hiện có vi phạm, tất phải có nhiệm vụ thông báo cơ quan có chức năng thi hành pháp luật kịp thời ngăn cản, không để dẫn đến tình trạng gây xáo trộn, mất trật tự xã hội. Phát hiện tội phạm đang được chuẩn bị hay đang được thực hiện mà không tố giác, là vi phạm các điều 314 của bộ Luật Hình sự, Nhà Nước Cộng hòa Xã hội chủ nghĩa Việt Nam. Tất nhiên, vì không phát hiện được hành vi vi phạm nào nên Ban Tôn giáo tỉnh Bình Định đã không có phản ứng ngăn cản kịp thời như luật quy định. Vì vậy buổi lễ, hay buổi Đại Hội, tùy theo phán đoán pháp luật, được tiến hành êm đẹp; cơ quan chức năng không tiến hành lập biên bản vi phạm. Chỉ có điều, Ban Tôn giáo tỉnh muốn cử người đến quan sát mà không được chấp nhận, và Ban cũng im lặng không tỏ thái độ phản đối gì. Cả đến những ngày tiếp theo, cho đến khi tất cả các Thầy rời khỏi Bình Định, các cơ quan chức năng địa phương cũng không tiến hành lập biên bản vi phạm.

Nói tóm lại, ngay từ đầu, quan điểm của Chính quyền không rõ ràng về sự vụ, không có quyết định kịp thời. Chỉ sau khi biết được ý định của Đại lão Hòa thượng Thích Huyền Quang là sẽ cùng với Hòa thượng Quảng Độ vào thành phố Hồ Chí Minh để khám răng và chữa cuống họng bị viêm, các cơ quan chức năng của Chính quyền Bình Định mới nêu vấn đề về tính hợp pháp của buổi lễ vừa qua.

Rõ ràng, vấn đề không phải là Đại Hội họp hay không hợp pháp; mà vấn đề chính yếu là Hòa thượng Huyền Quang có được phép tự do di chuyển, nhất là di chuyển cùng với Hòa thượng Quảng Độ, hay không?

Chúng ta cần đặt một câu hỏi ở đây: tại sao Chính quyền e ngại việc Hòa Thượng Huyền Quang đi chung với Hòa thượng Quảng Độ?

Trong một dịp trước đó không lâu, Tỉnh Bình Định đã dàn xếp để cho Xã Nhơn An là quê hương của Hòa thượng Huyền Quang thỉnh Hòa thượng về thăm quê nhà, vì Hòa thượng rời xa quê quá lâu. Tại xã, không phải tình cờ mà có sự hiện diện của cựu Chủ tịch tỉnh và cả đương kim Chủ tịch tỉnh. Cả hai ông Chủ tịch lấy tình nghĩa quê hương khuyên Hòa thượng nhiều điều, nhưng Hòa thượng nói, những điều ấy đã được đương kim Chủ tịch tỉnh đề cập nhiều lần, nay không có gì mới mà phải bàn luận. Riêng có một điều đáng nói, đó là ông Chủ tịch tỉnh đề nghị, nếu Hòa thượng cần đi thành phố Hồ Chí Minh trị bịnh thì Tỉnh sẽ giúp đỡ, nhưng không nên đi chung với Hòa thượng Quảng Độ.

Chính từ một sự e ngại nào đó, mà vào ngày 6/10, 2003, vào lúc 2 giờ chiều, Chính quyền địa phương gồm các ông Phó Chủ tịch Huyện (Tuy phước), Phó Chủ tịch Mặt trận Huyện, Phó Ban tôn giáo Huyện, cùng với Phó Ban Tôn giáo Tỉnh, đến tại tu viện Nguyên Thiều, yêu cầu làm việc với Hòa thượng Quảng Độ và Thầy Tuệ Sỹ. Trong buổi làm việc, Hòa thượng Huyền Quang cũng hiện diện với tư cách chủ tu viện.

Ông Phó Chủ tịch Huyện nêu hai vấn đề. Thứ nhất, việc làm của các Thầy vừa qua, ngày 1/10, 2003, là vi phạm pháp luật, vi phạm nghị định 26/ CP của Chính phủ về sinh hoạt Tôn giáo. Thứ hai, thời hạn đăng ký tạm trú của hai Thầy đã hết. Muốn gia hạn, hai Thầy nên vào thành phố, hay gọi điện thoại cũng được, xin giấy tạm vắng thì địa phương mới có yếu tố hợp pháp để gia hạn tạm trú. Về điểm thứ hai, Hòa thượng Quảng Độ trả lời, vì trong thời gian dài ở tù và bị quản thúc nên Ngài không biết rõ điều luật quy định ấy như thế nào. Vậy đề nghị các ông viết cho ít chữ nói rõ vì sao Hòa thượng không được phép tạm trú để Hòa thượng có cơ sở hiểu rõ vấn đề và sẽ theo đó mà chấp hành. Các đại diện Chính quyền không chấp nhận đề nghị, và nhất quyết nói, hết hạn tạm trú thì phải đi. Hòa thượng vẫn kiên trì yêu cầu cho văn bản để thi hành, không thể ra lệnh bằng miệng. Tranh luận đến chỗ gay cấn, Hòa thượng Huyền Quang lên tiếng, nếu Hòa thượng Quảng Độ bị bắt buộc rời khỏi đây thì Ngài cũng sẽ đi theo luôn. Vì hai Ngài bị cách ly nhau trên 20 năm. Nay gặp nhau chưa được bao lâu, tâm sự những ngày gian khổ đã qua chưa hết, nên chưa muốn rời. Phó Ban Tôn giáo Tỉnh cảm thấy căng thẳng, bèn nói: Chỉ hai Thầy vì hết hạn tạm trú nên phải rời khỏi tu viện. Còn Ngài Huyền Quang thì Nhà Nước tạo mọi điều kiện thuận tiện để ở tại đây. Mặc dù được che đậy dưới lớp Sơn ưu ái của Chính quyền, nhưng những lời ấy rõ ràng là mệnh lệnh cảnh cáo: Hòa thượng Huyền Quang không được phép tự ý rời tu viện Nguyên Thiều.

Về điểm thứ hai, Thầy Tuệ Sỹ cho là buộc tội vô căn cứ. Phải tiến hành lập biên bản, rồi xét theo tình tiết trong biên bản mới có thể phán quyết là sự việc có vi phạm hay không. Nếu chỉ bằng lời nói suông, không có căn cứ hợp pháp, lời buộc tội như vậy mang tính hăm dọa của Chính quyền đối với công dân. Phó Ban Tôn giáo nói: "các Thầy phải về lại địa phương cư trú của mình; Chính quyền tại đó sẽ tiến hành lập biên bản". Thầy Tuệ Sỹ phản đối, cho rằng sự việc diễn ra tại tu viện Nguyên Thiều (Bình Định), thì chính tu viện là hiện trường phạm pháp, phải lập biên bản tại đây. Phó Ban Tôn giáo nói: "các Thầy ở trong thành phố, về trong đó để được lập biên bản. Vì pháp luật quy định như vậy, vì chính tôi đã tốt nghiệp trường luật nên biết rõ". Thầy Tuệ Sỹ hỏi: "trường luật nào đã dạy ông như vậy: phạm pháp tại một địa phương này lại tiến hành lập biên bản tại một địa phương khác?" Phó Ban bỗng nhiên nổi giận, nói: "Chính quyền sẽ lập biên bản" (không nói lập tại đâu). Rồi đứng dậy ra về.

Đây không phải là chỗ tranh luận về kiến thức luật pháp. Nhưng rõ ràng Chính quyền địa phương tránh né vấn đề. Chỉ có thể buộc tội bằng miệng. Nhưng luật pháp đã quy định, không công dân nào được xem là có tội nếu chưa được tòa án phán quyết. Cán bộ Nhà Nước biết rõ điều đó. Do đó, cán bộ dùng mọi lý luận quanh co, nhiều khi dẫn đến chỗ phi lý, thiếu trình độ, cho thấy Chính quyền các cấp hoàn toàn bối rối trước vấn đề pháp lý tế nhị.

Như vậy, sự tồn tại hợp pháp của Giáo Hội Phật Giáo Việt Nam Thống Nhất, và như là hệ luận, tính hợp pháp của Đại Hội Bất Thường (nếu có thể gọi đó là Đại Hội theo định nghĩa nào đó) vừa qua tại tu Viện Nguyên Thiều, còn là điểm nóng tranh luận; nhưng tính kế thừa truyền thống và thực tế sinh hoạt của Giáo Hội Thống Nhất là điều trở thành hiển nhiên. Các vị lãnh đạo Giáo Hội Thống Nhất đã kinh nghiệm điều đó, kể từ Hoàng triều Khải Định, qua chế độ Cộng Hòa của Tổng Thống Ngô Đình Diệm và Tổng Thống Nguyễn Văn Thiệu. Cho nên các Ngài đã lãnh đạo Tăng Ni Phật tử Việt Nam vượt qua những giai đoạn cực kỳ khó khăn, nguy hiểm của lịch sử dân tộc và đạo pháp.

Về tình hình Phật Giáo miền Bắc kể từ 1954 đến 1975, chúng ta căn cứ theo hành sử của Ngài Pháp sư Trí Độ để biết. Năm 1975, tại lễ đài Chiến Thắng được tổ chức tại thành phố Sài Gòn, Phật tử miền Nam lần đầu tiên thấy xuất hiện vị Chủ tịch Hội Phật Giáo Việt Nam, tổ chức Phật Giáo duy nhất ở miền Bắc. Ngài không xuất hiện trong chiếc tăng bào như thường lệ của các Hòa thượng, Thượng tọa; mà Ngài bận chiếc áo sơ mi cụt tay, như tất cả các vị lãnh đạo Đảng và Nhà Nước, và các cán bộ cao cấp khác, đọc diễn văn chào mừng chiến thắng. Điều đó xác nhận miền Bắc bấy giờ không tồn tại tổ chức Phật Giáo như một tôn giáo. Ngài Pháp sư Trí Độ là Hội trưởng Hội Phật Giáo, cũng giống như Hội trưởng các hội đoàn quần chúng khác. Có lẽ, chính vì không phân biệt cơ cấu tổ chức tôn giáo khác với các hội đoàn nhân dân khác, Đảng và Nhà Nước tiến hành áp đặt một tổ chức Phật Giáo khác thay thế Giáo Hội Phật Giáo Việt Nam Thống Nhất như là thực thể xã hội đang tranh chấp tính hợp pháp tồn tại với nền pháp chế xã hội chủ nghĩa. Đảng và Nhà Nước đã gặp phải sự chống đối quyết liệt của nhiều vị Thượng tọa trong Hội Đồng Lưỡng Viện. Từ Đại Hội 7 tại chùa Ấn Quang năm 1977, cho đến Đại Hội Bất Thường (thu hẹp) tại tu viện Nguyên Thiều, 25 năm đã trôi qua, mà sự thách thức tính hợp pháp của Giáo Hội Phật Giáo Việt Nam Thống Nhất vẫn nguyên vẹn, mặc dù pháp chế xã hội chủ nghĩa đã trải qua nhiều sửa sai, nhiều đổi mới.

Những nhà làm luật Việt Nam hiện tại tất hiểu rõ ràng, sự tồn tại của một cộng đồng tôn giáo, dù lớn hay nhỏ, là một thực thể lịch sử và truyền thống vượt lên hạn chế của thời gian và địa lý. Phật Giáo Việt Nam tuy mang nhiều sắc thái dân tộc cá biệt, nhưng vẫn là một bộ phận của Phật Giáo thế giới. Do đó, không thể xử lý như các hội đoàn quần chúng nhân dân khác, vốn tập họp một số người dù đông đến đâu, như Đảng Cộng sản Việt Nam, cũng chỉ là thực thể xã hội tập họp trong một giới hạn thời gian và không gian nhất định. Mập mờ giữa hai thực thể ấy chỉ dẫn đến bất ổn xã hội hơn là đoàn kết dân tộc. Vả lại, kể từ khi Nhà Nước để cho Hòa Thượng Huyền Quang thực hiện chuyến hành trình lịch sử từ Hà Nội vào thành phố Hồ Chí Minh, cả nước và cả thế giới đã thấy rõ được tâm tư của tuyệt đại đa số Tăng Ni Phật tử Việt Nam. Biến cố mới nhất ngay trước cổng tu viện Nguyên Thiều đã cảnh báo cho các nhà đương quyền đánh giá chính xác rằng: Đại bộ phận Tăng Ni Phật tử Việt Nam đang hướng về đâu, và thực sự ai đang lãnh đạo tinh thần Phật Giáo Việt Nam: tổ chức Phật Giáo của Mặt Trận Tổ Quốc, hay Giáo Hội Phật Giáo Việt Nam Thống Nhất? Che đậy một thực tế hiển nhiên, chứng tỏ sự bất lực của mình. Và từ chối một thực tế hiển nhiên cũng đồng nghĩa với tự hủy. Nhưng làm thế nào để đánh giá đúng vấn đề, đó là điều kiện sinh tồn của chế độ.

CHUYẾN XE LỊCH SỬ

Ngay tối hôm đó, sau khi Chính quyền địa phương đến tu viện Nguyên Thiều làm việc về vấn đề tạm trú, ông Trưởng ty Công an tỉnh Bình Định gọi điện thoại hỏi Thầy Minh Tuấn, Phó Trụ trì của tu viện, về việc gì đã xảy ra hồi chiều. Thầy Minh Tuấn trả lời: quản lý hộ khẩu là việc của Công an; sao các ông không làm, lại để cho Ban Tôn giáo và Ủy ban làm? Hình như ông Trưởng ty cho rằng có sự nhầm lẫn. Ông hứa hẹn, Công an Tỉnh cố gắng tạo điều kiện để hai Thầy ở lại thăm Ngài một cách thoải mái. Ông sẽ xem xét lại vấn đề.

Tuy vậy, sáng hôm sau, khoảng gần trưa, công an xã đến tu viện chuyển đạt giấy mời, yêu cầu Hòa thượng Quảng Độ ra trụ sở Ủy ban xã làm việc. 2 giờ chiều hôm đó Hòa thượng ra xã. Cùng lúc ấy, ông Thượng tá Công an tên Thanh, đặc trách an ninh tôn giáo các tỉnh phía Nam, Bộ Công an, từ thành phố ra thăm Hòa thượng Huyền Quang. Ông Thượng tá công an đề nghị Hòa thượng khoan đi Sài Gòn, vì Hòa thượng Trí Quảng sẽ ra thăm và bàn với Ngài về việc phiên dịch Đại Tạng. Người ta đặt câu hỏi, nếu là Phật sự thuần túy như phiên dịch kinh điển, tại sao lại có sự kết hợp giữa Công an vốn là lực lương vũ trang với Hòa thượng Trưởng ban Hoằng pháp của Giáo Hội Trung Ương?

Khoảng hơn 4 giờ chiều, Hòa thượng Quảng Độ trở về tu viện, cho biết Hòa thượng nhận thấy việc tạm trú ở Nguyên Thiều hơi phiền phức. Vả lại, bây giờ cũng không có việc gì quan trọng, ngoài việc Hòa thượng muốn nghỉ lại đây một thời gian để tĩnh dưỡng trong không khí trong lành, bù lại một thời gian bị quản thúc trong bốn vách tường của Thanh Minh Thiền viện. Vì vậy, Hòa thượng đã báo cho xã biết, ngày kia, 8/10/2003, Hòa thượng sẽ vào lại thành phố. Hòa thượng đã gọi Thầy Nguyên Lý mang xe ra đón, cả hai Ngài cùng đi chung.

Chiều hôm sau, cháu gọi Hòa thượng Huyền Quang bằng bác ruột từ quê lên thăm, cùng đi với ông Bí thư xã. Anh cho biết, chính quyền xã bảo anh hãy lên chùa khuyên Bác đừng đi Sài Gòn. Xã còn cho biết, Chủ tịch Tỉnh cũng đến thăm Hòa thượng vào chiều hôm đó. Nhưng hôm ấy không có Chủ tịch Tỉnh lên chùa như xã báo. Hòa thượng cũng không ra gặp cháu, vì Ngài hơi mệt.

Một loạt các sự kiện trên không phải là ngẫu nhiên trùng hợp, hay tự nguyện của mỗi người với tình cảm thân thiết khác nhau dành cho Hòa thượng Huyền Quang. Rất dễ thấy rằng Chính quyền đang tìm mọi biện pháp, mọi thủ đoạn quanh co để cách ly hai Hòa thượng. Như vậy có thâm ý gì?

Sáng hôm sau, ngày 8/10, 2003, vào lúc 4:50, hai Hòa thượng cùng các Thầy Tuệ Sỹ, Thanh Huyền, Viên Định, Nguyên Lý, Minh Hạnh, Đồng Thọ và Nguyên Vương, lên xe rời tu viện. Xe vừa ra khỏi cổng, bắt đầu lên dốc, gặp ngay một hàng đá tảng chắn ngang. Ai đó, vào lúc giữa đêm, đã thực hiện kế hoạch đắp mô. Nhưng tài xế đã khéo léo lách qua được. Khi xe bắt đầu xuống dốc, một chiếc xe ngược chiều đón ngay đầu. Tài xế xe chùa cố giữ tay phải. Phía sau có Thầy lên tiếng bảo tài xế lách qua phía trái mà tránh. Nhưng tài xế nói, không thể được, mà phải chạy đúng luật, và vẫn giữ xe phía tay phải. Cho đến khi, hai xe gần đụng đầu nhau, tài xế bắt buộc phải ngừng xe. Mọi người trên xe bấy giờ biết rõ ý đồ của chiếc xe ngược chiều. Ngay lúc đó, một tốp thanh niên từ hai bên lề đường đợi sẵn, mà trước đó mọi người cứ tưởng là công nhân xây dựng đi làm sớm, bấy giờ tràn ra chận đầu xe chùa. Lập tức có lệnh bên trong xe bảo các Thầy hãy đóng chặt các cửa lại, đề phòng có thể bị hành hung. Đám thanh niên xã bắt đầu đập vào đầu xe và la ó: các Thầy hãy trở lại chùa! Các Thầy hãy trở lại chùa!

Số người bao vây xe bắt đầu tăng. Phần lớn phụ nữ và một ít người già. Một phụ nữ trẻ đập tay vào các cửa la lớn: "Các Thầy hãy ở lại với chúng con. Đây là đất nước mình, quê hương mình, các Thầy chớ bỏ đi! Các Thầy hãy ở lại xây dựng chùa!" Có lẽ cô này tưởng các Thầy vượt biên chắc? Mọi người trong xe im lặng, quan sát, và chờ xem sự gì sẽ xảy ra nữa.

Điệp khúc ấy lặp lại nhiều lần. Cho đến khi trời hừng sáng, số thanh niên có vẻ được tăng cường. Họ bắt đầu bao vây xe. Một vài thanh niên tiến hành xả bánh xe. Tài xế mở cửa xe, thò đầu ra la lối. Rất may, ngay lúc đó, hình như Thầy Minh Tuấn trong tu viện hay tin được nên đến kịp thời. Khiến đám thanh niên này không dám tiếp tục xả bánh xe.

Một vài người đàn ông lớn tuổi áp sát cửa xe, nói to vào: "Thầy Huyền Quang ở lại! Thầy Huyền Quang ở lại!" Trong xe có Thầy thò đầu ra hỏi: "Ông gọi Thầy Huyền Quang ở lại. Trong xe này ai là Huyền Quang, ông chỉ xem." Ông ấy nhìn khắp xe, rồi trả lời: "Không biết." Mọi người cười ồ cả lên. Có vị hỏi: "Ông gọi Thầy Huyền Quang ở lại, mà không biết mặt Thầy Huyền Quang, như vậy nghĩa là sao?" Ông ấy lại trả lời: "Người ta bảo tôi nói vậy đó."

Ngay lúc đó, có tiếng người nhận là Chủ tịch xã Phước Hiệp, huyện Tuy Phước, nơi đang xảy ra sự cố. Ông cho biết, vừa hay tin có sự việc cản trở giao thông tại dốc Lở, tháp Bánh Ít, gây mất trật tự, nên ông đến đây quan sát sự việc, và tiến hành lập biên bản. Ông yêu cầu bà con xã phát biểu ý kiến. Có vài người lên tiếng, nội dung không khác nhau bao nhiêu. Điểm chính được nói nhiều là, nghe nói Ngài Huyền Quang đang dự định dịch bộ kinh Đại Tạng, kinh rất hay, vô cùng quý giá, nên bà con xã kéo đến đây mời Ngài ở lại chùa dịch kinh, chớ bỏ vô Sài Gòn. Có người đề nghị ngài Huyền Quang hãy ở lại xã với Phật tử trong xã để xây dựng chùa. Khoảng bốn năm người phát biểu. Đại ý giống nhau như vậy. Tất cả đều muốn Ngài Huyền Quang hãy ở lại, chớ đi vô Sài Gòn.

Sau đó xã tiến hành lập biên bản. Nội dung ghi sự cố tắc nghẽn giao thông, do xe số 53M 4539 (tức xe chở quý Thầy), phạm lỗi, có bà con làm chứng. Trên xe có hai ông Đặng Phúc Tuệ tức Thích Quảng Độ và Phạm Văn Thương tức Thích Tuệ Sỹ, vì hết hạn tạm trú nên xã yêu cầu phải trở vào thành phố Hồ Chí Minh. Còn Hòa thượng Huyền Quang, thường trú tại tu viện Nguyên Thiều, đề nghị trở lại chùa. Sau đó, yêu cầu bà con ký tên. Không rõ có bao nhiêu người ký.

Trời càng sáng rõ, các chú trong tu viện bắt đầu xuất hiện. Tài xế nhận thấy biên bản cố tình bóp méo sự thật, anh sợ sẽ phải gặp rắc rối khi trở về thành phố, do đó đề nghị Thầy Minh Tuấn chụp hình hai xe và hiện trường để làm bằng. Thầy Minh Tuấn vội cho người trở vào tu viện lấy máy chụp hình. Thầy bắt đầu chụp hình chi tiết toàn bộ hiện trường, cùng quang cảnh quanh hiện trường.

Một lát sau, nhiều học tăng hay tin xe Hòa thượng bị chặn đã bỏ lớp đến ngay hiện trường. Cho đến hơn 9:00, số học tăng đến hiện trường rất đông. Một số chú chất vấn xã trưởng, và đã có tranh luận nhỏ xảy ra về việc làm sai trái, thiên lệch của chính quyền xã với biên bản không trung thực và tập họp dân xã với ý đồ không tốt.

Khoảng 9:00, Phó Ban Tôn giáo Tỉnh đến, tự động mở cửa xe, lên ngồi chỗ tài xế, nói chuyện với Hòa thượng: "Sao kỳ vậy? Hòa thượng hẹn với ông Chủ tịch, chiều nay 2:00 gặp ông Chủ tịch. Sao bây giờ Hòa thượng lại bỏ đi?" Hòa thượng hỏi lại, có hẹn à? Ngài không nhớ. Phó ban cho biết, có giấy mời của ông Chủ tịch, và chiều hôm qua ông đã đọc cho Hòa thượng nghe rồi. Bây giờ ông vẫn giữ trong túi đây. Nếu Hòa thượng cần nghe lại, ông sẽ đọc cho Hòa thượng nghe. Nói đoạn, Phó ban thò tay vào túi, định móc giấy mời ra (?). Hòa thượng bảo, thôi khỏi cần đọc. Nếu thật sự Ngài có hẹn, thì bây giờ xin lỗi ông Chủ tịch. Để Ngài đi vô thành phố HCM chữa bịnh xong, sẽ ra lại, và sẽ gặp ông Chủ tịch cũng được.

Ngay lúc đó, khoảng gần 10 giờ, cảnh sát giao thông đến, đề nghị Phó ban tránh đi chỗ khác để cán bộ giao thông làm việc. Ông Thiếu tá Cảnh sát giao thông tiến hành quan sát, tịch thu tất cả giấy tờ xe và dẫn tài xế đi làm việc. Lát sau, quay trở lại hiện trường, ông Thiếu tá quy lỗi cho xe chùa vi phạm giao thông gây tắc nghẽn, buộc tài xế phải lùi trở lại, vào đậu trong chùa để chờ xử lý. Rõ ràng, ngoài ý đồ muốn xóa dấu vết hiện trường để dễ dàng buộc tội xe chùa phạm lỗi, còn có ý đồ khác sâu sắc hơn nhiều, đó là dựa vào sự cố giao thông để bắt Hòa thượng Huyền Quang phải trở về tu viện, điều mà dân xã từ khuya đến giờ không làm được. Lập tức, các chú đứng chặn ngay sau xe, không cho xe thối lui. Họ lên tiếng phản đối, cảnh sát giao thông xử không đúng. Bị phản ứng, Thiếu tá dẫn thuộc hạ cảnh sát vội vàng rút lui.

Một vài Thầy Trụ trì ở các chùa gần đó, hay tin bèn vội đến hiện trường. Nhận thấy sự việc có thể nghiêm trọng, các Thầy bèn phân công về thông báo các chùa khác hay. Nhưng khi họ ra khỏi hiện trường, lực lượng an ninh đã bố trí chốt hai đầu. Một đầu ở ngã ba cầu Bà Di, và một ở ngã ba Phước Hiệp. Từ đó cho đến chiều, không có Thầy Trụ trì nào ở các chùa gần đó được phép tiếp cận hiện trường.

Khoảng giữa trưa, số Tăng Ni tụ tập đến hiện trường càng lúc càng đông. Có trên 200 Tăng Ni, cùng với khoảng trên 500 đồng bào, sau giờ làm việc, kéo về hiện trường càng lúc càng đông. Cảnh sát giao thông tăng cường kiểm soát, nhưng chỉ dàn hàng một khoảng cách xa chiếc xe chùa trên trăm thước. Tăng Ni đứng bao quanh xe. Thỉnh thoảng từng nhóm thanh niên không rõ nguồn gốc, cũng không xác định được ý định của họ, xuất hiện và tiến về phía xe chùa. Nhưng mỗi lần như vậy, các học tăng báo động, làm thành rào chắn ngay trước xe, đề phòng có sự hành hung nào đó. Tuy nhiên, vẫn không có xáo trộn nào đáng kể đã xảy ra. Duy có một sự xô xát nhỏ: Vào khoảng gần giữa trưa, nhận thấy số Tăng Ni và đồng bào tụ tập tại hiện trường càng lúc càng đông, và sự việc càng trở nên căng thẳng, Thầy Minh Tuấn bèn mang máy quay phim ra thu hình. Một thanh niên tiến đến giựt máy, tức thì bị các chú đứng gần đó xô ra. Hiện trường có dấu hiệu náo loạn. Nhưng các Thầy đã ngăn cản kịp thời, nên không khí lắng dịu trở lại.

Hòa thượng Quảng Độ bị lên cơn ho, kéo một thời gian khá dài. Do đó, Hòa thượng phải uống thuốc chặn. Có thể do phản ứng thuốc, Hòa thượng bắt đầu bị choáng. Các Thầy trong xe ngồi dồn lại để trống chỗ cho Hòa thượng nằm nghỉ giây lát, cho qua cơn ho và choáng. Tình trạng sức khỏe của Hòa thượng rất đáng quan ngại. Vì trong xe thiếu không khí; bên ngoài trời càng về trưa càng trở nên nóng bức.

Càng về trưa, số đồng bào và Phật tử tụ tập càng đông, phần lớn phía sau xe, nối dài qua phía sau dốc, nên ngồi trong xe không quan sát hết được. Tình trạng ách tắc kéo dài cho đến hơn 2 giờ chiều, có ông Chủ tịch huyện đến, yêu cầu thương lượng. Các học tăng liền đứng chắn ngay trước xe, không cho ông tiến vào. Ông phải lớn tiếng, đề nghị được gặp Hòa thượng Huyền Quang. Thầy Minh Tuấn được yêu cầu hướng dẫn ông Chủ tịch huyện đến bên xe nói chuyện với Hòa thượng.

Ông Chủ tịch đề cập mấy vấn đề:

- Buổi lễ vừa rồi tai tu viện Nguyên Thiều đã vi phạm nghị định 26/ CP; yêu cầu các Thầy đừng lặp lại nữa.

- Hòa thượng Huyền Quang đã hẹn gặp ông Chủ tịch tỉnh vào lúc 2 giờ chiều nay. Bây giờ đã hơn 2 giờ mà Hòa thượng không đi gặp; ông Chủ tịch Tỉnh đang đợi Hòa thượng.

- Đồng bào Phật tử xã Phước Hiệp được biết Hòa thượng đang dự định dịch bộ kinh Đại Tạng rất quý giá; nên đồng bào mời Hòa thượng ở lại dịch kinh để đồng bào được nhờ.

Hòa thượng Huyền Quang trả lời, Hòa thượng nhờ xin lỗi ông Chủ tịch Tỉnh vì quên hẹn. Hòa thượng đi vào Sài Gòn chữa bịnh xong, khi ra lại Ngài sẽ đích thân đến xin lỗi sau. Bây giờ Ngài đã mệt, đề nghị ông Chủ tịch huyện làm việc với Thầy Tuệ Sỹ.

Thầy Tuệ Sỹ hỏi ông Chủ tịch: Nãy giờ ông nhắc đến rất nhiều bộ kinh Đại Tạng rất quý giá; vậy ông có thể cho biết, kinh đó nói gì không? Ông Chủ tịch trả lời, ông không biết. Nhưng đồng bào Phật tử chắc có người biết. Thầy Tuệ Sỹ nói, theo sự quan sát các Thầy từ sáng đến nay, dân làng ở đây chắc chắn không ai biết kinh Đại Tạng là kinh gì. Ngay các Thầy tu hành lâu năm, cũng có vị còn chưa biết đó là kinh gì. Vậy, ai đã dàn cảnh vụ đón xe này với cớ là dân xã mời Hòa thượng ở lại dịch kinh? Thêm nữa, những người đón xe từ khuya, chưa ai một lần chứng tỏ vào thăm tu viện, họ cũng không biết Thầy Huyền Quang là ai. Trong số những người đón đường, có người ra đời sau khi Hòa thượng rời tu viện đã lâu, từ đó chưa một lần về thăm.

Từ ngày Hòa thượng về lại, cũng chưa ai đến tu viện viếng thăm. Làm sao họ biết Hòa thương là ai? Việc Hòa thượng đi trị bịnh, hay đi thăm viếng các nơi là chuyện thường, rồi Ngài sẽ về lại. Vậy, ai đã kích động đồng bào, phao tin Hòa thượng bỏ tu viện đi luôn, rồi tập hợp họ đến đây để đón đường. Chúng tôi không phải là những người khờ dại, để không biết rõ ai đứng sau vụ dàn cảnh đón đường này. Các ông chớ có lấy bàn tay mà che mặt trời.

Về việc ông Chủ tịch tỉnh mời Hòa thượng; lời mời của ông Chủ tịch không phải là mệnh lệnh của pháp luật; nó chỉ mang tính chất đề nghị gặp dân để tham khảo. Nếu nhận thấy việc gặp ông Chủ tịch Tỉnh không đóng góp ích lợi gì, Hòa thượng có quyền từ chối. Ông (Chủ tịch huyện) không được phép đồng hóa lời mời ấy với lệnh gọi của pháp luật để hăm dọa Hòa thượng. Ông Chủ tịch huyện ngắt lời, rằng ông không có ý nói như vậy.

Thầy Tuệ Sỹ tiếp: "Tôi có thể xác nhận rằng Hòa thượng không nhận được giấy mời của Chủ tịch tỉnh. Chỉ mới sáng nay thôi, ông Phó Ban Tôn giáo Tỉnh mới đến hiện trường này để nhắc Hòa thượng về thư mời của Chủ tịch Tỉnh. Để làm bằng chứng, ông Phó Ban nói ông còn giữ thư mời trong túi đây, Hòa thượng có cần xem lại không? Thư mời mà không giao cho người nhận. Cho đến lúc sự cố xảy ra, mới nói là người đưa thư đang giữ trong túi của mình. Ông Chủ tịch Huyện nên về trình lại với Ông Chủ tịch Tỉnh, rằng Hòa thượng không nhận được giấy mời. Các ông nghĩ, có thể Hòa thượng Huyền Quang tuổi tác đã quá cao, nên dàn cảnh qua mặt Hòa thượng, với lý do Hòa thượng chúng tôi lẩm cẩm, khi nhớ khi quên, nên không nhớ đã được ông Chủ tịch Tỉnh mời, phải không? Thư mời của Chủ tịch gởi Hòa thượng chiều hôm qua, mà sáng nay lại vấn còn nằm trong túi ông Phó Ban Tôn giáo, nên chúng tôi có quyền xem đó là thư mời giả mạo. Tuy nhiên, Hòa thượng cũng gởi lời xin lỗi ông Chủ tịch Tỉnh về việc sai hẹn này. Sau khi đi chữa bịnh xong trở về, Ngài sẽ thân hành đến xin lỗi ông Chủ tịch Tỉnh sau."

Chủ tịch Huyện hứa sẽ trình bày lại chi tiết với Chủ tịch Tỉnh, để chờ giải quyết.

Hơn một giờ sau, Chủ tịch Huyện trở lại, chuyển lời Chủ tịch Tỉnh, rằng rất lấy làm tiếc không được gặp Hòa thượng chiều nay để bàn một việc rất quan trọng (!). Hòa thượng cần vào thành phố Hồ Chí Minh chữa bịnh, Ngài có thể tự do đi lại thoải mái. Khi nào chữa bịnh xong, trở về tu viện, ông Chủ tịch mong có dịp gặp lại. Ông Chủ tịch Tỉnh đã ra lệnh cho các cơ quan địa phương giải tỏa ách tắc để xe Hòa thượng ra đi không trở ngại.

Khoảng 3:30 chiều, tài xế xe chùa nhận lại đầy đủ các giấy tờ. Các biên bản vi phạm coi như hủy bỏ. Xe bắt đầu chuyển bánh. Tăng Ni đề nghị được tiễn hai Hòa Thượng và các Thầy ra đến quốc lộ. Tài xế được đề nghị cho xe chạy chậm. Trên 200 Tăng Ni, và trên một ngàn đồng bào Phật tử đã đi bộ theo xe, tiễn ra đến ngã ba Quốc lộ. Xe thực sự bắt đầu mở vận tốc bình thường vào lúc 4:00.

ĐỒN BIÊN PHÒNG LƯƠNG SƠN

7:30 tối, ngày 8/10, 2003, phái đoàn ghé lại chùa Linh Sơn, thị trấn Vạn Giả, huyện Vạn Ninh, nghỉ qua đêm. Tối đó, mấy bác ở gần chùa phát hiện có người lạ rình rập trong khuôn viên chùa, lập tức đến chặn lại, cho là quân trộm cắp gì đây, định bắt giao cho an ninh xóm. Hai người vội xuất trình giấy. Họ là cán bộ công an tỉnh Bình Định.

Sáng hôm sau, gần 7 giờ, xe lại tiếp tục lên đường trở về thành phố. Khoảng 9:30, xe đi đến trạm Lương Sơn. Đột nhiên, một toán công an đồng phục, trang bị roi điện, dàn hàng ngang giữa đường, chặn xe các Thầy lại, hướng dẫn đưa vào sân đồn Công an Biên phòng Lương Sơn.

Tất cả những người trong xe được lệnh xuống xe để công an tiến hành khám xét xe. Sau khi mọi người xuống xe, lập tức mỗi người được dẫn đi cách ly một nơi. Tôi được dẫn đến một phòng riêng, buộc nghe lệnh bắt giữ và khám xét. Tôi hỏi: "Bắt giữ tôi vì lý do gì?" Cán bộ trả lời: "Lát nữa qua bên kia sẽ có cán bộ giải thích cho biết lý do bị bắt giữ. Ở đây trước hết tiến hành thủ tục khám xét, xét người và xét vật dụng cá nhân." Khám xét người, không phát hiện tang vật gì. Các vật dụng khác của tôi gồm có: 1 xắc tay, 1 số địa chỉ và một số danh thiếp. Tất cả được thu giữ, lập biên bản tạm giữ, ghi là "tang vật." Tôi yêu cầu trao cho tôi giữ một biên bản, nhưng cán bộ không đáp ứng. Sau đó, áp giải tôi đưa lên xe.

Ngay lúc đó, tôi thấy hai CA dìu Hòa thượng Quảng Độ ra xe. Họ đẩy Ngài lên xe. Nhưng Ngài chống đối; tì tay vào khung xe, không chịu bước vào. Rất đông cán bộ công an tụ tập, khoảng gần 20 người. Hai cán bộ trẻ thường phục cặp sát Hòa thượng, một người quặt tay Ngài xuống, và những người khác đẩy Ngài lên xe. Xe chở Ngài đi mất.

Lát sau, người ta dẫn Thầy Thanh Huyền đến, đưa lên cùng một xe với tôi. Kèm theo chúng tôi có 4 công an thường phục, kể cả tài xế. Xe chở chúng tôi bắt đầu khởi hành. Tôi hỏi những người dẫn độ tôi: "Các ông bắt giữ tôi vì lý do gì?" Không ai trả lời. Tôi và Thầy Thanh Huyền lặp lại câu hỏi nhiều lần, cũng không được trả lời. Thầy Thanh Huyền nói: "Các ông bắt người vô cớ, không cho biết lý do, mà chỉ dựa vào bạo lực. Cái chế độ mà các ông gọi là dân chủ, tự do chỉ là sự giả dối, dùng vũ lực ức hiếp dân." Các cán bộ vẫn im lặng. Tôi và Thầy Thanh Huyền liền đó tuyên bố: "Để phản đối hành vi phi pháp này, kể từ giờ phút này, chúng tôi tuyệt thực."

Mấy giờ sau, chúng tôi biết chắc xe chạy về Sài Gòn.

Khoảng 4:00 chiều, xe ngừng tại bộ chỉ huy Công an

quận Gò Vấp. Tôi được đưa riêng lên phòng hội. Ngồi chờ đến gần 6:00, phó đội an ninh quận và một CA từ Sở CA thành phố HCM đến làm việc. Tôi được yêu cầu báo cáo những việc tôi đã làm trong chuyến đi Bình Định. Tôi nêu câu hỏi tiên quyết, nếu không giải quyết xong, tôi sẽ không trả lời bất cứ yêu cầu nào khác: "Bắt tôi vào đây vì lý do gì?" Cán bộ CA trả lời: "không hề có lệnh bắt". "Vậy, tại sao tôi được đưa vào đây?" Cán bộ không trả lời được. Từ đó cho đến hơn 9 giờ tối, tôi ngồi im không nói một lời. Đến khoảng 9:30, phó đội an ninh đến, đề nghị tôi sang trụ sở Ủy ban Nhân dân quận làm việc, sau đó tôi sẽ được đưa về chùa nghỉ. Tôi trả lời, tôi sẽ không đi bất cứ đâu, không rời khỏi nơi đây, trừ khi câu hỏi của tôi được trả lời chính xác: Bắt tôi vào đây vì lý do gì? Cho tôi xem lệnh bắt. Phó đội trả lời: Tôi không bị bắt, cũng không có lệnh bắt. "Các anh đừng xem tôi như con nít. Không bị bắt, sao tôi được đưa vào ngồi đây? Không có lệnh bắt, sao tôi được công an dẫn độ từ Khánh hòa về đây?"

Phó đội không trả lời được, bỏ đi một lúc lâu. Sau đó trở lại, báo cho biết, vì tôi không chịu sang trụ sở của Ủy ban, nên Ủy ban sẽ đến ngay tại đây làm việc.

Khoảng 10:30 tối, đến gặp tôi tại phòng hội của CA gồm có: Chủ tịch và Phó Chủ tịch Ủy ban nhân dân quận Gò Vấp, Phó Viện kiểm soát nhân dân quận, Chủ tịch Mặt trận quận, Phó Ban Tôn giáo quận, và đại diện công an quận, cùng với nhiều người khác nữa, tôi không nhớ hết.

Chủ tịch Quận đề nghị tôi tường thuật chuyến đi Bình Định vừa rồi. Điều kiện tiên quyết của tôi nêu ra, trước khi tôi có thể trả lời các câu hỏi. Tôi cần phải xác định tình trạng công dân của mình: phạm tội hay không phạm tội. Vậy, tôi đã bị bắt đưa vào đây vì lý do gì? Cho tôi xem lệnh bắt giữ, hoặc giấy gọi của Chính quyền đến đây làm việc.

Chủ tịch Quận trả lời, tôi không bị bắt. "Vậy, làm sao

tôi có thể vào ngồi tại đây? Tôi là công dân thường, không thể đường đột xông vào cơ quan CA để ngồi chơi được.”

Bà Phó Chủ tịch trả lời: “Công an Khánh hòa đưa tôi vào đây hồi chiều. Bây giờ họ trở về ngoài đó, nên chưa rõ lý do tôi được đưa vào đây.” Vô lý, CA chuyển giao phải có giấy tờ. Và lại, nếu họ quên giao lệnh bắt, Quận phải hỏi họ, hoặc đưa tôi ra đó trở lại để làm việc, nếu họ quên giao lệnh bắt. Bà Phó hứa sẽ đưa tôi trở ra Khánh hòa để làm sáng tỏ vấn đề.

“Vậy, cho tới khi vấn đề chưa được sáng tỏ, đề nghị quý vị đừng hỏi tôi bất cứ câu hỏi nào. Tôi nhất định không trả lời. Tôi cũng báo cho các vị biết, tôi đã hỏi những người dẫn độ tôi, bắt tôi vì lý do gì. Nhưng không có ai trả lời nên tôi tuyên bố tuyệt thực, nhịn cả ăn và uống từ sáng đến nay. Cán bộ chuyển giao mà không báo lại cơ quan tiếp nhận rõ tình trạng người bị bắt, đó là việc làm thiếu trách nhiệm. Chuyển giao một con người chứ không phải chuyển giao một khúc gỗ. Bây giờ tôi xác định với các vị, tôi vẫn tuyệt thực cho đến khi nào Chính quyền trả lời rõ tôi bị bắt giữ vì lý do gì.”

Chủ tịch Quận đồng ý lập biên bản, chờ nghiên cứu lại vấn đề. Trong thời gian chờ đợi, Chủ tịch Mặt trận đề nghị, vì tôi nhịn ăn đã từ sáng, nay ông mời tôi một bữa cơm chay. Tôi từ chối. Ông Chủ tịch Mặt trận đề nghị lập thêm biên bản, ghi lại lời mời của Chủ tịch Mặt trận và sự từ chối của tôi.

Các biên bản lập xong, các quan chức của Quận rời phòng họp ra về.

Công an quận có vẻ lung túng, không biết xử lý tôi bằng cách nào. Ban đầu, có người đề nghị mang đến cho tôi một ghế bố để tôi nghỉ luôn tại phòng hội này. Nhưng sau đó, khoảng hơn 1 giờ sáng, cán bộ đến yêu cầu tôi nghe lệnh tạm giữ 12 hai tiếng, từ 22:00 ngày 9/10, 2003, đến 10:00 ngày 10/10, 2003. Lý do: không chấp hành yêu cầu của người thi hành công vụ. Tôi hỏi lại: "Hồi chiều đến giờ các ông yêu cầu tôi những gì mà bảo tôi không chấp hành? Tuy nhiên, tôi biết đây chỉ kiếm một cái cớ gì đó để tôi được ở lại cơ quan CA quận. Cơ quan CA quận chứ đâu phải là nhà trọ?" Cho nên, tôi cũng không thắc mắc gì thêm.

Hôm sau, ngày 10/10, 2003, khoảng 8:00, cán bộ y tế đến khám sức khỏe. Tôi vẫn tiếp tục tuyệt thực. Đến lúc 10:00, hết hạn tạm giữ, cán bộ gọi tôi lên phòng hội ngồi chơi. Tôi ngồi chơi đó, trò chuyện phiếm với các cán bộ có nhiệm vụ canh gác, cho đến 22:30, lại nhận thêm lệnh tạm giữ, lý do như ngày qua. Tôi lại hỏi: "Suốt ngày nay, có ai hỏi tôi câu nào đâu?" Nhưng tôi biết cũng phải tìm một lý do vu vơ nào đó để có thể giữ tôi lại trong nhà giam.

Sáng 11/10 - 2003, lúc gần 8 giờ, cán bộ y tế lại vào khám. Sau đó, cán bộ CA gọi tôi đi làm việc. Tôi từ chối, sẽ không đi đâu nữa. Nằm đây tuyệt thực và chờ trả lời thỏa đáng. Tôi đề nghị lập biên bản, nêu các câu hỏi của tôi:

1. Chặn bắt tôi giữa đường mà không nêu rõ lý do; cũng không báo cho thân nhân tôi biết tôi đang ở đâu để họ khỏi phải nghi ngờ tôi mất tích hay bị thủ tiêu. Hành vi như vậy phải được xem là bắt cóc. Tôi sẽ kiện những người đã bắt cóc tôi.

2. Tịch thu vật dụng cá nhân của tôi, nói là tang vật, nhưng không nêu rõ bằng chứng phạm pháp; lại không giao tôi biên bản tạm giữ. Hành vi như vậy đồng nghĩa với tội ăn cướp.

3. Quận giam giữ tôi hai hôm nay mà không có lý do chính đáng, như vậy giam giữ trái phép.

Nếu không giải quyết ba yêu cầu này của tôi, tôi sẽ không chấp hành bất cứ mệnh lệnh nào.

Cán bộ tiến hành lập biên bản. Nhưng chỉ ghi hai điều: yêu cầu trả lời lý do tôi bị bắt giữ, và đề nghị thông báo cho thân nhân tôi biết nơi tôi đang bị tạm giữ. Tuy biên bản không trung thực, nhưng trung hay không trung thì cũng chỉ có cán bộ đọc với cán bộ, khi cần thì họ tiêu hủy đi; người dân ai biết? Cho nên, tôi chẳng cần bắt buộc sửa đổi cho chính xác những gì tôi đã nêu. Tôi chấp nhận ký.

Đến chiều, tôi đột nhiên bị ói mửa. Có lẽ do mất nước quá nhiều, và dịch vị tiết quá nhiều, gây rối loạn tiêu hóa. Bác sĩ vội đến khám và truyền dịch ngay. Nhưng chỉ một lát thôi, có lệnh di chuyển tôi rời đi chỗ khác. Tôi từ chối, không đi đâu cả. Cán bộ nói, để anh em chúng tôi đưa Thầy về chùa.

- Các ông chớ có nói gạt, như đã gạt tôi một lần đưa về đây rồi. Bây giờ tôi không đi đâu hết.

Cán bộ nói:

- Nếu Thầy không đi, anh em chúng tôi sẽ dìu Thầy đi.

- Vậy các anh cứ dùng vũ lực mà cưỡng bức. Còn tôi, nhất quyết tôi không đi đâu cả.

Lập tức cán bộ được lệnh khiêng tôi ra xe. Hai cán bộ khiêng tôi ra đặt vào xe, rồi chở đi.

Lát sau, xe dừng trong sân trường Nguyễn Thượng Hiền, gần chùa Già Lam. Tôi vẫn không chịu bước xuống. Cán bộ lại được lệnh ẩm tôi xuống xe, bế thẳng vào phòng hội. Tại đó, tôi thấy hiện diện một số đông đồng bào, khoảng trên dưới 30 người.

Tôi và Thầy Thanh Huyền được đưa vào ngồi ghế bị cáo (?). Khi Chủ tọa đoàn đến, tôi nhận thấy hơn 10 người, nhưng chỉ nhận diện được vài người. Ông Chủ tịch Quận tuyên bố lý do có buổi họp nhân dân hôm này, và giới thiệu Trưởng Công an phường I quận Gò Vấp đọc cáo trạng. Phần thứ nhất dành cho tôi, và phần thứ hai dành cho Thầy Thanh Huyền.

Riêng về phần tôi, ghi nhận 4 tội danh, nếu tôi còn nhớ rõ:

1. Tổ chức Đại Hội VIII của GHPGVNTN tại Mỹ. -

Không rõ trong số người tham dự, có mấy người biết Đại Hội VIII là Đại Hội gì.

2. Soạn thảo văn bản gởi các Đại sứ Châu Âu, nói xấu Nhà Nước. - Không ai rõ nói xấu chuyện gì, và nói đúng hay sai.

3. Lợi dụng ra Hà Nội thăm bịnh Hòa thượng Huyền Quang, đến họp với Liên Hiệp Châu Âu nói xấu Nhà Nước.

4. Cùng với Thích Huyền Quang và Thích Quảng Độ hội họp trái phép tại tu viện Nguyên Thiều Bình Định, âm mưu thành lập tổ chức bất hợp pháp.

Rất tiếc, tôi chỉ nghe một lần mà không được tự mình đọc cáo trạng, nên không chắc những điều trên đây đúng nguyên văn, nguyên ý. Nhưng không phải tại tôi cố tình xuyên tạc, mà các vị quan chức cai trị dân không làm đúng theo pháp luật.

Tiếp theo, Chủ tịch Quận đọc quyết định xử phạt quản chế hành chánh 24 tháng do Phó chủ tịch Ủy Ban Nhân dân thành phố Hồ Chí Minh ký thay Chủ tịch thành phố HCM. Tôi và Thầy Thanh Huyền, mỗi người nhận được một bản.

Phần tiếp theo, phát biểu của đồng bào. Khỏi tường thuật dài dòng, ai cũng biết những người được mời phát biểu sẽ nói gì. Vì đó là quy luật được thực hiện từ những cuộc đấu tố kinh hoàng trong thời kỳ cải cách ruộng đất ở miền Bắc. May mắn, chúng tôi được xử nhẹ hơn. Đồng bào phát biểu: "Đảng và Nước xử phạt như vậy vừa nhân đạo, vừa nhân quyền." Bình mới, nhưng rượu cũ, chưng cất trên nửa thế kỷ. Cho nên có hương vị đặc thù.

Phát biểu xong, cán bộ lôi lẹ tôi ra khỏi phòng. Các Thầy Ban Đại diện Phật Giáo quận Gò Vấp đến chào tôi mà chưa kịp nói hết lời. Tôi được đẩy tiếp lên xe, và chở về trả lại nhà chùa.

Theo quy đinh, chúng tôi được phép có 10 ngày để

khiếu nại lên Chủ tịch Ủy ban Nhân dân thành phố HCM.

Cho đến nay, tôi chưa khiếu nại gì. Nhưng chắc chắn tôi sẽ hỏi cho ra lẽ trước dư luận của loài người có lương tri, biết phải trái, về lý do bắt giữ tôi rồi đột nhiên đưa ra xử trước tòa án quần chúng mà không hề có biên bản vi phạm, cũng không hề có thẩm vấn, hay bất cứ hình thức nào mà luật tố tụng hình sự quy định phải tiến hành trước khi xét xử. Tôi chỉ biết mình đang được xét xử khi nghe Trưởng CA phường đọc cáo trạng.

Nói tóm lại, tự nhiên một nhóm người ở đâu đó coi thường pháp luật, coi thường đạo lý con người, chặn bắt tôi giữa đường như bắt cóc, rồi bỗng nhiên tống tôi vào nhà giam chẳng viện được lý do gì, rồi lại đột nhiên khiêng tôi từ nhà giam, mà chẳng cho biết sẽ khiêng đi đâu, lại đưa ra trước công đường để nghe luận tội. Thực tế, ai đang luận tội ai? Tôi hỏi Ông Chủ tịch Ủy ban Nhân dân thành phố. Chúng tôi đang sống trong một xã hội nào đây, xã hội loài người giữa thế kỷ 21 chăng, thưa Ông Chủ tịch Ủy Ban Nhân dân thành phố?

Tôi không khiếu nại hay kháng cáo. Thầy Thanh Huyền có gởi thơ đến chất vấn ông Chủ tịch Ủy ban Nhân dân thành phố. Chuyện chất vấn như một trò đùa, không phải là chuyện pháp luật mà nơi đó liên hệ đến sinh mạng và phẩm giá của con người.

Chuyện như thế này: Ngày hôm đó, các Thầy trong chùa Già Lam phát hiện Quyết định số 4312/ QĐ - UB buộc tội ông Phạm Văn Thương tức Thích Tuệ Sỹ đã có hành vi lợi dụng các quyền tự do dân chủ xâm phạm lợi ích Nhà nước, lợi ích hợp pháp của tổ chức, công dân qui định tại điều 258 Chương 20 Bộ Luật hình sự Nước Cộng hòa Xã hội chủ nghĩa Việt Nam. Do đó, quyết định xử phạt ông Lê Quang Thiện 24 tháng quản chế hành chánh. Thì ra, Thầy Tuệ Sỹ gây tội mà Thầy Thanh Huyền phải gánh chịu hình phạt.

Hôm sau, Thầy Thanh Huyền được mời lên quận để làm việc, nội dung là *"Để đối chiếu vật dụng bị tạm giữ"*. Nhưng khi đến Quận, có lẽ Quận đã phát hiện chỗ sai lầm khôi hài này nên ra lệnh Thanh Huyền phải giao bản chính của Quyết định (Quyết định số 4312/QĐ-UB). Thanh Huyền không chịu và đề nghị: "Tôi sẵn sàng giao lại bản QĐ 4312/QĐ-UB nhưng phải trong bối cảnh như ngày hôm qua - trước đông đảo cử tọa chứng kiến - và phải nói rõ lý do thu hồi Quyết định đó". Sau khi dùng biện pháp dọa nạt không có hiệu quả, Chủ tịch Phường đổi sang giọng thuyết phục. Cũng không có hiệu quả, nên cuối cùng Chủ tịch Quận thân hành đến xin lỗi và xin thâu hồi lại quyết định số 4312. Thầy Thanh Huyền thật tình xúc động trước thái độ xin lỗi thành khẩn (?)của Chủ tịch Quận, nên vui vẻ trả lại cái quyết định 4312 xử phạt người mà như trò đùa ấy. Sau đó Thầy được trao cho quyết định khác, mang số 4314/QD-UB. Thành ra, một mình Thầy Thanh Huyền bị xử phạt bằng hai Quyết định cùng lúc, cùng một người ký: Phó Chủ tịch Ủy ban Nhân dân thành phố HCM, và ký cùng trong một ngày: 11/10, 2003. Chuyện này lại càng rắc rối cho Thanh Huyền. Vì Quyết định số 4312 không có lệnh thâu hồi, nên vẫn còn hiệu lực. Trong khi đó lại phải nhận thêm quyết định mới. Cả hai đều có hiệu lực, buộc người bị xử phạt phải chấp hành. Thanh Huyền viết thơ hỏi Ông Chủ tịch Ủy ban Nhân dân thành phố, Thầy phải chấp hành theo quyết định nào? Ông Chủ tịch im lặng. Sao Ông Chủ tịch lại làm ngơ trước một sự kiện như vậy? Tuy là lỗi hành chánh nhỏ thôi, nhưng danh dự con người thì quá lớn. Ông Chủ tịch sợ gì mà né tránh, không dám trả lời? Theo đạo lý, và cả theo pháp luật, Ông Chủ tịch phải trả lời, vì lỗi lầm chính mình vi phạm. Sao ông sẵn sàng buộc tội người khác, tội rất lớn vì xâm phạm lợi ích của Nhà Nước, mà không cần điều tra, trong khi giấu kín lỗi nhỏ của mình? Tôi có nên đặt vấn đề lương tâm và tự trọng của một con người chân chính với Ông Chủ tịch thành phố ở đây hay không?

NHỮNG NGHI VẤN

Chuyện sai lầm của hai Quyết định chỉ là vấn đề hình thức. Không thể dựa vào một vài lỗi lầm hành chánh nhỏ mà liên hệ đến cả danh dự và phẩm giá của con người. Những người biết sử dụng vi tính đều hiểu rõ lý do kỹ thuật dẫn đến sự sai lầm như vậy. Nhưng cũng từ lỗi kỹ thuật của vi tính đó nà người ta có thể hiểu thêm được tầm mức quan trọng và ý nghĩa của sự việc.

Rõ ràng, cả hai quyết định dành cho hai người được soạn thảo với một nội dung văn bản như nhau; đồng nhất với nhau từ dấu chấm phẩy. Bởi vì đây là một bản án tiền chế, người ta soạn án lệnh đồng nhất chung cho cả hai người mặc dù không có tội danh giống nhau, và không có bằng chứng vi phạm giống nhau. Với một nội dung án lệnh soạn sẵn cho hai người, chỉ cần thay tên người bị xử phạt. Do đó, khi điền tên trong án lệnh tiền chế, người thư ký vô tình chỉ thay tên người bị phạt mà không thay tên người bị đề nghị xử phạt.

Tại sao lại có quyết định tiền chế như vậy, nếu không phải là giải pháp tình thế, mà tục ngữ ta nói là "cả vú lấp miệng em"? Không thể nói Chính quyền không tuân thủ pháp luật, quyết định tùy tiện. Nhưng trong những cái xấu, người ta bị bắt buộc phải chọn tình thế ít xấu nhất.

Tình thế như thế nào mà bị bắt buộc phải chọn lựa bất đắc dĩ như vậy? Có thể Nhà nước dựa trên các nguồn tin tình báo nào đó, mà nguồn tin hoàn toàn không đúng sự thật. Để rồi dựa trên đó để đánh giá sự việc một cách sai lầm, dẫn đến hằng loạt sai lầm đáng tiếc.

Ở đây, chúng tôi đúc kết lại những sự vụ cốt lõi, để từ

đó cho thấy có thể có những nghi vấn nào, chung quanh cái gọi là "Sự biến Lương Sơn" ?

1. Vận Động Toàn Dân Của Tỉnh Bình Định.

Ngay từ đầu, Tỉnh đã vận động các tầng lớp nhân dân trong cả hai phạm vi riêng và tư, để Hòa thượng Huyền Quang không đi chung với Hòa thượng Quảng Độ vào Sài Gòn. Trên cao, đích thân ông Chủ tịch vận động, và lôi cuốn cả ông cựu Chủ tịch tỉnh cùng vận động.

Kế đến là Ban Tôn giáo tỉnh. Ban hứa hẹn sẽ tập họp người cần thiết để dịch kinh Đại Tạng cho Hòa thượng. Tôi biết chắc, Ban Tôn giáo tỉnh chẳng có chút khả năng và uy tín nào để tập họp. Chỉ là hứa hẹn suông, như miếng mồi để nhử Hòa thượng. Làm sao qua mắt những người chuyên môn trong sự nghiệp nghiên cứu, phiên dịch và trước tác kinh điển Phật hằng mấy chục năm trường? Ban Tôn giáo cũng hứa hẹn sẽ giúp Hòa thượng Huyền Quang xây dựng tại Nguyên Thiều thành một trường Đại học Phật Giáo. Điều này thì rõ ràng vượt quá khả năng của Ban Tôn giáo tỉnh rồi. Đại học Phật Giáo không phải là lớp huấn luyện Thầy cúng, mà Ban Trị sự Phật Giáo Tỉnh và Ban Tôn giáo Tỉnh bàn luận như chuyện đùa, làm sao qua mắt những người chuyên môn đã từng giảng dạy và phụ trách chương trình giảng huấn của hầu như tất cả các trường Đại học và Cao đẳng Phật Giáo toàn miền Nam trước đây?

Cho đến dưới cùng là vận dụng tình cảm gia đình, cho nên đích thân Bí thư xã dẫn cháu của Hòa thượng Huyền Quang lên chùa, khuyên Bác đừng đi Sàigon.

Giải pháp xấu nhất phải thực hiện, là vận động dân xã cản trở, với chiêu bài, Phật tử muốn Hòa thượng Huyền Quang ở lại để xây dựng chùa. Nhưng vận động này phản tác dụng, dẫn đến tình trạng tồi tệ ngoài mong muốn.

Chính quyền nên rút ra đây một bài học đáng giá, tuy

chưa có sự vụ gì đáng tiếc xảy ra. Không phải nó không thể xảy ra. Nhưng đã không thể xảy ra vì các Thầy không cho phép, chứ không phải do an ninh của Chính quyền đã làm việc có hiệu quả.

Có thể nói, Chính quyền Bình Định đã không từ bỏ bất cứ biện pháp nào, với mục đích duy nhất là không để Hòa thượng Huyền Quang vào Sài Gòn chung với Hòa thượng Quảng Độ.

Tất nhiên, không cần phải đi chung, hai Ngài vẫn có thể thảo luận chi tiết riêng tư với nhau hàng loạt sự việc. Vậy, sự cản trở này có mục đích gì? Trước hết, phải chăng Nhà Nước muốn cách ly hai Hòa thượng, cô lập Hòa thượng Huyền Quang để dễ bề lung lạc? Nhưng điều có thể hơn cả là, dựa trên nguồn tin tình báo sai lầm, Nhà Nước đánh giá sẽ có một vận động to lớn nào đó khi hai Hòa thượng sát cạnh nhau, mà vận động này có thể đe dọa sụp đổ chế độ. Vì vậy, bằng mọi biện pháp, bất chấp dù là giải pháp tồi tệ nhất.

2. Công Tác Của Giáo Hội Mặt Trận.

Ngay từ hôm Hòa thượng Quảng Độ đến Bình Định, hẳn không phải là tình cờ mà một phái đoàn của Giáo Hội Mặt Trận (Giáo Hội Phật Giáo Việt Nam) cũng đến Bình Định, do Hòa thượng Thanh Tứ dẫn đầu, cùng đi theo có ông Vụ Phó Vụ Phật Giáo, Ban Tôn giáo Trung ương của Chính phủ. Những ngày tiếp theo, đến Bình Định thăm viếng Hòa thượng Huyền Quang lại có phái đoàn Ban trị sự Phật Giáo Thừa Thiên - Huế do Hòa thượng Dân biểu Thích Chơn Thiện dẫn đầu, và phái đoàn Ban trị sự Thành hội Phật Giáo thành phố Hồ Chí Minh do Hòa thượng Thích Trí Quảng dẫn đầu. Trừ HT Thanh Tứ có đề nghị rõ, mời Hòa thượng Huyền Quang ra Hà Nội thăm, hai phái đoàn kia chỉ thuần túy thăm hỏi. Thực chất các phái đoàn này chỉ làm bình phong Phật Giáo để cho Chính quyền núp phía sau mở cuộc vận động. Đó là cuộc vận động bất đắc dĩ. Vì chính những cơ quan có nhiệm vụ vận động trước đó đã kết án bọn phản động Lê Đình Nhàn tức Thích Huyền Quang, nay đột nhiên xưng tụng Hòa thượng lên hàng cao tăng nhất nước. Trực tiếp vận động là Bộ Công an, và Ban Tôn giáo Trung ương của Chính phủ. Về hình thức, người ta muốn Hòa thượng Huyền Quang làm tâm điểm hội tụ để Thống Nhất hai Giáo Hội. Hòa thượng được trao trách nhiệm này, với chức vụ xứng đáng, tất nhiên do Nhà Nước phong tặng. Cao nhất là Pháp chủ, hay chức danh tương tợ. Tại sao Nhà Nước cần sự hợp nhất đến như vậy, để phải đưa một người tù sau hơn 21 năm chưa có lệnh phóng thích lên hàng cao tăng nhất nước, được Thủ Tướng long trọng tiếp đón với nghi thức mà chưa vị nào trong Giáo Hội Phật Giáo Việt Nam (của Mặt Trận) được vinh dự?

3. Điều Phối Của Bộ Công An.

Trước đây, đại diện của Bộ Công an, đặc trách an ninh tôn giáo các tỉnh phía Nam, có đến gặp tôi tại chùa Già Lam. Ông cán bộ yêu cầu tôi có những đề nghị cụ thể gì liên hệ đến Phật Giáo cứ đề nghị thẳng với ông. Tôi trả lời, vấn đề Phật Giáo nếu có, đó là những vấn đề chính trị, văn hóa, xã hội, tất phải thuộc phạm vi giải quyết của Bộ Chính trị hay Phủ Thủ Tướng. Bộ Công an chỉ phụ trách an ninh, làm sao tôi có thể báo cáo những vấn đề như vậy được? Tôi muốn nói, tôi không thể là chỉ điểm viên của Công an, dù là Công an cấp Bộ. Thế nhưng, qua câu chuyện, chúng ta có thể biết được vai trò của Công an trong sự giám sát sinh hoạt của Phật Giáo.

Trong sinh hoạt vừa qua của Giáo Hội Thống Nhất, thoạt đầu, Công an các tỉnh thành có vài cản trở, nhưng chỉ tới một giới hạn nào đó thì ngưng. Suốt trong các ngày hội họp, hành lễ, không ai thấy bóng dáng công an lai vãng.

Nhiều vị cho rằng tính hợp pháp của Giáo Hội Thống Nhất như vậy đã được Nhà Nước mặc nhiên công nhận. Nếu không, chẳng bao giờ lực lượng công an để yên cho các Thầy lui tới tự do như vậy.

Cho đến khi xảy ra sự cố giao thông trước cổng tu viện Nguyên Thiều, lực lượng công an chính quy cũng không xuất hiện. Duy chỉ Cảnh sát giao thông đến làm nhiệm vụ phân xử luật lệ đi đường, mà lại xử một cách ngang chướng khiến bị Tăng Ni và quần chúng phản đối đành phải lẳng đi mất.

Kể từ sự việc tại đồn công an biên phòng Lương Sơn, người ta mới thấy Bộ Công an thực sự tham gia và điều phối. Điều phối công an Bình Định bám sát theo xe các Thầy vào đến chùa Linh Sơn, Khánh Hòa. Rồi thông báo công an đồn biên phòng Lương Sơn biết để chặn bắt. Sau đó ra lệnh công an quận Gò Vấp có nhiệm vụ giam giữ. Những sự việc như vậy quá đơn giản với nghiệp vụ chuyên môn của cơ quan an ninh cấp Bộ. Nhưng thực tế đã cho thấy Bộ điều phối một cách vụng về. Tất nhiên không thể làm khác đi được, vì phản ứng bất ngờ, ngoài tiên liệu.

Bắt giữ người trái phép, không nêu rõ lý do. Lại giam giữ nhiều ngày mà không thông báo cho thân nhân biết. Các hành vi này có thể dẫn đến tội bắt cóc. Cán bộ Bộ Công an biết rõ điều đó.

Vật dụng của công dân, dùng vũ lực uy hiếp để khám xét không có lý do; tạm giữ mà không cấp biên lai hay bất cứ giấy tờ gì tương tợ cho sở hữu chủ. Các hành vi này có thể dẫn đến tội cưỡng đoạt tài sản. Mặt khác, vật dụng hằng ngày của tôi, vô cớ tạm giữ, ghi là "tang vật," tức tang chứng phạm pháp. Đó là hành vi lợi dụng chức quyền xâm phạm danh dự công dân. Cho đến bây giờ, không thấy cơ quan an ninh tạm giữ của tôi thông báo vật dụng tôi đang ở đâu. Tôi không cố tình kết buộc cán bộ lợi dụng chức quyền chiếm dụng tài sản của tôi.

Bộ Công an có chức năng thi hành mệnh lệnh pháp luật, hiểu rất rõ các yếu tố dẫn đến tội phạm. Nhưng vẫn cố tình vi phạm, không hẳn là khinh thường dân. Nhưng trong tình thế thảng thốt, ngoài tiên liệu, chưa kịp suy nghĩ cách làm nào hay hơn, nên đành phải chọn giải pháp tình thế quá xấu.

Phải chăng công an đã thụ động trong sự vụ này?

4. Giải Pháp Cho Uy Ban Nhân Dân Thành Phố HCM.

Chặn bắt cóc người giữa đường, giam giữ người trái phép; Chính quyền muốn thả những người này càng sớm càng tốt. Nhưng khổ nỗi, các vị này khăng khăng đòi giải thích lý do bắt giữ và giam giữ, nếu không, cương quyết ở lại nhà tù. Dùng vũ lực áp tải kẻ ngoan cố trở về chùa, không phải là điều không làm được. Nhưng có lẽ Nhà Nước muốn tìm một giải pháp đẹp mặt hơn, nên cần đến Ủy ban Nhân dân thành phố HCM, với quyết định quản chế hành chánh.

Chắc chắn vì không được chuẩn bị trước để đối phó sự việc, và cũng vì xem đây chỉ là biện pháp chữa cháy tạm thời, nên các vị quan chức Ủy ban chỉ thi hành mang tính cách hình thức, và cũng vì vậy mà gây nên những lỗi lầm có tính cách hình thức tai hại.

Bình thường, có lẽ ông Phó Chủ tịch không dám nhắm mắt ký bừa bất cứ giấy tờ gì mà trợ lý mang đến. Nhiều quan chức rất thận trọng chữ ký mà còn phải ra tòa. Ông Phó Chủ tịch khi ký các quyết định quản chế hành chánh này một cách thiếu suy nghĩ, đã có thể phản ánh đúng mức tầm quan trọng của sự vụ. Nội dung quyết định không là vấn đề quan trọng, mà còn vấn đề khác quan trọng, cấp thiết hơn, buộc ông phải ký không cần đắn đo. Tất nhiên, ông biết rõ quyết định này không chỉ như sự vụ lệnh, mà nó mang tính pháp luật, có hiệu lực như án lệnh để có thể tước bớt quyền hạn của công dân, và trong chừng mức nó cũng ghi một vài điểm xấu trên phẩm giá con người của những người nhận quyết định. Thái độ cẩu thả của ông Phó Chủ tịch, tôi không muốn kết án là quan liêu, hách dịch, xem thường phẩm giá của công dân khác, mà thông cảm cho ông vì bị bắt buộc làm một việc ngoài ý muốn. Bởi vì, trong một chế độ dân chủ thực sự, khi ký một bản văn mang tính pháp luật cưỡng chế mà bất cẩn như vậy, chắc chắn sự nghiệp chính trị của ông Phó leo lên đến đây là hết.

Vậy, đằng sau ông Phó chủ tịch là lệnh của ai, lớn hơn ông Phó, để rồi dù ông có sai lầm đến cỡ nào, vẫn được bảo vệ, và có thể còn được thưởng công vì với chữ ký bất cẩn đã mang lại danh dự phần nào cho Chính quyền?

4. Bộ Ngoại Giao.

Bộ Ngoại giao bị bắt buộc phải trả lời trước dư luận quốc tế về sự vụ được xem là đàn áp. Ông phát ngôn viên đã có bài học thuộc lòng sẵn, với công thức đã được chuẩn hóa. Mỗi khi có sự cố bất thường, ông mang bài học ấy đọc lại cho cả thế giới nghe, để mọi người thư giãn vì những lời tuyên bố ngây ngô: Hai Hòa thượng cất giữ tài liệu có tính chất bí mật quốc gia. Bằng chứng do khám xét xe. Không ai khờ dại để có thể tin những lời tuyên bố bịa đặt một cách sống sượng như vậy. Nhà nước thiếu gì lý do để bắt giữ người, mà luật pháp cho phép tạm giữ trong ba ngày. Nhân viên kiểm soát có thể nhầm lẫn vì sự cố gì đó. Luật pháp nước nào cũng có khi nhầm lẫn. Vậy thì cần gì phải bịa ra lý do xúc phạm nhân phẩm hai vị Hòa thượng? Ông phát ngôn của Bộ Ngoại giao nhất định phải biết, bộ luật Hình sự của Nhà nước Việt Nam xã hội chủ nghĩa quy định (điều 80, mục c), thu thập bí mật Nhà Nước như thế nào để dẫn đến trường hợp hội đủ yếu tố tội phạm gián điệp, phạt tù từ 12 đến 20 năm, tù chung thân hoặc tử hình. Hai Hòa thượng chỉ mới trong giai đoạn thu thập, để cất giấu. Đó là ngụ ý trong tuyên bố của Bộ Ngoại giao. Bộ không dứt khoát ngụ ý có tiến hành thêm nữa để hội đủ yếu tố cấu thành tội phạm gián điệp hay không. Nhưng vu khống người khác với hành vi liên hệ đến tội phạm nghiêm trọng như vậy, không phải là chuyện đùa. Không thể mang phẩm giá con người của hai vị Hòa thượng, mà hết thảy tăng ni Phật tử trong và ngoài nước kính trọng, để bôi bác trước dư luận thế giới. Ai sẽ xử phạt Bộ Ngoại giao về tội vu khống mang tầm ảnh hưởng thế giới này, để bắt buộc Bộ này phải bồi thường danh dự đích đáng?

5. Trách Nhiệm Cuối Cùng.

Qua diễn biến của sự việc, các cơ quan quyền lực Chính quyền đều cho thấy tình trạng bị động của họ. Vì vậy mà gây ra hết sai lầm này đến nhầm lẫn khác. Nhầm lẫn nào cũng rất tai hại, lan đến cả quy mô thế giới. Vậy, đằng sau tất cả các cơ quan Nhà nước bị động này, tất phải có một cơ quan quyền lực cao hơn tất cả để chi phối. Ngoại trừ Phủ Thủ Tương, hay chính Ban Bí thư Trung ương Đảng, còn cơ quan nào đủ uy quyền để điều động ngần ấy Bộ, Ban ngành? Vậy thì, chính xác, Đảng Cộng sản Việt Nam muốn gì, khi đặt Giáo Hội Phật Giáo Việt Nam Thống Nhất thành một thế lực đối đầu đáng sợ như vậy? Gần ba thập kỷ nay, Nhà Nước đã sử dụng tối đa bạo lực chuyên chính vô sản để triệt hạ Giáo Hội Phật Giáo Việt Nam Thống Nhất; toàn bộ cơ sở của Giáo Hội bị chiếm dụng; các vị lãnh đạo, người thì chết trong tù, người thì bị tù đầy ròng rã. Giáo Hội ấy nếu còn tồn tại, còn bao nhiêu khả năng để đe dọa sinh mạng tồn tại của Đảng Cộng sản Việt Nam mà phải vận dụng các sách lược tưởng chừng như đối đầu với kẻ thù nào đó vô cùng nguy hiểm? Không những thế, Giáo Hội ấy được nhiều cán bộ cao cấp của Nhà Nước tuyên bố là không còn tồn tại, hoặc không hợp pháp để tồn tại. Nhà nước sợ gì một tổ chức bất hợp pháp, để phải vận dụng ngần ấy Bộ, ban ngành, đối phó với một chuyến xe khách? Tất phải có nguyên nhân sâu xa của vấn đề. Rất nhiều người hiểu rõ nguyên nhân sâu xa ấy.

***

Đạo Pháp Dân Tộc Chủ Nghĩa Xã Hội Biến Thái Của Phật Giáo Việt Nam Hiện Tại

TT
Tuệ Sỹ

Lời Dẫn:

Bài tham luận này được viết đã lâu. Nguyên đề là "Văn Minh Tiểu Phẩm" chỉ là bài tham luận có tính chuyên đề. Bỗng nhiên nó mang tính thời sự. Ban đầu người viết không có ý định phổ biến rộng rãi, mà chỉ giới hạn trong một số thức giả đọc để suy ngẫm về quá khứ và tương lai.

Tuy nhiên, nay nó được cho phổ biến, vì trong mấy tuần vừa qua, Nhà Nước đã vận dụng bộ máy tuyên truyền khổng lồ và độc quyền, từ diễn đàn Quốc hội, cho đến các cuộc họp một số phường quận; từ Hội Đồng Chứng Minh, Giáo Hội Trung Ương, cho đến các ban Đại diện Phật giáo quận; bằng các phương tiện phát thanh, truyền hình, báo chí; mục đích là xác định lại lập trường "trước sau như một" của Đảng CSVN đối với Phật giáo, và cũng xác định sự hiện hữu duy nhất của Phật giáo qua đại diện hợp pháp là Giáo Hội Phật Giáo Việt Nam, mà thực chất là một tổ chức chính trị của Đảng, thực hiện đúng sách lược tôn giáo theo chỉ thị của Lenin: *"đảng phải thông qua tôn giáo để tập hợp quần chúng."* Chính điều đó xác định rõ nhiệm vụ lịch sử của Giáo Hội Phật Giáo Việt Nam như là công cụ bảo vệ Đảng, đúng như lời Tổng bí thư Nguyễn Văn Linh trước đây đã tuyên bố: Phật Giáo Việt Nam là chỗ dựa cho người Cộng sản Việt Nam làm cách mạng.

Những tuyên truyền và tuyên bố như trên chỉ được nghe và nhìn từ một phía. Vì vậy tôi cho phổ biến lại bài này; không xem đây là chân lý lịch sử, nhưng là sự thực được nhìn theo chủ quan của một cá nhân. Dù sao, nhìn sự việc từ một khía cạnh khác sẽ cho thấy rõ thêm vấn đề. Chân lý cuối cùng tùy thuộc người đọc; tùy thuộc trình độ tư duy, thành kiến xã hội, hay quyền lợi vật chất.

Trước khi giới thiệu bản văn, nhân tiện tôi ghi thêm một vài sự kiện có tính lịch sử gần nhất, để người đọc có thêm cảm hứng suy luận.

Tôi nói sự kiện lịch sử gần nhất, là muốn nói ngay đến sự xuất hiện của Pháp sư Thích Trí Độ lần đầu tiên tại miền Nam sau ngày Cộng sản chiến thắng. Trên lễ đài chiến thắng, gồm các lãnh đạo của Đảng và Nhà nước, hàng cao nhất. Pháp sư thay mặt Phật Giáo miền Bắc, mà trên cương vị người chiến thắng, là chính thức đại diện toàn thể Phật Giáo Việt Nam. Đó là vị Pháp sư, mà miền Nam gọi là Đại lão Hòa Thượng; Ngài bận chiếc áo sơ-mi cụt tay như các cán bộ cao cấp khác của Đảng và Nhà Nước. Sự thực như vậy rất rõ: Phật giáo không tồn tại nữa ở Miền Bắc, mà chỉ tồn tại như một bộ phận của Đảng và lãnh đạo Phật giáo chỉ là cán bộ của Đảng và Nhà Nước.

Ở miền Nam, theo báo cáo của Trần Tư, tài liệu của Bộ Nội vụ phổ biến năm 1996, bấy giờ chỉ có "khoảng 2.5 triệu tín đồ." Nhưng do nhu cầu lịch sử, nói theo lý luận của Đảng, nghĩa là chưa xây dựng thành công chủ nghĩa xã hội nên tôn giáo như thuốc phiện ru ngủ vẫn còn có nhiệm vụ lịch sử của nó; do nhu cầu lịch sử nên Đảng thừa nhận tồn tại tín ngưỡng Phật giáo. Tín ngưỡng, chứ không phải tôn giáo. Bởi vì, tin và thờ bình vôi, cây đa, ông Táo, ông Địa, là tín ngưỡng, chứ không phải tôn giáo. Đảng tôn trọng tự do tín ngưỡng, nhưng chỉ cho phép tin một số hiện tượng. Ngoài ra là mê tín, hoặc duy tâm mang tính phản động thì triệt để bài trừ.

Năm 1980, tôi được anh Võ Đình Cương mời họp thảo luận về văn hóa Phật giáo tại tòa soạn Giác Ngộ, tại đó, đại diện Mặt trận Thành phố HCM đến dự, và đề nghị (thực chất là ra lệnh): nhiệm vụ văn hóa Phật giáo là bài trừ mê tín; do đó phải xét lại trong Phật giáo những gì không thuần túy thì phải dẹp bỏ. Thí dụ, Quan Âm, Địa Tạng có thuần túy Phật giáo hay không? Tôi phản ứng: Đó là đức tin tồn tại ít nhất hơn 2 nghìn năm, trên một phạm vi châu Á rộng lớn; do đó không ai có quyền xét để dẹp bỏ. Tin hay không, đó là quyền tự do cá nhân. Nhưng dẹp bỏ thì không ai có quyền.

Ngay sau 1975, nhiều tượng Phật lộ thiên bị giựt sập. Gây chấn động lớn nhất là giựt tượng Quan Âm tại Pleiku. Viện Hóa Đạo đã có những phản ứng quyết liệt, và đích thân Hòa Thượng Đôn Hậu mang tài liệu phản đối ấy ra báo cáo Thủ Tướng Phạm Văn Đồng. Hòa Thượng kể lại cho tôi nghe, sau khi chuyển hồ sơ vi phạm chính sách tôn giáo lên Thủ tướng; hôm sau Hòa Thượng được một Đại tá bên Bộ Nộ vụ gọi sang làm việc. Sau khi nghe Đại tá lên lớp chính trị, Hòa Thượng nói: *"Bởi vì Thủ tướng có nhờ tôi sau khi vào Nam trở ra Bắc, báo cáo Thủ tướng biết tình hình Phật giáo trong đó. Vì vậy tôi báo cáo những vi phạm để Chính phủ có thể kịp thời sửa chữa, ngăn chận cán bộ cấp dưới không để vi phạm. Nếu Thủ tướng không muốn nghe thì thôi. Còn việc lên lớp chính trị như thế này, đối với tôi (Hòa Thượng) thì xưa quá rồi."* Dù sao, phản ứng ấy cũng làm chùn tay những đảng viên cuồng tín Mác xít, và tự kiêu về chiến thắng với khẩu hiệu nhan nhản các đường phố lúc bấy giờ: "Chủ nghĩa Mác Lê-nin bách chiến bách thắng muôn năm!" Nghĩa là, không thể tự do hoành hành như trong những năm sau 1954 trên đất Bắc.

Ở đây, chúng ta phải đặt câu hỏi: sau 1975, nếu không có Phật giáo miền Nam, cùng với thái độ cương quyết của các vị lãnh đạo Giáo Hội Thống Nhất, Phật Giáo Việt Nam sẽ thoi thóp đến lúc nào rồi đứt hơi luôn, với đà tự kiêu chiến thắng 1975 và với ảo tưởng về thành trì xã hội chủ nghĩa bách chiến bách thắng của Liên-Xô?

Năm 1982 là cột mốc lớn cho Phật Giáo Việt Nam, với lời tuyên bố của Tổng Bí thư Nguyễn Văn Linh. Đảng không dại gì mà dựa lưng vào chỗ mình chưa nắm chắc. Do đó, bằng mọi giá phải cải tạo Phật giáo miền Nam, giống như cải tạo xã hội chủ nghĩa theo phương thức tịch thu tư liệu sản xuất và đưa các chủ tư bản đi lao động cải tạo. Đảng biết chắc, tuy gặp phải sự chống đối quyết liệt của lãnh đạo Phật giáo, nhưng với bạo lực chuyên chính trong tay, sẽ phải cải tạo thành công. Trước hết, sự bức tử đối với Thượng Tọa Tâm Hoàn, Chánh Đại diện GHPGVNTN tỉnh Bình Định, năm 1975, gây kinh sợ không ít cho những ai cưỡng lại ý chí của Đảng. Kinh hoàng nhất là cái chết của Thượng Tọa Thiện Minh năm 1978, trong trại giam K4, Bộ Nội vụ. Đó là thời gian tôi được giam cùng trại với Hòa Thượng Thiện Minh, nhưng hoàn toàn cách ly. Chỉ biết rõ, khi nghe tiếng Hòa Thượng trả lời thẩm vấn ở phòng hỏi cung kế cận. Tất cả điều đó củng cố cho tuyên bố của ông Mai Chí Thọ, bấy giờ là Chủ tịch Ủy ban Nhân dân Thành phố HCM, nói thẳng với Hòa Thượng Trí Thủ, bấy giờ là Viện Trưởng Viện Hóa Đạo: *Các Thầy chỉ có hai con đường, theo hoặc chống. Các Thầy theo, chúng tôi tạo điều kiện cho sinh hoạt. Các Thầy chống, chúng tôi còn đủ xe tăng thiết giáp đó."* Hòa Thượng trả lời: *"Không theo cũng không chống. Nhưng, đối với Đảng, không có con đường thứ ba."*

Ý chí của đảng là một chuyện. Nhưng những người

Phật giáo cũng nên tự đặt câu hỏi: Ban Liên lạc Công giáo Yêu nước cũng hoạt động rất tích cực, nhưng không đưa được Hội đồng Giám Mục vào trong Mặt Trận Tổ quốc. Trong khi, rất nhanh chóng, Phật giáo trở thành một bộ phận của đảng Cộng sản Việt Nam. Tại sao?

Từ ngày thành lập đến nay, Giáo hội thành thành viên Mặt trận đó đã làm những gì? Làm nhiều lắm, vì chùa chiền đồ sộ thêm lên. Như lời Hòa Thượng Thanh Tứ phát biểu mới đây trong buổi lễ khai giảng của trường Phật học Trung cấp tỉnh Bình Định. Hòa Thượng nói: *"Phật giáo thời Lý rất thạnh. Nhưng không bằng nay. Vì nay cơ sở của ta to lớn hơn."* Ấy là, theo như lời Hòa Thượng nhắc đi nhắc lại nhiều lần trong bài phát biểu: nhờ chính sách của Đảng. Đó là sự thực không thể chối cãi. Nhưng cần nói cho rõ thêm, Việt Nam chúng ta bây giờ tiến bộ hơn thời Hồng Bàng gấp vạn lần. Thời Lý, nước Việt Nam chỉ từ Thanh Hóa trở ra Bắc, chỉ hơn 1/3 lãnh thổ hiện nay. Như vậy thì cơ sở hiện nay nhất định phải to lên rồi. Nhưng cái to hơn ấy của lịch sử bốn nghìn năm văn hiến lại chưa bằng một phần nhỏ của Thái Lan chỉ hơn 8 thế kỷ định cư. Và cũng nhờ chính sách của Đảng, nếu chính sách đó trước sau như một, nghĩa là như Phật giáo miền Bắc trước 1975, thì không biết ngày nay các Hòa Thượng khi xuất hiện trước công chúng sẽ khoác tăng bào, hay cũng chỉ bận áo sơ mi cán bộ như Pháp sư Trí Độ trước đây? Trên toàn miền Bắc, cho đến 1975, có trên dưới 300 "ông sư, bà vãi." Đến 1996, theo báo cáo Bộ Nội vụ của Trần Tư: *"Hiện nay Phật giáo ở miền Bắc có khoảng 3000 tăng ni, tín đồ phần đông là ông già, bà già là chủ yếu (nguyên văn). Số cao tăng tiêu biểu hầu hết đã già yếu không còn khả năng hoạt động. Số tăng ni trẻ trình độ văn hóa cũng như lý luận về Phật giáo thấp, không đủ sức làm nhiệm vụ tranh thủ Phật giáo miền Nam và hoạt động quốc tế."* Giáo Hội Phật Giáo Việt Nam phục vụ cho cái gì, theo báo cáo đó đã quá rõ.

Ngoài cơ sở "to lớn hơn thời Lý" ra, còn thêm được những gì để vượt hơn Phật giáo miền Nam trước 1975? Nói về báo và tạp chí, được mấy phần trăm? Chỉ một tờ Giác Ngộ duy nhất cho cả nước. Cũng là tờ báo hoằng pháp. Nhưng cũng thường xuyên ca ngợi vinh quang của Đảng, và giúp Nhà nước phổ biến kế hoạch sinh đẻ, tuyên truyền đường lối của Đảng chống NATO. Những lời Phật dạy cao siêu cũng chỉ đủ thêm vài chấm đỏ cho vinh quang của đảng và đường lối sáng suốt của đảng trên chính trường quốc tế.

Ngoài tờ Giác Ngộ ra, với ba cơ sở giáo dục cao cấp, tương đương đại học, nhưng đã có công trình gì đáng kể?

Vậy thì, qua hơn 20 năm hoạt động, trong tư cách là một bộ phận của đảng, Giáo hội PGVN đã làm thêm được gì cho văn hóa Phật giáo VN so với những gì Giáo Hội Phật Giáo Việt Nam Thống Nhất (GHPGVNTN) đã làm trước 1975? Trong khi cả khu vực, và kể luôn cả nước Việt Nam đều tiến bộ, theo chừng mực nào đó, mà Phật Giáo Việt Nam chưa lấy lại được thế đứng của nó trong lòng văn hóa dân tộc như trước đó, vậy thì đảng hỗ trợ PGVN tiến theo hướng nào?

Bề ngoài, cũng còn có mặt đáng nói khác, đó là giáo dục. Trước hết, bao nhiêu cơ sở Trung học Bồ Đề, và các Viện Đại học: một Vạn Hạnh, và một Phương Nam, của Phật giáo miền Nam, nay biến đi đâu mất? Nói là biến, vì hầu hết các tăng ni sinh, kể cả những vị đang học tại các trường Cao Cấp Phật Học, không biết các cơ sở giáo dục này là cái gì, dạy những gì trong đó. Chính vì vậy mà họ chỉ biết Phật Giáo Việt Nam tiến bộ vì chùa to Phật lớn.

Các tăng ni sinh này được đào tạo để làm gì? Không thấy họ được đưa về các địa phương để giảng pháp cho Phật tử. Cũng không có cơ sở văn hóa nào để họ phục vụ. Hầu hết, học xong, trở về chùa, làm nghề Thầy cúng hoặc Thầy bói. Tất nhiên cũng có nhiều Thầy Cô vẫn tìm cách mở các khóa học Phật pháp, nhưng cũng chỉ giới hạn trong một số tỉnh thành lớn, nhất là Thành phố HCM. Ngay như Huế, được xem là kinh đô của Phật giáo miền Nam, hầu như các Thầy chỉ đi cúng và đăng đàn chẩn tế, hoặc lập đàn chay phá cửa địa ngục cho cô hồn đi chơi, chẳng có buổi giảng kinh nào đáng kể. Còn cái trường gọi là Cao Cấp Phật Học, hay Học Viện Phật Giáo Hồng Đức, sau khi Hòa Thượng Thiện Siêu tịch rồi, không còn Thầy Cô nào đủ sức dịch cho xuôi một trang Luận Câu-Xá, thì lấy chữ đâu mà giảng dạy kinh luận cho tăng ni sinh trình độ cao đẳng, đại học?

Nhìn chung, Phật giáo chỉ đang phục vụ nhiều nhất cho người giàu. Còn quần chúng tại các vùng sâu xa, vì họ thiếu phước, kiếp trước ít tu, nên nay chẳng mấy khi được nghe các Thầy Cô thuyết pháp. Còn lập đàn chẩn tế và phá cửa địa ngục cho ông bà cha mẹ siêu thăng, đốt vàng mã thật nhiều cho ông bà có tiền tiêu và có xe hơi nhà lầu, dưới âm phủ, thì họ không đủ tiền.

Tóm lại, nếu nói Phật Giáo Việt Nam hiện tại chẳng có tiến bộ gì thì không đúng. Vì cơ sở chúng ta hiện nay đồ sộ hơn trước, kể cả miền Nam trước 1975, chứ không cần so sánh xa xôi lùi cho đến đời Lý như Hòa Thượng Thích Thanh Tứ. Ngoài việc xây dựng chùa to Phật lớn, Phật giáo hiện tại đã đóng góp gì cho gia tài văn hóa, tư tưởng của dân tộc, ngoài sứ mệnh được giao phó là rao truyền chính sách sáng suốt của Đảng quang vinh? Còn chuyện tìm một vị trí của Phật Giáo Việt Nam, dù chỉ khiêm tốn thôi, trong thế giới hiện đại, là điều mộng tưởng xa vời.

Gần đây, các trường Phật học tại Saigon sợ tăng ni sinh nghe thêm những nguồn thông tin không phù hợp với sự tuyên truyền một chiều vừa độc quyền vừa độc đoán của Nhà nước, nên vừa cảnh cáo, vừa khuyên răn: *"Hãy quên đi quá khứ mà lo chăm học cho hiện tại."* Quên đi quá khứ hận thù, để sống trong tình cảm dân tộc bao dung, đó là điều cần phải học. Nhưng quên đi những thành tựu quá khứ gần nhất, chỉ cách đây chưa đầy 30 năm, để rồi so sánh sự tiến bộ của Việt Nam ngày nay với thời đại Hồng Bàng, hay với thời Lý như Hòa Thượng Thanh Tứ, thế thì bản chất của nền giáo dục Phật học ấy là gì? Có phải các Thầy muốn dạy tăng ni sinh quên đi những hy sinh gian khổ của Thầy Tổ đã tạo ra di sản ngày nay, do vậy họ sẽ nhận thức dễ dàng rằng những gì chúng ta đang thừa hưởng ngày nay là nhờ công ơn Đảng và Nhà nước?

Lời hăm của các Thầy có giá trị "hàn mặc duy luân" của những nhà giáo dục. Chính vì thế tôi cho phổ biến bài tham luận này, mà trước đó tôi cho là ý kiến cá nhân nên giới hạn người đọc. Bây giờ tôi vẫn xem đây chỉ là quan điểm cá nhân. Nhưng tôi cho phổ biến để các Thầy có cơ sở kiểm chứng những thành tựu mà Nhà nước đã giúp Phật Giáo Việt Nam. Tất nhiên, tôi nhận mọi trách nhiệm trước pháp luật, và trên hết, trước lương tâm của một con người còn tin tưởng giá trị làm người.

Già Lam, 10-11- 2003.

TIỂU KHÚC PHẬT ĐẢN

Thơ
Tuệ Sỹ

Sông Hằng một giải trôi mau;
Vận đời đôi ngã bạc đầu Vương gia.
Tuyết sơn phất ngọn trăng già,
Bóng người thăm thẳm vượt qua chín tầng.
Cho hay Bồ Tát hóa thân,
Chày kình chưa chuyển tiếng vần đã xa.
Sườn non một bóng đạo già
Trầm tư năm tháng bên bờ tử sinh.
Nhìn Sao mà ngỏ sự tình:
Ai Người Đại Giác cho mình quy y?
Năm chầy đá ngủ lòng khe;
Lưng trời cánh hạc đi về hoàng hôn.

Trăng gầy nửa mảnh soi thềm,
U ơ tiếng Trẻ, êm đềm Vương cung.
Sao trời thưa nhạt mông lung;
Mấy ai thấu rõ cho cùng nghiệp duyên.
Khói mơ quấn quýt hương nguyền,
Hợp tan là lẽ ưu phiền đấy thôi.

Vườn Hồng khóa nẻo phỉnh phờ,
Cùng trong cõi Mộng chia bờ khổ đau.

Thời gian vỗ cánh ngang đầu;
Sinh, già, bịnh, chết, tránh đâu vận cùng.
Khổ đau là khối tình chung,
Ai nâng cõi Thế qua bùn tử sinh?

NHỮNG ĐIỆP KHÚC CHO DƯƠNG CẦM

Thơ
THỊ
NGẠN
Đông,
2004

1.

Ta nhận chìm thời gian trong khóe mắt
Rồi thời gian ửng đỏ đêm thiêng
Đêm chợt thành mùa đông huyễn hoặc
Cánh chim bạt ngàn từ quãng Vô biên

2.

Từ đó ta trở về Thiên giới,
Một màu xanh mù tỏa Vô biên.
Bóng sao đêm dài vời vợi;
Thật hay hư, chiều nhỏ ưu phiền.
Chiều như thế, cung trầm khắc khoải.
Rát đầu tay nốt nhạc triền miên.
Ôm dấu lặng, nhịp đàn đứt vội.
Anh ở đâu, khói lụa ngoài hiên?

3.

Trên dấu thăng
âm đàn chĩu nặng
Khóe môi in dấu hận nghìn trùng
Âm đàn đó
chìm sâu ảo vọng
Nhịp tim ngừng trống trải thời gian

Thời gian ngưng
mặt trời vết bỏng
vẫn thời gian
sợi khói buông chùng
Anh đi mãi
thềm rêu vơi mỏng
Bởi nắng mòn
cỏ dại ven sông

4.

Ta bay theo đốm lửa lập lòe
Chập chờn trên hoang mạc mùa hè
Khung trời nghiêng xuống nửa
Bên rèm nhung đôi mắt đỏ hoe
Thăm thẳm chòm sao Chức nữ
Heo hút đường về

5.

Chiều tôi về
Em tô mày vàng ố
Mày bụi đường khô quạnh bóng trăng
Đường ngả màu
Bóng trăng vò võ
Em có chờ
Rêu sạm trong đêm?

6.

Màu tối mù lan vách đá
Nhớ mênh mông đôi mắt giã từ
Rồi đi biệt
Để hờn trên đỉnh gió
Ta ở đâu?
Cánh mỏng phù du.

7.

Chung trà lịm khói
Hàng chữ vẫn nối dài
Thế sự chùm hoa dại
Ủ mờ con mắt cay.

8.

Công Nương bỏ quên chút hờn trên dấu lặng
Chuỗi cadence ray rứt ngón tay
Ấn sâu xuống ưu phiền trên phím trắng
Nửa phím cung chối nhịp lưu đày

9.

Đôi mắt cay
phím đen phím trắng
Đen trắng đuổi nhau
thành ảo tượng
Trên tận cùng
điểm lặng tròn xoe
Ta gửi đó
ưu phiền năm tháng

10.

Cửa kín chòm mây cuốn nẻo xa.
Ngu ngơ đếm chữ, mắt hoa nhòa.
Tay buồn vuốt mãi tờ hương rã;
Phảng phất mưa qua mấy cụm nhà.

11.

Ve mùa hạ chợt về thành phố
Khóm cây già che nắng hoang lương
Đám bụi trắng cuốn lên đầu ngõ
Trên phím đàn lặng lẽ tàn hương
Tiếng ve dội lăn tăn nốt nhỏ
Khóc mùa hè mà khô cả đại dương

12.

Đạo sỹ soi hình bên suối
Quên đầu con mắt giữa đêm
Vội bước gập ghềnh khe núi
Vơi mòn triền đá chân chim

13.

Ô hay, giây đàn chợt đứt.
Bóng ma đêm như thật.
Cắn đầu tay giá băng.
Điệp khúc lắng trầm trong mắt.

Rồi phím đàn lơi lỏng;
Chùm âm thanh rời, ngón tay rát bỏng
Chợt nghe nguyệt quế thoáng hương
Điệp khúc chậm dần theo dấu lặng.

14.

Đêm sụp xuống
Bóng dồn một phương
Lạnh toát âm đàn xao động
Trái tim vỗ nhịp dị thường.

Ngoài biên cương
Cây cao chói đỏ
Chiến binh già cổ mộ
Nắng tắt chiến trường
Giọt máu quạnh hơi sương.

15.

Một ngày chơi vơi đỉnh thác;
Nghe bồn chồn tiếng gọi hư không.
Giai điệu nhỏ dồn lên đôi mắt.
Mặt hồ im ánh nước chập chờn.
Mặt hồ im, tảng màu man mác.
Ảnh tượng mờ, một chút sương trong.
Quãng im lặng thời gian nặng hạt;
Tôi nghe trong đời tấu khúc Thiên hoang.

16.

Phủi tay kinh nổi đảo điên
Tôi theo con kiến quanh triền đỉnh hoang

17.

Hơi thở ngưng từ đáy biển sâu
Mênh mông sắc ảo dậy muôn màu
Một trời sao nhỏ xoay khung cửa
Khoảnh khắc Thiên hà ánh hỏa châu

18.

Tiếng xe đùa qua ngõ
Cành nguyệt quế rùng mình
Hương tan trên dấu lặng
Giai điệu tròn lung linh

19.

Bóng cỏ rơi, giật mình sửng sốt.
Mặt đất rung, Ma Quỷ rộn phương trời.
Chút hơi thở mong manh trên dấu lặng.
Đêm huyền vi, giai điệu không lời.

20.

Theo chân kiến
luồn qua cụm cỏ
Bóng âm u
thế giới chập chùng
Quãng im lặng
nghe mùi đất thở

21.

Nỗi nhớ đó khát khao lời dĩ vãng.
Vòng tay ôm cuộn khói bâng khuâng
Uống chưa cạn chén trà sương móc.
Trên đài cao mây ngự mấy tầng.

Lên cao mãi đường mây khép chặt.
Để xoi mòn ảo tượng thiên chân.
Ô, nguyệt quế ! trắng mờ đôi mắt.
Ô, sao trăng? sao ẩn mãi cung đàn?
Giai điệu cổ thoáng buồn u uất.
Âm vang xưa xao động trăng ngàn.

ĐÊM SÂU TUỆ SỸ

Hồng
Quốc
Bảo

Tứ Tuyệt
Thâm dạ phong phiêu nghiệp ảnh tùy
Hiện tiền vi liễu lạc hoa phi
Tang bồng tâm sự tân toan lệ
Trí Hải đa tàm trúc loạn ly

(Tuệ Sỹ - Bùi Giáng)

Đêm thẳm gió đùa trêu bóng nghiệp
Nương về làm liễu lạc hoa bay
Chí lớn chạnh lòng đau đáu lệ
Trúc loạn chưa lìa biển giác ai

(Hoàng Quốc Bảo dịch)

Tuệ Sỹ ngồi đó, chiếc bóng sậy gầy. Sững như một ngọn gió. Đôi mắt tròn to, long lanh. Mãi long lanh với miệng cười. Như Niêm Hoa Vi Tiếu. Bỗng ông bật dậy đi rót cốc nước lọc cho tôi, cho ông. Tôi im lặng dõi theo dáng người nhỏ bé di động, lắng nghe tiếng vạt áo lam phất phất trong căn phòng nhỏ một buổi chiều. Rồi chắp tay cung kính, thưa Thầy khỏe không?

Miệng cười nở rộ hơn, ánh mắt tinh nghịch hơn, Tuệ

Sỹ đáp như reo, anh thấy tôi khỏe không hè? Tôi cười nheo mắt, Thầy khỏe con mừng.

Trông ông khỏe hơn mấy năm trước thật, lúc mới ra tù được đúng một tháng. Ngày ấy đầu ông như đóng trốc, da bọc sát sọ, mường tượng như Thế thân Thiền sư Vũ Khắc Minh, không ngồi kiết già nhập đại định ở chùa Đậu nữa, mà đi lại, mà nói cười, nhập vào cơn huyễn mộng.

Nay da đầu đã nhuận thắm, những vết chốc ghẻ biến mất, nhưng cái ót sọ ông vẫn nhô ra quá khổ với thân mình. Quá khổ đối với thế tục. Chắc nó phải cứng, khiến bạo quyền lui lại.

Tuệ Sỹ luôn cười, bằng "đôi mắt ướt tuổi vàng cung trời hội cũ". Con mắt to tròn rực sáng. Cái miệng rộng và hàm răng trắng đều, thẳng tắp. Như gửi gấm cả chân tình vào đó. Ngay đến lúc ông chuyện vãn, nhẹ nghiêng đầu, ngón tay trỏ gầy guộc đưa lên, điểm xuyết cho từng nhận định, ôn tồn, nhu hậu.

Được ngồi mãi với Thầy cho đến tối. Khoảng 9 giờ, khi hồi chuông thong thả báo hiệu buổi công phu, cũng là giờ chùa Già Lam đóng cửa chúng tôi mới cáo biệt. Thầy lại hẹn hò. Nụ cười lại Niêm Hoa. Tiếng chuông lênh đênh giữa bóng cây sẩm màu trong vườn. Mấy vần thơ cũ lại hiện ra, như gió thoảng chậm rãi đi ngang qua sân chùa Già Lam.

Thâm dạ phong phiêu nghiệp ảnh tùy
Hiện tiền vi liễu lạc hoa phi...

Nghiệp lực của Bồ Tát, nhòa lẫn vào cộng nghiệp của chúng sanh. Như gió thoảng như mây trôi. Như nghiêm mật như cợt đùa. Giữa đêm sâu và sự tùy thuận. Đêm càng sâu lòng càng lắng. Gió càng thoảng bóng hình càng phiêu diêu. Trật tự thiên nhiên lên tiếng, trùng trùng duyên khởi gọi mời.

Sự hiện hữu trong giây phút này, trước mặt cuộc đời, là hiển lộ, là mầu nhiệm nhất, nằm trong đường rơi của lá, nét bay của hoa. Không trước cũng chẳng sau. Cái hiện tiền ấy gói trọn cả tam thiên đại thiên thế giới, cả đêm cả ngày, cả hằng sa nghiệp dĩ. Cái tức thời ấy, có khác chi *"đình tiền tạc dạ nhất chi mai"* của Ngài Mãn Giác hôm nào. Vượt ra ngoài thời gian, vượt ra ngoài không gian, mà tóm gọn cả bốn chiều ấy vào làm một. Bất sinh bất diệt. Ấy luôn là lúc:

Đêm thẳm gió đùa trêu bóng nghiệp

Nên...

Nương về làm liễu lạc hoa bay...

Không trước cũng không sau, lại chẳng không trước cũng chẳng không sau. Nghe ra như hình bóng phất phới của một tiết điệu Bát Nhã. Sắc bất dị Không, Không bất dị Sắc, Sắc tức thị Không, Không tức thị Sắc. Thọ, Tưởng, Hành, Thức, diệc phục như thị. Sắc chẳng khác gì Không, Không chẳng khác gì Sắc, Sắc chính thực là Không, Không chính thực là Sắc, bốn uẩn còn lại kia, Cảm thọ, Tư duy, Tâm hành, nhận Thức ấy cũng đều như vậy cả. Cho nên Nghiệp lực kia, trong sát na nhận thức trong suốt của tánh Không, đã dứt lìa mắt xích. Không còn chỗ bám víu, trầm mịch. Không còn chỗ đắc. Trí Huệ đã biến thành Từ Bi, Nghiệp Lực đã hóa ra Hạnh Nguyện của Bồ tát.

Bồ tát không mong dứt nghiệp mình, mà còn muốn đưa vai gánh vác lấy cộng nghiệp của chúng sinh. Cho nên Bùi Giáng làm Bồ Tát đọa, chịu đày xuống trần gian, lấy vui buồn, tỉnh mê của chốn gió bụi mà thị hiện:

Tang bồng tâm sự tân toan lệ,
Trí Hải đa tàm trúc loạn ly

Bùi Giáng đã thế, mà Tuệ Sỹ cũng vậy. Xin nghiêm

nghị đứng nép vào chỗ của Tuệ Sỹ mà tạm dịch:

Chí lớn chạnh lòng đau đáu lệ
Trúc loạn chưa lìa biển Giác ai,

Lấy đau khổ của chúng sinh làm của mình.

Chí lớn trong thiên hạ ấy, sao nguôi được, lúc bao sinh linh còn chìm đắm trong tang tóc, đọa đầy?

Sao nguôi được mà chả đau đáu lệ, chạy ngược vào hồn u uẩn của quê hương?

Nhưng đằng sau dâu trúc khô héo, nghiêng ngả loạn ly kia, vẫn mang mang một biển Giác. Tướng trạng có oan khiên nhưng Tánh Giác vẫn làu sáng, vẫn thanh tịnh. Một người đã bảo một người, cứ phiêu hốt đi qua cuộc đời, lúc nào cũng mỉm cười tựa Niêm Hoa Vi tiếu, cho dù có lúc là đăm đăm ngang qua một đám tang, giữa những kêu gào thảm thiết của nhân thế; có lúc là im lìm lạnh lẽo, giữa bốn bức tường vôi ủ rũ ngục tù. Mà thế nhân có thấy như vậy được đâu.

Có kẻ nói với tôi rằng, không thích cái cung cách bỡn cợt thiếu tôn kính của Thi sĩ họ Bùi nọ đối với một danh Tăng. Quả đấy là cố tật mê thích thần thánh hóa của một số tín đồ muốn đóng khung niềm tin bao trùm lên trên bến giác. Sự say mê tin tưởng ấy không ít ở một số người, chia bè kết phái, như hai ông Tăng nọ mải mê cãi nhau về cái động. Ông cho rằng phướn động, ông cho rằng gió động. Lục Tổ tạt ngang cười bảo tâm hai ngài động đấy thôi.

Cho nên Thi sĩ họ Bùi có ngạo nghễ bỡn cợt, thì cái bỡn cợt ấy không phải tầm thường, không phải chỗ để cho người trần mắt thịt chúng ta chen chân tìm miếng thị phi. Kẻ nhân nghĩa thấy nơi đâu cũng đầy nhân nghĩa, ngay giữa gươm giáo loạn cuồng, và ngược lại Nhất là làm Thi nhân, với đôi mắt ở đây mà thấy những đâu đâu, như Bùi Giác đã hồn nhiên thơ dại, như đại sư Tuệ Sỹ vẫn thơ dại hồn nhiên, vượt ra ngoài cái cảm thọ ngắn ngủi, vô thường:

Khổ thọ và lạc thọ
Như mây trời theo gió
Hơi thở là dây leo
Thuyền về nơi bến cũ...
(Nhất Hạnh)

Ta hãy đọc lại bài thơ Tứ tuyệt nọ, hai câu đầu của Tuệ Sỹ, hai câu sau của Bùi Giáng, để thành độc nhất vô nhị một bài thơ, một bài Tứ tuyệt:

Thâm dạ phong phiêu nghiệp ảnh tùy
Hiện tiền vi liễu lạc hoa phi
Tang bồng tâm sự tân toan lệ
Trí Hải đa tàm trúc loạn ly

Có hỏi Tuệ Sỹ thì vẫn nụ cười cố hữu, vẫn là câu trả lời rất mực thành thật, hồn nhiên: Hồi đó chỉ làm chơi chơi vậy mà...

Thì cả cuộc tồn sinh này có lấy gì làm thật? Chẳng là giả tưởng cả đấy sao? Lọ là phải vấn đáp. Hóa ra chỉ là cái cớ, cho những Thi sĩ làm xiếc, đu bay.

Cái cớ để đề, cái cớ để thuyết.
Cái cớ để du, cái cớ để dịch:

Đêm thẳm gió đùa trêu bóng nghiệp
Nương về làm liễu lạc hoa bay
Chí lớn chạnh lòng đau đáu lệ
Trúc loạn chưa lìa biển Giác ai.

Hóa cho nên cái Bi của bậc đại Từ rộng lớn trùm khắp thiên hạ, tùy thuận vào cái đau chung của thiên hạ, vẫn đau đáu, mà vẫn vô chấp, vô trước. Trí huệ sâu rộng như biển, nên dưới lớp sóng gió loạn cuồng kia, nước vẫn thanh tịnh thể tính. Vẫn vô quái ngại, viễn ly điên đảo mộng tưởng. Thật như thế nên nhiều học Tăng để sống còn, tránh né được sự dần sàng của chế độ, đã chẳng thốt nên thành lời ví cái ông thầy tu gầy ốm yếu nọ không biết sợ quỷ thần, là Kim cang bất hoại rồi... đấy sao.

Một bài tứ tuyệt thì có bốn câu. Có bốn câu nhưng Tứ không tuyệt. Như Bùi Giáng mượn làm "tiền đề" cho câu chuyện Tuệ Sỹ qua mắt Bùi Giáng trong Đi Vào Cõi Thơ. Cõi thơ ấy, hôm nay chúng ta nghe bằng chính Tuệ Sỹ, cái giọng Nha Trang êm ả, ngọt ngào. Bài thơ đã làm Bùi Giáng phải khiếp vía, hốt hoảng đến quên ăn, mất ngủ, đến tê cóng cả cõi dạ.

Đó là một buổi chiều khác, vẫn đôi mắt tròn to lấp lánh từ cõi mộng vào cuộc đời thực, đen láy ướt mượt như nhung, cái nụ cười hiền hiền cố hữu trên chiếc cổ cò chênh nghiêng, mảnh dẻ như nụ hoa trắng muốt điểm trên cành mai khẳng khiu, tỏa lan cái ấm áp vào hơi lạnh của cuộc đời tuyết giá, Tuệ Sỹ đọc:

> *Đôi mắt ướt tuổi vàng khung trời hội cũ*
> *Áo màu xanh không xanh mãi trên đồi hoang*
> *Phút vội vã bỗng thấy mình du thủ*
> *Thắp đèn khuya ngồi kể chuyện trăng tàn*
>
> *Từ núi lạnh đến biển im muôn thuở*
> *Đỉnh đá này và hạt muối đó chưa tan*
> *Cười với nắng một ngày sao chóng thế*
> *Nay mùa đông mai mùa hạ buồn chăng*
>
> *Đếm tóc bạc tuổi đời chưa đủ*
> *Bụi đường dài gót mỏi đi quanh*
> *Giờ ngó lại bốn vách tường ủ rũ*
> *Suối rừng xa ngược nước xuôi ngàn*
>
> *Trăng*

Nay chúng ta cũng thêm chút tương chao, làm bữa cỗ "tiếp đề" cho cuộc du phương, vào cõi nhạc. Nhạc mà thơ, chất chứa trong nhau cái tình tự lai láng.

Thêm một buổi chiều khác, trong quán ăn nhỏ mang tên gọi, khiến nhớ về cố quận. Nữ chủ nhân cũng có chỗ quen biết, trọng vọng danh tăng, thừa khéo léo, kín đáo tiếp chúng tôi cùng tăng nhân trên một căn gác riêng tây, để mọi người được phước báu ngồi quây lấy Thầy, được rưng rưng trong im lặng, được sảng khoái nói, được hồn nhiên cười.

Cái hứng đến bất chợt, khiến tôi nhớ bài thơ "Trăng" mới phổ nhạc gần đây, liền hát cho Tuệ Sỹ nghe, nhờ Thầy nhắc lời chỗ tôi không nhớ:

> *Nhà Đạo Nguyên không khách*
> *Quanh năm bạn ánh đèn*
> *Thẹn tình trăng liếc trộm*
> *Bẽn lẽn nấp sau rèm.*
>
> *Yêu nhau từ vạn kiếp*
> *Nhìn nhau một thoáng qua*
> *Nhà Đạo Nguyên không nói*
> *Trăng buồn trăng đi xa...*
> *(Tuệ Sỹ)*

Tuệ Sỹ lại cười, ông không nói và chớp mắt. Vẫn "đôi mắt ướt tuổi vàng cung trời hội cũ" thoáng qua trong bài thơ ngũ ngôn, bát cú. Chỉ thế thôi, ngắn ngủi mà lai láng. Thoáng nhìn... lai láng. Tình thơ... lai láng.

> *Ai bảo Thiền sư là tuyệt tình?*
> *Nhưng cái Tình quả có khác.*

Bài thơ quẩn quanh giữa hai người, mối tình quấn quít lấy hai người, hai nhân cách, một thực một mộng: Thiền chủ và Nguyệt nương.

Ta thử ngắm nhìn thật sâu sắc từng nhân vật này xem sao. Nheo mắt lại, mường tượng ra Đạo gia, đọ lấy câu đầu:

Nhà Đạo Nguyên không khách.

Một cự tuyệt đấy chăng?

Hay chỉ là một khẳng định, Khách thì có mà lòng đã Không rồi? Khách cứ đến, đi, cứ ra, vào. Thiền chủ vẫn sống, vẫn ăn, vẫn thở, vẫn vào, ra.

"Không khách" nghe ra chẳng cự tuyệt chút nào, mà chỉ là mở nhẹ cánh cửa vào ý thức giải thoát, không còn vướng bận chủ khách nữa, đã ung dung sống trong cảnh giới vô phân biệt, thoát khỏi đối đãi và chấp trước rồi. Dù trăng soi long lanh, hay Nguyệt dãi mơ màng, huyễn ảo cuộc đời đã không còn sôi nổi được nhau thêm nữa.

Cho nên Trăng Nguyệt ơi, đọc thêm câu sau:

Quanh năm bạn ánh đèn

thì xin cũng hiểu cho.

An bần lạc đạo đã thành nếp, vậy đừng khuấy động cảnh sống giản đơn, thanh bạch này mà chi. Tại sao vậy? Ấy bởi ngọn đèn kia đã thắp, đã lan tỏa ấm áp suốt cuộc đời, đã nguyện làm bó đuốc soi tỏ u minh, chuyển hóa thành Tâm đăng rực rỡ. Ngọn đèn ấy không tắt. Phật tánh trong mỗi chúng ta cũng vằng vặc đến nghìn thu.

Nhìn nhau một thoáng qua, như giấc mộng giữa cuộc đời. Nhưng vẫn bằng "đôi mắt ướt tuổi vàng cung trời hội cũ..." Nếu quả như thế thì chẳng "thoáng qua" một chút nào, mà dường như đã trông nhau tự vạn kiếp:

Yêu nhau từ vạn kiếp...

Cái vạn kiếp ấy là gì? mà chẳng rời, mà chẳng lưu luyến đến thế? Con chim kia vụt ngang trời không, trường giang có lưu ảnh? Mà sao in sũng trong đôi mắt buồn đến thế?

Ta đi hỏi vầng trăng vậy.

Bấy nhiêu đã đủ, mối tình xin được ngọt ngào vào nhiên lặng. Nhà Đạo Nguyên... không nói, vì... hôm nay bạo dạn nói ra mất nửa rồi.

Mà quả có nói thêm nữa cũng không cùng. Vậy bặt ngôn ngữ, một nửa kia học thói Hồ Tăng, bất khả thuyết.

Ta đi hỏi vầng Trăng, là tùng Tướng. Về cái chỗ không nói của nhà Đạo Nguyên, là nhập Tánh vậy.

Thẹn tình trăng liếc trộm
Bẽn lẽn nấp sau rèm

Từ khi trăng là nguyệt, từ khi em là Tướng sở tri bên ngoài, nên em không thật, nên em bẽn lẽn, nên em thẹn thùng. Em nấp sau rèm mà liếc trộm bóng anh. Nên bóng anh mờ mờ nhân ảnh, nên Tình ấy nhòa nhạt giữa vô minh.

Yêu nhau từ vạn kiếp...
Vạn kiếp thì đẳng đẳng, quẩn quanh trong vô minh kia. Ngay cả lúc tưởng tìm thấy nhau, em vẫn còn bẽn lẽn xa lạ, núp sau rèm, sau một màn vô minh ngăn cách nữa, nên chỉ nhìn được nhau thoáng qua, có thấy, như một lần chớp lóe.

Yêu nhau, ta yêu nhau từ vạn kiếp. Theo nhau, ta theo nhau từ vạn kiếp. Lầm lũi trong vô minh. Anh có lần nhắc với em về Nghiệp dĩ, lấy sanh tử làm chốn đi về. Cái mắt xích khít khao từ Vô minh đến Nghiệp. Nhưng có bao giờ em dám cắt lìa, đối diện với thực tướng ấy. Làm Trăng để em chịu đầy vơi. Làm Nguyệt để em vẫn đi về vạn kiếp.

Yêu nhau từ vạn kiếp
Nhìn nhau một thoáng qua
Nhà Đạo Nguyên không nói
Trăng buồn trăng đi xa

Đến đi, đầy vơi ấy, trong im lặng một lúc nào, em nghe

ra tiết điệu vô thường...

Ánh trăng thu trong em rực rỡ rồi tàn tạ, duy có đốm lửa trong tim anh là thiết tha, còn sáng mãi.

Tuệ Sỹ im lặng. Tuệ Sỹ cười bằng mắt. Xuyến xao cả cung trời hội cũ, từ đôi mắt chú điệu mở to đen nhánh quanh đuôi tóc xanh mướt vắt bên vành tai khi nghe bản Piano Sonata 14 giữa mùa trăng ấy, đến nay...

Đếm tóc bạc tuổi đời chưa đủ
Bụi đường dài gót mỏi đi quanh
Giờ ngó lại bốn vách tường ủ rũ
Suối rừng xa ngược nước xuôi ngàn

Từ lúc hỏi vừng trăng lạnh, vân du đến mấy phương trời viễn mộng rồi, cũng theo Tướng mà đi. Khi trở về, yên lặng làm bạn với ánh đèn, vô phân biệt chủ khách, nhập cùng thể Tánh. Ta nên tôn trọng cái giây phút tĩnh mặc ấy, mà thôi khuấy động.

Mà Tướng với Tánh nào phải là hai
Mà trăng với đèn nào khác.

Giữa hồi chuông thu không dìu dặt, giữa nhịp Bát Nhã nhặt khoan lúc đêm về trong sân chùa Già Lam, hãy để cho Tuệ Sỹ nằm im trên võng ngắm vừng Nguyệt bạch.

... Sắc tức thị Không
Không tức thị Sắc...

Và cho đến khi Trăng xa làm một với ánh Đèn gần thì...
Trăng ơi, hãy cứ hát ca...(**)

Tháng 5, 2002.

Ghi chú:
(**) Trăng, thơ Tuệ Sỹ, nhạc Hoàng Quốc Bảo.

THANH SẮC THI CA

Tuệ Sỹ

Cám ơn ông hàng xóm
Ngừng mở máy thu thanh
Võng đưa thềm mận chín
Nghe sẻ gọi bình minh.
(Mộng Ngân Sơn)

Niềm vui đơn sơ của nhà thơ ở vào con số 12 đường Bến Chợ là như vậy đó. Tiếng sẻ gọi nhau trong nắng mai thật quá hiếm giữa những âm thanh rộn ràng khác. Trước mặt nhà của nhà thơ Quách Tấn chúng ta, đây là ngôi chợ Đầm của thành phố Nha Trang với lối kiến trúc tân tiến. Nhưng trước kia, chỗ này là một đầm sen. Một cái đầm sen ở ngay giữa thành phố; chúng ta có thể hiểu được tâm sự lạc loài của một nhà thơ nặng tình ấp ủ thiên nhiên như Quách Tấn. Mặc dù vẫn mang những tính chất náo nhiệt của một phố thị kiểu mẫu của thế kỷ này. Nha Trang thỉnh thoảng vẫn trầm mình trong hương sắc diễm lệ của mùa thu. Cho nên nhà thơ của chúng ta vẫn là bóng dáng một lữ khách mùa thu của một thời đại quá khứ còn sót lại giữa những bước chân nhộn nhịp của chúng ta, của thanh niên trưởng thành trong thế kỷ hai mươi:

Áo giũ ngàn sương gió
Lên chùa thăm cố nhân
Non nghiêng thềm bóng xế
Lịu địu bóng nhàn vân.
        Lịu Địu (Mộng Ngân Sơn)

Phong cách ấy quả thực có khác với chúng ta trong những thù tạc vãng lai. Chúng ta đến và đi trong âm thanh và tốc độ của cơ khí, ồn ào và vội vã. Do bản chất cơ khí, nghĩa là sự hiện hữu bằng những phản lực bị dồn ép và bị bùng vỡ, mà thời đại chúng ta mang nặng tính chất chiến đấu, bạo động: những nổi loạn trong triết lý, trong văn học; những phong trào quần chúng, những nổi loạn của sinh viên thế giới... Thế thì, thời đại ấy của nhà thơ ấy là thời đại ẩn mình trầm lặng, của một đám mây lơ lửng lồng trong bóng núi nghiêng nghiêng. Là thời đại của một Vương Duy tiễn bạn trong chén rượu Vị Thành, của một Gia Đảo lên núi tìm bạn, hay một Lữ Đường nơi chùa Phổ Lại, một Nguyễn Du trong dãy Hồng Linh?

Đạo dịch nói: " *Thiên nhiên biến động trong bất động. Nếu lửa là biểu tượng cho sự tiến hóa không ngừng, thì núi là biểu tượng cho sự an định, tĩnh chỉ.*" Cuộc lữ không chỉ duy một mặt là cuộc hành trình vô tận. Nhưng đó là những bước đi trên con đường Đạo – Chân thường vĩnh cửu. Núi có thể được san bằng để cho phố thị mọc lên, biển có thể bị lấp cạn để trở thành xa lộ. Dù đến mức như vậy, mối tương quan bản thể giữa con người và thiên nhiên vẫn tràn đầy trong đồng nhất tính hồn nhiên. Miếng vỏ sò lạc loài trên núi vẫn mang trong bản chất tồn tại của nó một nỗi hoài hương tha thiết, nó mơ về những đợt sóng của trùng dương:

Vỏ sò khô ấp ủ
Niềm băng tuyết đêm sương

> *Muôn xa bờ bến cũ*
> *Vang vọng sóng trùng dương.*

Ấp Ủ (Mộng Ngân Sơn)

Nhà thơ của chúng ta trong một thoáng rung động kỳ diệu nào đó đã đọc ra bản chất tồn tại sâu xa của tạo vật. Cũng chỉ với tâm hồn ấy mới có thể đọc ra những ẩn ngữ ấy trong lớp vỏ vô tri và vô nghĩa ấy.

Tất nhiên nhà thơ vẫn ở trong dòng thác cuộn ào ạt theo bước tiến lịch sử của con người, nhưng trong cuộc hành trình vô tận ấy nhà thơ có thể đạt được tận cùng về bản chất lữ thứ của mình, vì trong tận cùng tâm sự vẫn là một nỗi hoài hương bao la. Quê hương hiện thực của ông ở đâu? Ở trong đất Việt trời Nam này, trong bóng chùa ẩn giữa mây trắng; trong tiếng chuông khuya sớm, những tiếng sáo chiều. Đấy là những hình ảnh, những "thanh" và "sắc", mà thiên nhiên vô hình thực hiện trong cụ thể hữu hình:

> *Chùa ẩn non mây trắng*
> *Bóng in hàng liễu xanh*
> *Mai chiều chuông đã tạnh*
> *Vòng sóng còn long lanh.*

Tiếng Ngân (Giọt Trăng)

Đấy và những gì tương tự như thế đấy, là hình ảnh thiên nhiên đầy tình tự, là khoảng trời xanh tinh khiết còn lại trong đôi mắt long lanh của một nhà thơ trong cảnh xế chiều của chính đời mình, và của cả một thời đại thi ca Việt Nam. Tiếng chuông chùa Hải Đức trên đồi Trại Thủy kia, sát bên thành phố ấy, sớm và chiều vẫn lạc loài, lan xa trong cô độc, trong sự sống của thành phố đang trôi đi dưới những tiếng nổ ròn rã và tốc độ vội vàng của đủ các loại động cơ. Những tiếng chuông lạc loài, một hồn thơ cô quạnh, và còn gì nữa? Những giọt lệ – những giọt lệ đoàn viên trong nỗi hoài thương tha thiết:

Từng giọt châu rơi mắt mẹ hiền
Mừng con lưu lạc trở đoàn viên
Neo thu bến tạnh thuyền sương sóng
In bóng chùa xưa trăng nửa hiên.

Chuông Khuya (Đọng bóng chiều)

Vậy thiên nhiên có nói gì chăng? Thì đấy: bốn mùa đến rồi đi, và rồi lại đến. Nhưng ngôn ngữ của loài người là gì, trên một cung bậc nào đó?

(Trích từ tập "Quách Tấn - Qua cái nhìn văn học của nhiều tác giả - Nhà xuất bản Trẻ - 1994")

ĐỌC THƠ TÙ CHỮ HÁN
của THẦY TUỆ SỸ

Huỳnh Kim Quang

Trong nền thi văn Việt Nam hiện nay số người làm thơ bằng chữ Hán thật là ít ỏi. Có lẽ vì thời đại của chữ Thánh Hiền đã qua rồi. Bây giờ ít có người chịu học chữ Nho ngoại trừ những nhà Nho học còn sót lại, hay một số học giả chuyên về Hán văn, hoặc các vị tu sĩ đạo Phật học chữ Nho để đọc kinh Phật. Thật ra đây cũng là vấn đề đáng lo cho tiền đồ của Nho học ở nước ta, nhưng đây là một vấn đề khác không phải là chủ đích của bài viết này nên không bàn đến. Trong giới Phật học không ai lạ gì tài năng ưu việt của Thầy Tuệ Sỹ về chữ Hán. Mấy bài thơ chữ Hán mà người viết đề cập trong bài viết này được Thầy sáng tác hầu hết ở trong tù từ 1979-1980 và từ 1984 đến nay. Rất tiếc là người viết không có đầy đủ tất cả thơ chữ Hán của Thầy. Chắc chắn là Thầy còn làm nhiều thơ chữ Hán hơn nữa nhưng ở đây người viết không thể sưu tập được. Thôi thì cứ viết theo những gì đã có trong tay của mình để góp phần vào việc xưng tụng công đức vô lượng của Thầy đối với dân tộc, đạo pháp và văn học nước nhà.

Thơ khởi đi từ trong sự nhập thể nhiệm mầu của tâm và cảnh, là âm ba vang động theo bước chân của người lịch nghiệm cuộc tồn sinh. Vì thế, trong lời thơ có muôn ngàn hình thái linh hoạt của cuộc sống. Trong vận thơ có tiết tấu của những cung bậc là tiết điệu của lòng, của cảnh, của đất trời khi trầm, khi bổng, lúc vội vàng, lúc khoan thai. Cho nên, đọc thơ là bước vào thế giới kỳ diệu của thực tại mà kẻ dẫn đường chính là ngôn ngữ uyên nguyên của thơ. Nhà thơ mở cửa tâm hồn không biên giới của mình ra để đón thực tại vào lòng. Khi sự phối ngẫu đạt đến giai kỳ viên mãn, cảm thức trào ra cuồn cuộn như ba đào và lưu lộ trên từng nét chữ. Ở đó chúng ta thấy được tất cả cái vẻ thiên hình vạn trạng của cuộc sống từ sự an lạc đến sự thống khổ triền miên.

Phụng thử ngục tù phạn
Cúng dường Tối Thắng Tôn
Thế gian trường huyết hận
Bình bát lệ vô ngôn
(Cúng Dường)

Tạm dịch:

Dâng chén cơm tù này
Cúng dường lên đức Thế Tôn Tối Thắng
Nghĩ đến thế gian máu lửa hận thù triền miên
Nên vừa bưng chén cơm mà nghẹn ngào đẫm lệ
(Cúng Dường)

Thương cho thế gian, thương cho dân tộc, thương cho đạo pháp đang trong cảnh lầm than, điêu linh và thống khổ mà bậc đại sỹ phải rơi lệ. Và cũng chính vì muốn giải trừ sự khổ đau và nghiệt ngã cho thế gian, cho dân tộc và đạo pháp mà bậc đại sỹ đã không ngần ngại hy sinh dù là lao tù hay tánh mạng. Đó chính là tâm nguyện đại từ bi. Với tâm đại từ bi thì hễ thấy chúng sanh đau khổ là thị hiện cứu khổ, không phải suy tính thiệt hơn, giống như bà mẹ thấy con lâm nạn thì xông tới cứu cấp dù là phải nhảy vào lò lửa, hay hang hùm miệng cọp. Tình thương của mẹ đối với con cái khởi phát không phải qua sự tính toán so đo, mà phát xuất một cách tự nhiên vô công dụng hạnh. Tâm đại từ bi của đại sỹ đối với chúng sanh cũng vậy, hiển phát một cách vô công dụng hạnh.

Tâm đại từ bi không nói rằng điều ấy có lợi hay không rồi mới làm vì, khi khởi niệm phân biệt lợi hại hơn thua là lúc đánh mất đại từ bi tâm của mình rồi vậy.

Giải trừ sự khổ đau cho nhân quần xã hội giống như việc giải trừ khổ đau cho chính mình không phải thấy có lợi rồi mới làm, cũng không thể định hạn kỳ đạt đến thành công. Gốc của khổ đau là vô minh và phiền não. Trừ diệt vô minh và phiền não đừng nói đến chuyện hạn kỳ lâu mau hay thành đạt lợi ích trước mắt. Còn khởi niệm mong cầu thành đạt lợi ích là còn tạo cơ duyên cho vô minh và phiền não tiếp tục hiện hữu.

Qua bài thơ, chúng ta thấy được cái bi kịch thống thiết nhất của dân tộc đã phơi bày ra đó với những máu và nước mắt. Máu và nước mắt của đại khối dân nghèo hay của những bậc đại sỹ, những người trên tay không có tấc sắt, và trong tâm không một ý niệm hận thù, hay đấu tranh vì bất cứ quyền lợi tư kỷ nào!

Thảm trạng của đất nước suốt hơn hai mươi năm qua đã xô đẩy người dân Việt vào chỗ điêu linh tột cùng. Chế độ đương quyền đã áp đặt chính sách hà khắc bất công lên đầu lên cổ người dân. Họ hô hào và chủ trương đấu tranh giai cấp, mạnh được yếu thua biến đất nước thành bãi chiến trường mà kẻ thủ lợi là tập đoàn lãnh đạo ăn trên ngồi trước. Người dân được nhà nước tôn vinh bằng khẩu hiệu là người làm chủ đất nước nhưng thật ra đã trở thành kẻ bị thống trị không nương tay. Các tôn giáo, các nhà trí thức chân chánh đều bị coi như là thành phần đối nghịch với chế độ mặc dù họ chỉ muốn được sống bình đẳng và có cơ hội góp phần vào việc xây dựng nước nhà. Chế độ đương quyền đã gieo rắc hận thù và phân hóa sâu đậm trong lòng dân tộc, đã phá nát di sản tâm linh, văn hóa, đạo đức quý giá của giống nòi mà trải qua bao nhiêu thế hệ mới gầy dựng được.

Người Việt Nam yêu nước chân chính nào thấy thảm trạng đó mà không xót xa đau đớn! Đây chính là động lực làm cho những vị đại sỹ có tâm từ bi không thể ngồi đó khoanh tay mà không làm gì trước sự khổ đau và điêu đứng của dân tộc, của đồng đạo. Nhưng oái oăm thay, dưới chế độ độc tài đảng trị, hễ người dân nào lên tiếng dù là tiếng nói của lương tâm, của sự thật đều là hành động chống lại chế độ. Và cuối cùng đều bị vào tù hay bị thảm sát!

Bài thơ diễn tả một hình ảnh thật thiêng liêng và cảm động: một vị tu sĩ ở trong tù đến giờ ăn trưa vẫn cử hành nghi thức thọ trai một cách nghiêm cẩn. Hai tay nâng bát cơm lên để cúng dường đức Phật trước khi vị ấy thọ thực. Vừa nâng bát cơm lên vừa quán tưởng đến sự khổ đau của chúng sanh, của dân tộc mà bậc đại sỹ cảm nghe thương xót ngậm ngùi! Bậc đại sỹ đau xót vì chúng sanh đau khổ. Khi chúng sanh hết khổ đau thì bậc đại sỹ mới hết đau xót. Đó là tấm lòng từ bi của Bồ Tát vậy.

Bậc đại sỹ chỉ vì dân, vì đạo và vì sự thật. Người có làm gì đâu mà sao nên tội đọa đày? Chính vì vậy, có lúc Thầy cũng đã tự hỏi:

Vấn dư hà cố tọa lao lung
Dư chỉ khinh yên bán ngục khung
Tâm cảnh tương trì kinh lữ mộng
Cố giao gia tỏa diện hư ngung
(Tự Vấn)

Tạm dịch:

Hỏi mình vì sao phải ngồi trong lao tù
Ta bảo rằng làn khói mỏng bị giam trong ngục thất
Tâm và cảnh quyện lấy nhau trong cơn mộng lữ thứ
*   kinh hoàng*
Lời dạy ngày trước dù bị giam cầm, mặt vẫn
*   ngước nhìn trời*
(Tự Hỏi)

Đối với bậc đại sỹ vì đại bi mà nhập thế giải trừ khổ nạn cho chúng sanh, cho nên không bao giờ khởi niệm hận thù tàn độc đối với bất cứ ai. Chính vì thế, tâm của bậc đại sỹ không có chỗ cho phiền não tham sân trú ngụ. Người lúc nào cũng thong dong tự tại như áng mây, như làn khói. Với phong thái như vậy thì tù ngục không còn là chỗ trói buộc thân tâm. Bậc đại sỹ xem cuộc đời như cơn mộng, nhìn cuộc lữ như trò chơi thoáng chốc. Cho nên, chỉ còn lại trong người giáo nghĩa giải thoát và giác ngộ nhiệm mầu. Lấy giáo nghĩa ấy mà làm đuốc soi đường đi lên. Còn sợ gì những chướng nạn của ma quân giả dối. Ngước mặt thẳng lên trời không hổ thẹn với lương tâm, với hạnh nguyện, với đất trời, với chúng sanh.

Bài thơ âm vận nghe hùng khí ngất trời. Câu cuối cùng từng chữ gieo xuống như thái sơn trụ địa, hiên ngang kiêu bạc như kiếm kim cương vừa tuốt ra khỏi vỏ!

Đã xem cuộc đời là mộng, cuộc lữ như trò chơi, nhìn lao tù như ngục thất giam giữ làn khói mỏng, cho nên bậc đại sỹ lúc nào cũng tự tại ung dung. Xin nghe mấy bài thơ sau đây:

Trách lung do tự tại
Tán bộ nhược nhàn du

Tiếu thoại độc cảnh hưởng
Không tiêu vĩnh nhật tù
(Trách Lung)

Tạm dịch:

Ở trong lồng chật hẹp mà vẫn tự tại
Đi bách bộ thật là nhàn hạ
Cười nói một mình mình nghe
Cũng qua đi một ngày tù dài
(Lồng Chật Hẹp)

Cái lồng chật tức là ngục thất nhỏ bé tối tăm trong lao tù dưới chế độ Cộng sản. Cũng có thể là phòng biệt giam chật hẹp chỉ vừa đủ cho một người nằm không thoải mái. Ở trong thế giới chật hẹp và tù túng ấy, dễ mấy ai có cảm giác giải thoát tự tại. Vậy mà bậc đại sỹ đạt được trạng thái ấy một cách dễ dàng, bởi vì bậc đại sỹ vốn đã an lạc tự tâm và thâm liễu rằng ba cõi là tù ngục, là nhà lửa đang rực cháy, có chỗ nào trên thế gian này không là hỏa ngục!

Hoặc là:

Tảo khởi xuất tẩy tịnh
Thung dung lập phiến thì
Tự hữu thần tiên thái
Hà tu sơn thủy vi
(Tảo Thượng Tẩy Tịnh)

Tạm dịch:

Sáng sớm ra rửa mặt
Ung dung ngay trong khoảnh khắc

Vốn đã có phong thái thần tiên
Cần gì phải là miền sơn thủy!
(Sáng Sớm Rửa Mặt)

Phong thái thần tiên là phong thái phiêu diêu tự tại không một chút phiền muộn và khổ đau. Bậc đại sỹ dù ở trong hoàn cảnh nào tâm vẫn an nhiên tự tại vì nhận thức rằng các pháp hữu vi giả dối không thật như mộng mị, như quáng nắng, như bọt nước, như bóng chớp! Khi tâm đã được tự tại như vậy rồi bậc đại sỹ cần gì phải tìm đến thâm sơn cùng cốc mới có thể an nhàn. Tâm bình thì thế giới bình vậy.

Phong thái tự tại siêu thoát kia đã đạt đến mức tuyệt cùng qua ý chỉ của bài thơ "Biệt Cấm Phòng" dưới đây:

Ngã cư không xứ nhất trùng thiên
Ngã giới hư vô chân cá thiền
Vô vật vô nhơn vô thậm sự
Tọa quan thiên nữ tán hoa miên
(Biệt Cấm Phòng)

Tạm dịch:

Tôi cư trú ở từng trời Không Vô Biên Xứ
Thế giới tịch lặng ấy của tôi đúng thật là cõi thiền
Không vật, không người, không lắm chuyện
Ngồi mà chiêm quan thiên nữ rải bông hoa
(Phòng Biệt Giam)

Không Vô Biên Xứ Thiên là cõi trời thứ nhất trong bốn cõi trời Tứ Không (Không Vô Biên Xứ, Thức Vô Biên Xứ, Vô Sở Hữu Xứ và Phi Tưởng Phi Phi Tưởng Xứ) mà một hành giả khi nhập định Tứ Không Xứ an trụ trong đó. Định Không Vô Biên Xứ là trạng thái mà người nhập định đã xả bỏ tất cả niệm về giới hạn của không gian và thời gian để nhập thể vào cõi vô biên vô hạn. Tất nhiên, trong trạng thái định đó thiền giả không còn ý niệm về vật, về người và về muôn ngàn ý tưởng điên đảo khác. Cõi ấy không đúng là thiền thì là gì! Bậc đại sỹ ngồi trong phòng biệt giam tối tăm và chật hẹp không tưởng tượng nổi mà vẫn an nhiên tọa thiền nhập định. Cho nên, đối với Thầy đó là đạo tràng thanh tịnh có các thiên nữ rải bông hoa cúng dường. Thế mới biết đạo lực của bậc đại sỹ không thể nào đem trí đức thô lậu của phàm phu mà so sánh được. Bài thơ dệt nên cái phong cảnh thanh tịnh siêu thoát tỏa ra từ đạo lực cao dày của vị tu sĩ khiến cho người đọc quên rằng tác giả đang diễn tả sinh hoạt của mình trong một phòng tù biệt giam!

Tất cả đạo lực tự tại và siêu thoát ấy đều là kết quả tất yếu của một quá trình tu chứng mà Thầy đã lịch nghiệm từ giáo nghĩa Khổ Không đến thực tại đời sống sinh động trong đó bao hàm những ngày lao tù khổ nhọc. Kinh nghiệm ấy như là những tôi luyện tinh ròng từng bước từng bước dẫn Thầy đến vực thẳm, chỗ tận cùng của mê và ngộ, để rồi một mai khi bước chân vừa khởi đi là hốt nhiên rơi xuống vực thẳm. Nhưng chính từ trong vực thẳm ấy, cánh cửa nhiệm mầu lại mở ra, muôn pháp sáng rực dưới nhãn quang bùng vỡ của người về từ miền đất lạ. Xin hãy đọc bài Tự Thuật sau đây thì rõ:

> *Tam thập niên tiền học Khổ Không*
> *Kinh hàm đôi lũy ám tây song*
> *Xuân hoa bất cố xuân quang lão*
> *Thúy trúc tà phi túy mộng hồn*
> *Nhẩm nhiễm trường mi thùy hoại án*
> *Ta đà tố phát bán tàn phong*
> *Nhất triêu cước lạc huyền nhai hạ*
> *Thủy bả Chân Không đối tịch hồng*
> *(Tự Thuật)*

Tạm dịch:

> *Ba mươi năm trước học giáo nghĩa Khổ Không của*

đạo Phật

Kinh đã học chứa đựng chất đống cao như tường
che khuất cả cửa sổ trời tây
Xuân tươi thắm mà không đoái hoài đến nên xuân
già cỗi
Trúc xanh biếc thoáng lượn qua làm say hồn mộng mị
Thẳm thoắt hàng mi dài rũ xuống chiếc bàn cũ kỹ
Ngày qua tháng lại tóc trên đầu đã bạc nối theo với
tuổi già sức kiệt
Một sớm bước chân rơi xuống vách núi cheo leo
Mới lấy Chân Không mà đối trị lại đêm hồng
(Tự Thuật)

Giáo nghĩa Khổ Không của đạo Phật nếu không được nghiệm chứng thực sự trong cuộc sống trầm luân khổ lụy thì chỉ trở thành là cái kho tàng chữ nghĩa làm che khuất cả chân tâm. Vì chỉ chú trọng vào triết lý suông không thôi cho nên người tầm đạo đôi khi không có đủ đạo lực để ứng phó với những cơn say hồn lúc bước vào trận đồ vô minh phiền não. Rồi vì rong ruổi theo mê lộ của tư tưởng triết lý đạo học mà quên đi ngày tháng, đến nỗi khi chợt tỉnh ra thì mái đầu xanh đã trắng bạc tự bao giờ. Nhưng mà, quá trình lịch nghiệm cuộc sống ấy không phải là quá trình hoang phí đối với mục tiêu cứu cánh của đời người. Nó đích thực là chặng đường thử thách và tôi luyện tinh mật để sửa soạn cho một giai kỳ bí nhiệm khác. Giai kỳ ấy lộ hiện ra khi người tầm đạo vừa lao mình xuống vực thẳm uyên nguyên. Đi tìm sinh lộ ngay trong chính giữa lòng của cõi chết. Đó là phương cách thần diệu nhất, mà chỉ có những ai dám vận dụng tất cả chí khí bình sanh đương đầu một lần quyết liệt với con người vô minh điên đảo của chính mình, để cải tử hoàn sanh. Chết đi con người vô minh và phiền não để tái sanh con người giác ngộ và giải thoát. Từ sau đó, người hành đạo không còn quái ngại đối với vô minh phiền não gì cả vì trong ánh sáng rực ngời của trí tuệ Bát Nhã lúc nào cũng chiếu rọi tròn đầy.

"Một sớm bước chân rơi xuống vách núi cheo leo
Mới lấy Chân Không mà đối trị lại đêm hồng."

Trí tuệ Bát Nhã liễu đạt vạn pháp là Chân Không Diệu Hữu xa lìa các vọng chấp của Có, Không hay Đoạn, Thường. Vì thực tại vạn hữu không thể nói là Có hay là Không một chiều theo quan kiến nhị biên và phân biệt lưỡng lập. Chỉ có Trí Tuệ Bát Nhã ấy mới có đầy đủ diệu lực để rọi chiếu vào tận cùng nguồn lạch vi tế của vô minh và ái nhiễm.

Đối với bản thân thì bậc đại sỹ không còn bận bịu đến lẽ tử sanh sinh diệt vô thường, nhưng lòng đại bi đối với chúng sanh khổ lụy thì không bao giờ gián đoạn. Nghĩ đến sứ mệnh hoằng truyền chánh pháp phổ độ chúng sanh, bậc đại sỹ trầm tư thâu canh trước ngọn đèn leo lét trong lao tù.

Trực nhật lao tù sự cánh mang
Trung tiêu độc tọa đối hàn đăng
Không môn thiên viễn do hoài mộng
Quy lộ vô kỳ nhiệm chuyển bồng
(Dạ Tọa)

Tạm dịch:

Ngày trôi qua việc lao tù lại thêm mờ mịt
Trong phòng tù một mình ngồi đối diện với ngọn đèn

lạnh lẽo

Hình ảnh chốn thiền môn xa xưa lòng vẫn hoài tưởng
Đường trở về không hạn kỳ sứ mệnh thật rối rắm
(Đêm Ngồi)

Đường về của bậc đại sỹ hay đường về của cả dân tộc không còn có thể hạn kỳ được vì đất nước đang bị phủ trùm lên ngổn ngang những thảm cảnh bi thương, những bế tắc và khủng hoảng khắp các mặt xã hội từ kinh tế đến văn hóa và đạo đức. Trước cơn mạc vận của dân tộc như vậy người dân thương nước thương nòi nào mà không cảm thấy rối rắm trong lòng!

Bài thơ dệt lên cái hình ảnh thật bình dị nhưng cũng thật như thực và cảm xúc. Hình ảnh một vị tu sĩ ban đêm trong tù vì suy tư đến vận nước, vận đạo mà không an giấc. Thức dậy ngồi một mình trước ngọn đèn dầu leo lét. Ánh sáng nhạt nhòa của ngọn đèn trông lạnh lẽo và cô liêu lạ thường trong đêm khuya giữa chốn lao tù.

Trong lòng Thầy lúc nào cũng nghĩ đến chốn thiền môn cổ kính ngày nào. Phải, chỉ có đạo giải thoát mới là nhà đích thực của một tu sĩ, chỉ có Không môn mới là cánh cửa dẫn đến thế giới siêu thoát tự tại. Tất cả đều là huyễn mộng như cái huyễn mộng của chính kiếp người. Có gì khác hơn là cứu cánh giác ngộ đáng để bậc đại sỹ phải bận lòng, phải tham đắm dù là lợi danh mà người đời không ngớt tìm cầu. Chính vì thế, bậc đại sỹ ra tay cứu nước cứu dân không phải vì bả danh lợi thế tục mà vì hạnh nguyện cứu khổ độ sanh của Bồ Tát. Việc cứu nước cứu dân trong cơn quốc phá gia tan là việc nên làm của tất cả những người mang hạnh nguyện vị tha không luận là thuộc thành phần nào của xã hội. Nhà văn, nhà thơ, nhà tu hành, nhà chính trị, ông nông phu, bà bán hàng rong, cô học trò, em bé chăn trâu, v.v... tất cả đều có trách nhiệm trọng đại đối với quốc gia dân tộc. Cho nên, đừng nói rằng người này nên gánh vác trách nhiệm ấy người kia không nên. Người viết cho rằng sự hy sinh của Thầy cho dân tộc, cho đạo pháp quả thật xứng đáng và không uổng phí chút nào. Thầy quả là một Tuệ Trung Thượng Sỹ của thời đại hôm nay. Xin vạn lần xưng tụng công hạnh vị tha cao cả của Thầy.

Hoài niệm sẽ chỉ là sự hiện hữu bất thực trong sự
trầm lặng của hư không.

CHIẾN TRANH, TÌNH YÊU, HOÀI NIỆM
Và
TRUYỆN NGẮN VÕ HỒNG

Tuệ Sỹ

Vết thương đã khô và đóng vảy. Một phần sự sống bị tước đoạt, bị loại bỏ, một cách chậm chạp nhưng chắc chắn. Một chút tình yêu, mơ hồ và khiêm tốn, cũng bắt đầu chớm dậy. Như một thứ định mệnh phi lý, một khi đã đến, nó không chịu vô cớ ra đi; và một khi ra đi, nhất định phải để lại vết hằn khổ nhục, một vết hằn năm tháng. Đó là một thứ quà tặng mà chất liệu là sự tàn phá, sụp đổ và mất mát, không có đền bù. Tình yêu cũng phi lý như chiến tranh, cả hai cùng ngoi đầu dậy từ những phá phách hỗn loạn của một cơn giận mông lung, vô cớ và vô nghĩa. cũng như một cành gai nhỏ, đâm vào da thịt, cấu xé da thịt, nhức nhối; ở đó, tình yêu lớn dần cùng với mức độ trưởng thành của sự chết trên một phần da thịt. Cho đến lúc phần đó được gỡ hẳn ra khỏi cái phần sống còn lại lớn lao kia, được ném xuống cho lăn lóc với cát bụi vô nghĩa, và lạc loài, tình yêu bỗng như rơi vào quãng trống mênh mông. Khuôn hình được tháo ra từng mảnh và được cho vào ngọn lửa, để một quá khứ trở thành vĩnh cửu trong hoài niệm: *Lửa bừng lên. Đốt cháy những nụ cười. Đốt cháy những mơ mộng. Xuyên qua ngọn lửa, nàng mường tượng thấy mình lùi lũi đi sâu vào rừng ngõ thâm u, bí mật. Lá khô cựa mình dưới bước chân và ở trên cành có con sóc ngơ ngác nhìn theo (Hoa Bươm Bướm, đoạn kết).*

Đó là đoạn chót của lịch sử một vết thương, mà ngày tháng đã làm khô và đóng vảy. Đó là cũng đoạn mở đầu cho một quãng trống của hoài niệm. Hoài niệm sẽ chỉ là sự hiện hữu bất thực trong sự trầm lặng của hư không. Tình yêu đã chen lấn để trưởng thành giữa những cơn nhức nhối, bị níu kéo giữa sự sống và chết, nó *"mỏng manh như một cành hoa bươm bướm màu tím nhạt...Ở bãi đất hoang"*, vùng đất của đe dọa thường trực.

Khi tình yêu chưa hiện diện, nó lần mò trong bóng tối của những dày xéo tàn bạo, không có sự rung động của bản năng, mà nó chỉ có sự cân nhắc của trí thông minh. Nó chọn cách mạng để làm thế giới cô đơn của mình. Làm cách mạng thì không thể yêu nước một cách ngây thơ như đứa trẻ yêu cánh đồng rộng trước mặt. Làm cách mạng để biết cách lấy thù hận và bạo động mà nuôi dưỡng tình yêu, để biết lấy sự chết làm sự sống. Nhưng tình yêu vẫn mang cái chất phi lý; nó tựa mình vào cột trụ chơ vơ của sự phản lý ngược ngạo. Cơn gió thoảng qua, một cọng lá khô phiêu hốt bỗng bám vào cột trụ, một cách vô tư, dửng dưng, rồi lặng lẽ rơi xuống... Cảm giác lành lạnh. Mất tất cả rồi. Tuyệt vọng rồi.... anh hãy ôm vai... *Và cái nhìn bỡ ngỡ, vòng tay ngại ngùng, nhưng nụ hôn vẫn thắm thiết và kéo dài vô tư. Và vô tư vẫn kéo dài mãi mãi. Chàng khờ khạo như mọi người đàn ông. (HBB & trích rải rác).* Bởi vì tất cả đều phi lý. Phi lý bủa rộng thành bóng tối. Cũng là bóng tối của sự vô tư và dửng dưng đó. Con tàu chạy với toa tàu lắc lư trong đêm tối như một con vật lao đầu xuống vực sâu tự tử. Bóng tối, quá khứ hãi hùng, cô đơn trước cái chết đe dọa, câm nín như sự câm nín của tình yêu. Trụ hành quyết, cái băng bịt mắt... Con tàu sẽ phiêu lưu về đâu nữa? Nhưng những phiêu lưu thường đưa đến những ngẫu nhiên. Và ngẫu nhiên, một bàn tay. Ngón thon và mềm. Một bàn tay. Bám víu vào cuộc đời, đấu tranh với cuộc đời.... Sự ngẫu nhiên và tình yêu, cả hai cùng lần mò trong bóng tối, như cánh chim đêm đi tìm chỗ đậu lại. *Đêm tối như bưng, và chàng nói như trong giấc mơ..., và một dòng nước mắt len chầm chậm như cũng biết e lệ ngập ngừng. (HBB & trích rải rác).* Quả thực, tình yêu thì cô đơn như sao mai, nhưng sự phi lý khổng lồ là một. Có những phi lý của tình yêu, và chỉ có một phi lý của chiến tranh. Cũng như một dân tộc nhược tiểu phải trưởng thành trong khổ nhục, phải chọn cái phi lý của chiến tranh, phải tồn tại trong sự tàn phá điêu linh thống khổ; cũng vậy, tình yêu luôn luôn chọn vùng nào nhức nhối nhất trong thân thể mà tồn tại và trưởng thành. Rồi khi dân tộc nhược tiểu kia đã bước vào vùng có ánh sáng của độc lập và tự do, những anh dũng và hy sinh được gởi lại hết cho bóng tối của núi rừng. Cũng vậy, tình yêu vĩnh viễn là một sợi tơ trời trong trí nhớ.

Đó là một thứ tình yêu chỉ có trong thế giới của hoài niệm. Nó có thể chọn một hình thức thích hợp để xuất hiện trong văn chương. Tôi muốn nói các truyện ngắn của Võ Hồng. Nơi ông, có lẽ có một tình yêu đã trở thành vĩnh cửu, đã muôn đời câm lặng được chôn kín dưới lòng đất. Nó thấm vào các truyện ngắn của ông, làm chất liệu, hoặc khi ngấm ngầm hoặc khi lộ liễu, dưới dáng dấp mệt mỏi, nhiều tư lự, nhiều phán xét.

Truyện dài của ông phần lớn cũng chỉ là những truyện ngắn được ráp lại. Có thể đây chỉ là cái nhìn phiến diện.

Nhưng tôi tưởng tượng rằng, nếu cắt riêng từng đoạn trong truyện dài của ông, để chúng thành những đoạn biệt lập, chúng ta dễ bắt gặp nhiều cái nhìn của một người từng trải, khôn ngoan trong đời sống và không ngoan cả trong tình yêu. Do đó, tác phẩm của ông mang nhiều chứng tích xã hội và thời đại. Nhưng, nếu nhà văn chỉ ngồi kể lể những chuyện đời đi qua trước mắt, dù bằng một giọng điệu trung thực đến mấy, vẫn không tránh khỏi tự gán cho mình vai trò trạng sư của một thời đại. Ngôn ngữ loài người không thể chỉ là phương tiện cho những tranh chấp và hòa giải. Mỗi người đều phải sống bằng cái nhìn phê phán, và đau khổ vì phê phán - phê phán và bị phê phán. Ngôn ngữ không thể chỉ là phương tiện cho sự phê phán.

Câu chuyện dài mà ông bố trí ít khi toàn bích. Trong đó, thời gian thường bị xén nhỏ, đứt khoảng, y hệt như hơi thở của một người mệt mỏi. Nếu chúng ta đặt riêng mỗi khoảng đứt đó thành từng truyện ngắn, mỗi truyện sẽ là một hình ảnh nào đó trong toàn thể đời sống, không cần nối kết tương quan mà y nhiên vẫn là chân diện mục của tất cả đời sống.

Ở đây, xin lấy thì dụ từ truyện dài Gió Cuốn. Truyện bắt đầu bằng vài trang sôi động. Những tiếng kêu tuyệt vọng, những ngón tay bấu víu mệt mỏi, tất cả sẵn sàng cho một cơn gió cuốn sẽ trổi lên bất cứ lúc nào, lên đối mắt của con chim Á châu huyền bí êm như nhung, thổi lên những sợi tóc đen bay phất phơ trên làn da màu ngà, lên đóa hoa hồng mọc ở mảnh đất nhiều biến cố đau thương này. Gió cuốn tiếng kêu tuyệt vọng đó vào một xã hội trụy lạc, bẩn thỉu, với những đồ phế thải của ngoại quốc. Đó là chứng tích khổ nhục của thời đại chúng ta. Nhưng khi tiếng kêu từ trong thâm tâm lặng lẽ đó hiện rõ với vóc dáng của một người làm sở Mỹ, dẫn về một quãng đời đã qua, với gia đình, với chồng con, truyện bắt đầu tỏ ra rời rạc. Sự đối chiếu giữa hiện tại và quá khứ không liên tục. Vậy, có lẽ tốt hơn chúng ta phải tự cắt rời từng đoạn để đọc. Cố nhiên, không phải vì thế mà chứng tích thời đại bị bôi xóa mất trong tác phẩm. Tôi muốn nói, cốt cách văn chương của Võ Hồng biểu hiện qua các truyện ngắn của ông hơn. Tuy nhiên, trên đây tôi đã mượn truyện dài hoa Bươm Bướm để dẫn vào tình tự trong các truyện ngắn của ông.

Nếu cần chọn một môi giới, về hình thức, giữa một truyện dài và truyện ngắn của ông, chúng ta có thể được đề nghị chọn Dấu Chân Sa Mạc (tuyển tập truyện ngắn, Con Suối Mùa Xuân). So với các truyện ngắn khác của ông, truyện này được viết tương đối dài, 40 trang chữ nhỏ. Điển hình của một truyện ngắn được kết cấu tròn trịa. Nếu mở rộng thêm chi tiết, hoặc thêm nhiều động tác, nhiều đối thoại và nhiều tình tự cho các nhân vật, truyện có thể trở thành một truyện dài, với nội dung giản dị thích hợp cho đề tài qui tụ chung quanh đời sống đồng quê Việt Nam. Cũng như đa số các truyện ngắn khác của ông, Dấu Chân Sa Mạc xoay quanh một nhân vật, với những tình cảm phức tạp và tế nhị. Tình cảm của người viết được bày tỏ về nhân vật cũng phức tạp và tế nhị không kém. Nhân vật chính bị đóng khung trong một thế giới cô đơn với những hiềm kỵ, xoi mói của người chung quanh. Những thất bại ngẫu nhiên mà một thứ định mệnh nào đó, nếu chúng ta không tìm ra danh từ tương xứng, đã vô tình giúp cho những người chung quanh có cơ hội trả thù một cách vô cớ. Sự trả thù của họ cũng hiền lành như đời sống thường nhật của họ. Bằng các lời đồn đãi thêu dệt, bằng cái nhìn xỉa xói, tất nhiên không gây thiệt hại gì cho kẻ bị trả thù, nhưng thiệt hại lớn nhất cho là sa mạc cứ lớn dần.

Trên tất cả, chính thời gian là định mệnh ghê gớm nhất. Thời gian đã làm cho con gấu hung tợn đó bấy giờ đã nhu mì. Vuốt đã hết bén rồi và khí huyết cũng không còn sung mãn nữa. (Con Suối Màu Xanh - Dấu Chân Sa Mạc). Thời gian đến và tàn phá tất cả những gì con người có, tài sản được tích lũy bằng những khôn ngoan vật lộn với đời sống lần lượt ra đi vì tuổi già không dung chứa; sắc đẹp và niềm kiêu hãnh của tuổi thanh xuân cũng lần lượt ra đi vì tuổi già không chứa. Đó là hình ảnh đau thương và nhục nhã của cuộc đời người. (Con Suối Màu Xanh, đã dẫn). Tác giả cũng tự thấy mình đau khổ với nhiều ân hận như mình đã hùa với thời gian để trả thù, chua xót và hối hận khi trong óc vụt có ý nghĩ rằng khuôn mặt, đó đã khác xa với khuôn mặt người bình thường; đã đồng lõa với thời gian vì đã để cho tuổi già, cho *cái hình ảnh tiều tụy hôm nay nó cứ lấn át, tranh giành, chực đè lên hình ảnh huy hoàng cũ. (Con Suối Màu Xanh, đã dẫn).* Đem hiện tại đau thương của nó mà chồng lên quá khứ của nó, đè bẹp quá khứ huy hoàng của nó, dù sự thực là như thế, nhưng trong đời sống, chúng ta đã khéo lấy sự thực đó để trả thù một người, bất kể lạ hay quen. Cô Ba Hường, nhân vật chính của truyện, góa chồng sớm, giàu có và sang trọng nhất làng. Cô ít hăng hái bàn chuyện lứa đôi của mình. Cô chỉ thích nói tới ruộng đất, giá lúa giá nếp cao hay thấp, đập Tam Giang hay đập Đồng Cháy, nước lên nước xuống mực nào. Nhưng khi người đàn ông góa vợ nhà ở sát vách cưới vợ, hôm đám cưới tấp nập, nhà cô không thắp đèn, dãy lan can trước nhà cô đêm đó chỉ còn là một khối bóng đen đặc sệt. Và sau đó, nét mặt cô Ba Hường chừng như già đi. Cũng vẫn khuôn mặt đó không gầy ốm suy hao gì nhưng mà nhìn lên thấy mất đi cái phần tinh anh rực rỡ, như một tấm gương đã mờ mờ nước thủy. Giữa một khung cảnh đầy những cặp mắt tò mò, tình yêu cũng đơn giản như đời sống của mọi người, nhưng tế nhị và cô đơn như muôn thuở của loài người. Khi tuổi già đến và thời gian cướp mất thanh xuân, tình yêu không còn là sự rung động tế nhị, mà là một bãi sa mạc mênh mông, không có ai để bàn tính sau đó, không có ai để cân nhắc trước đó, trước mặt, sau lưng, bên phải, bên trái đều là sa mạc... *cô bước đi giữa cuộc đời còn sót lại lạc lõng mơ hồ như người đi trong giấc mộng. Tất cả đều chập chờn hư ảo. Chặng đường cuối cùng của người lực sĩ đuối sức (sách đã dẫn, rải rác).*

Cuối cùng cô chết trong lặng lẽ, không ai chứng kiến. Quả tình là chặng đường đi đến nấm mồ dễ dàng và thoải mái nhiều hơn so với những chặng đường nhọc nhằn cam go mà cô đã đi mấy năm gần đây khi già yếu và nghèo nàn, cô đơn và bị đời lạnh lùng hắt hủi. Tình yêu và sự chết cũng cô đơn như nhau; khi cả hai cùng gặp gỡ, người ta mới thấy sự cô đơn đó, và chỉ có thể thấy khi cả hai cùng đi vào thế giới im lặng thiên thu.

Truyện điển hình thứ hai mà tôi muốn nhắc đến, Những Bí Mật Của Anh Đỗ Cúc, (Vết Hằn Năm Tháng). Tình tự nội dung không buộc chặt vào nhân vật chính, qua một bút pháp đặc biệt. Đó là sự trải dài của câu chuyện, như một cách không cố ý. Có thể nói, đấy là một mẩu chuyện ngắn không cần kết cấu, và người đọc dễ dàng theo dõi, một cách thích thú, những đoạn văn dí dỏm một cách nghiêm trang. Anh Đỗ Cúc, nhân vật chính, làm luận văn hay và viết thư tình cũng hay như một nhà văn viết tiểu thuyết lãng mạn, tổng hợp cái lãng mạn văn chương đủ mọi phía. Anh không cần thấy, không cần biết cây thùy dương trên bãi biển. Anh không cần biết căn phòng của cô học trò mà anh mơ tưởng ra sao, cũng vẫn cho vào bức thư tình được chùm hoa bên rèm cũng như nhớ nhung ai mà từng cánh tả tơi theo gió. Lớn lên, anh lấy vợ cũng bình thường và dễ dàng như làm luận văn ở trường. Gia đình, vợ con ngăn nắp như bố cục của bài luận. Anh sống không thắc mắc, không lựa chọn, chỉ theo một bố cục nào đó đã có sẵn. Nói chuyện với những người như anh không phải dễ, nếu không tình cờ khám phá ra sự bí mật của bố cục kia.

Phần lớn các truyện ngắn của Võ Hồng đều được viết với bút pháp điềm tĩnh như mẩu chuyện điển hình này. Chúng chỉ khác nhau về thắc mắc nào đó của người viết. Ông viết truyện ngắn như một người khách qua đường, đi suốt một đoạn, khách ngồi lại nghỉ và thắc mắc về đoạn đường đã qua, trộn lẫn một ít tình cảm hay tư lự và cân nhắc. Thời gian cho các biến cố là một đoạn thẳng. Chúng kế tiếp nhau, tuần tự. Trong một vài truyện ngắn khác, như truyện Dốc Hiểm Nghèo (Khoảng Mát), thời gian cho các biến cố cũng đôi khi chạy theo một vòng tròn. Nhưng chúng cũng xuất hiện theo tuần tự tiếp nối. Vì vậy, chúng ta thấy kết cấu trong một truyện ngắn của Võ Hồng rất giản dị đó dễ gây cho người đọc có cảm giác như một hoài niệm nhẹ nhàng và mông lung.

Chúng ta có thể được dẫn tới hoài niệm về những hình ảnh của đồng quê Việt Nam. Đời sống theo nhu cầu tiến bộ, mà các phương tiện của văn minh khoa học có thể cung cấp, trong cái thêm có cái mất. Nếu anh Hoạt, nhân vật trong truyện ngắn Hãy Đến Chậm Hơn Nữa (tập truyện Trầm mặc Cây Rừng), nếu đừng ra đời sớm những ba mươi năm, có lẽ khoa học đã giúp anh thoát khỏi sự dày vò thân thể của chứng bệnh cùi. Vào cái thời của anh, anh có thể nghe một tiếng chim tu hú vào đầu hè, ngửi một mùi thơm của hoa mù u trong buổi chiều, nhìn những con chuồn chuồn đảo lộn trên nền trời sau cơn mưa... Những niềm vui đó quá nhỏ so với nỗi khổ đè nặng của anh.

Thời gian, trong sự tiến bộ chung của một dân tộc hay một xã hội, mang lại nhiều thịnh vượng và bảo đảm cho đời sống theo đà gia tăng của các nhu cầu, nhưng đồng thời cũng làm vơi bớt những niềm vui trong trắng ngây thơ của những ngày xuân êm đềm. Cái bàn ủi bằng đất sét mà chú Ba cặm cụi nung để hy vọng ngày Tết có áo quần mới dĩ nhiên không dùng được... *An ngậm ngùi nhìn cái di tích của thời thơ ấu êm đềm nay không còn nữa, có chăng cũng chỉ ở trong cái ký ức bề bộn của chàng thôi. (Ngày Xuân êm đềm, tập truyện Lá Vẫn Xanh).*

Hoài niệm tuổi thơ gắn liền với một tình yêu quê hương mông lung. Yêu cánh đồng, yêu tiếng chim tu hú, những con chích chòe nhí nhảnh chuyền cành, những con chiền triện mải miết tước lá cau về làm tổ, các con mương nhỏ mọc đầy khoai môn, khoai sáp. Lớp trẻ lớn lên, đỗ nhau về thành phố để tìm đường sống. Trưởng thành luôn luôn đi đôi với mất mát.

Trưởng thành, và mất mát, người ta có thể thành công trong nhiều phương diện, nhưng có một thứ thất bại lớn lao không thể đến bù tương xứng. Đó là sự mệt mỏi. Sự mệt mỏi này đầy trong các truyện ngắn của Võ Hồng. Nó có thể là sự khôn ngoan của một người từng trải, biết cân nhắc sáng suốt về tình yêu. Nó có thể là câu chuyện hằng ngày của những người láng giềng ở thành phố. Nó có thể là chuyện của một người bị tòa đòi ra làm chứng. Các truyện ngắn rải rác chung quanh đề tài này cũng thường cho chúng ta thấy cá tính của truyện ngắn Võ Hồng.

Một truyện ngắn đặc sắc khác, với ám ảnh kỳ lạ hiếm thấy trong đa số các truyện ngắn của Võ Hồng, ngoại trừ bút pháp và tình tự không mấy khác. Tôi muốn nói truyện ngắn Lá Vẫn Xanh. Truyện viết một nhân vật bị ám ảnh ngày tận thế, chỉ vì một mẩu tin ngắn gần như không quan trọng và ít ai chú ý được đăng trên báo. Nỗi khổ tâm của nhân vật chính là mọi người chung quanh có vẻ ngây thơ của họ và âm thầm đau khổ trong cô đơn lặng lẽ với ám ảnh của mình. Truyện kết cấu không giống như đa số các truyện khác. Câu chuyện ngày tận thế cũng được mọi người bàn tán, ngay cả trong ngày Tết. Nhưng cuối cùng, để chấm dứt câu chuyện, người ta vẫn chúc nhau một năm phúc thọ khang an. Ngày tận thế, dù là tai họa khủng khiếp sẽ giáng xuống cho nhân loại, cuối cùng cũng chỉ là chuyện phiếm. Riêng với nhân vật chính, nó không hề là chuyện phiếm. Người ta nói xong rồi quên liền sau đó. Anh thì nhớ mãi và không ngớt đau khổ. Anh chờ đợi, chỉ còn năm ngày, rồi bốn ngày, và cuối cùng, buổi sáng thức dậy đánh răng, anh chuẩn bị cho ngày tận thế hôm đó. Anh đợi từng giờ. Cho đến khi anh lên giường ngủ, và giấc ngủ cũng đến một cách bình thường. Thật quả không xứng với những giờ quyết liệt còn sót lại. Ngày hôm sau, anh thức dậy, vẫn như mọi ngày, nhưng thêm một câu nói giã từ: Thế là hết tận thế. Quả thật, chúng ta cô đơn và đau khổ trong một thế giới hãi hùng, mà bên ngoài mọi sự vẫn lạnh lùng trôi qua như thế ư ?

Truyện ngắn điển hình chót hết mà tôi muốn nói trong bài này, đó là truyện Tình Yêu Đất (trong tập truyện Vết Hằn Năm Tháng)

Truyện bắt đầu bằng những động tác hăng say của người yêu đất: Lão Túc. Thế giới bừng sáng và sôi động vì tình yêu chân thành của người và đất. Truyện xoay quanh sự trưởng thành của cuộc đời Lão Túc và sự trưởng thành của mảnh đất mà lão khai khẩn. Bởi vì cuộc đời của lão cũng đơn giản như đất, nên lão dễ dàng nghe được những vui mừng của đất, và do đó đất cũng rộng lượng bao dung đối với lão hơn cả mọi người, đất hiểu lão hơn cả vợ lão, con lão. Ngày lão lên xã làm giấy khai đất, lão thấy lòng rộn ràng bâng khuâng. Ai hỏi lão có phải ở dưới đất về hay không, lão nghe bốn tiếng đó làm mát một nơi nào trong bụng lão... Ở dưới đất về!... Đó là điệp khúc của một bài ca làm say sưa tâm hồn lão như mới ngày nào đây, lúc còn thanh niên, lòng lão rung động theo câu hò điệu hát huê tình... Và tối hôm đó, sau bữa cơm, lão bắc chõng ra nằm dưới hiên, nhìn lên bầu trời lấm tấm sao... với tình yêu đất. Cho đến khi lão bị rắn hổ cắn, trước giờ hấp hối, lão còn thốt lên được mấy tiếng về mảnh đất của lão, miếng đất Gò Đình... Rồi nhắm mắt. Và truyện kết thúc ngay sau đó.

Tình yêu đất của Lão Túc cũng là tình yêu quê hương cụ thể của hầu hết nông dân Việt Nam. Yêu không trừu tượng, và cũng nhiều đam mê nhiệt thành như mọi thứ tình yêu khác. Quê hương không nhất thiết là chữ S hay chữ U. Nó là ruộng nương vườn tược, là nơi gởi nắm xương tàn của cha ông mấy đời. Khi chiến tranh đến, một số người bỏ lại tất cả, chạy về thành phố hay nơi nào có thể bảo đảm an toàn sự sống. Nhưng cũng có những người quyết bám chặt lấy mảnh đất, chờ đợi cái chết: Bà Sự ngồi yên trên ngạch cửa, hai dòng nước mắt lặng lẽ chảy trên gò má. Bỏ nhà cửa mà đi. Bỏ ruộng nương, bỏ vườn tược, bỏ khúc sông và cái bến nhỏ này mà đi. Không, tôi không muốn đi đâu hết..., tôi muốn ngồi yên một chỗ, nằm yên một chỗ mà chết cũng được. Chết là gì? Nhắm hai con mắt lại, nhẹ nhàng buông xuôi hai tay... (Bên Đập Đồng Cháy, tập truyện Những Giọt Đắng.) Bà Sự không muốn theo bà con chạy giặc. Chồng bà, con bà, những người thân thuộc của bà đã lần lượt bỏ đi, trở về với đất. Nhưng hàng xóm bắt bà phải đi. Họ dọn giùm nhà cửa cho bà. Cài then cẩn thận. Đoàn người chạy giặc đến đập Đồng Cháy. Bà Sự chợt nhìn xuống lòng nước, soi thấy bóng mình... Hết rồi! Hết rồi! Không! Tôi không đi đâu hết. Tôi đã mất hết cả rồi. Tuổi xuân xanh. Chồng tôi. Con tôi. Chỉ còn đập nước này mà tiếng ào ào tuôn đổ không hề thay đổi... Cho tôi ở lại. Không, xin cho tôi ở lại. Và Bà Sự vụt bỏ chạy. Bà mất tích. Đoàn tản cư tìm kiếm, kêu réo bà, nhưng bà mất tích. Đoàn tản cư chỉ còn năm người, hấp tấp, hồi hộp, im lặng. Sau lưng họ, con đập Đồng Cháy vẫn đổ tuôn từng khối nước lớn, tiếng dội ầm ầm ào ào, bọt tung trắng ngần, vỡ ra, quay cuồng rồi len lỏi chảy giữa những tảng đá to màu xám.

Chiến tranh và tình yêu, một đằng là ngọn lửa tàn bạo hủy diệt, một đằng là dòng suối ngọt, cùng đi đôi trong tương quan biện chứng. Hoài niệm là một thế giới được nâng lên từ mâu thuẫn đó, là vết thương đã khô và đóng vảy. Nhưng vết thương nằm ẩn kín trong vùng nhức nhối nhất của thân thể luôn luôn rỉ máu, không hề khô và đóng vảy. Lịch sử của vết thương chỉ khép lại cùng với những chung cục của lịch sử một đời người.